தில்லையில் ஒரு கொள்ளைக்காரன்

அனுஷா வெங்கடேஷ்

அனுஷா வெங்கடேஷ் தமிழில் 3 சரித்திரப் புதினங்கள் எழுதியிருக்கிறார்.

ஆங்கிலத்தில் *"Gods, Kings And Slaves - Siege of Madurai"* என்ற புதினத்தை (ஆர். வெங்கடேஷ் என்ற தன் பெயரில்) எழுதியிருக்கிறார். தில்லி சுல்தானியரைப் பற்றியும், இறுதி பாண்டியரின் ஆட்சி பற்றியுமான கதை அது.

வெங்கடேஷுக்கு சென்னையின் சரித்திரத்தின் மேல் ஆர்வம் அதிகம். கூவம் ஆறு, சென்னையில் உலக யுத்தம், சென்னையில் 1940-1950 நடந்த விசேஷ நிகழ்வுகள், சென்னையில் சுதந்திரப் போராட்டம் போன்றவற்றைப்பற்றி ஆராய்ச்சி செய்து பத்திரிக்கைகளில் எழுதி வருகிறார்.

தில்லையில் ஒரு கொள்ளைக்காரன்

அனுஷா வெங்கடேஷ்

திில்லையில் ஒரு கொள்ளைக்காரன்
Thillaiyil Oru Kollaikaran

Kizhakku First Edition: February 2021
260 Pages

ISBN 978-81-949321-1-6
Kizhakku - 1227

Kizhakku Pathippagam
177/103, First Floor, Ambal's Building, Lloyds Road,
Royapettah, Chennai - 600 014. Ph: +91-44-4200-9603
Email : support@nhm.in Website : www.nhm.in

kizhakkupathippagam kizhakku_nhm

Cover Illustration : Artist Veda

Kizhakku Pathippagam is an imprint of New Horizon Media Private Limited

சமர்ப்பணம்

அப்பாவுக்கு...
பல விஷயங்களுக்கு
நன்றி கூற எண்ணினாலும்
இது
என்னை
ஆறு வயதிலேயே
நூலகத்திற்கு அழைத்துச் சென்றதற்காக...

முன்னுரை

எல்லோருக்கும் வாழ்க்கையில் ஒரு குறிப்பிட்ட பகுதி சோலையென அமையும். அதை எப்போது நினைத்தாலும் ஒரு பூவனத்தில் தவழும் சுகந்தத்தைப்போல மீண்டும் மீண்டும் வந்து ஞாபகங்கள் தழுவும். எனக்கு அப்படி இருக்கும் சோலை தில்லையெனப்படும் சிதம்பரம்தான். நான் நான்கு ஆண்டுகள் தில்லையில் இருந்தேன். அதனால் அதைப்பற்றி எழுதும்போது எனக்கு சொர்க்கத்தைப்பற்றி எழுதுவது போலிருந்தது.

தில்லையில் நான் படித்த காலங்களில் நடேசனை சேவிப்பதை, அவன் தூக்கிய திருவடியைக் கண்டு ஆனந்திப்பதைத் தவிர இதர காரியங்களில் ஈடுபட்டதென்னவோ உண்மை. அவன் வாசஸ்தலத்தில் பாராமுகமாய் இருந்த என்னை, நடேசன் சென்னைக்குத் தொடர்ந்து வந்து தினம் தினம் நினைக்க வைத்தது அவன் செய்த பல அதிசயங்களில் ஒன்றெனவே நான் இன்றும் கருதுகிறேன். என் பிறவிப்பயன் அது.

பதினாலாம் நூற்றாண்டில் தமிழகத்தில் முகமதிய படையெடுப்பின் போதுதான் சைவமும் வைணவமும் பெரும் சோதனைகளை சந்தித்தன. சமணமும் பௌத்தமதமும் அழிந்தே போயின என்று சொல்லலாம். அப்போது பலரும் செல்வம் சென்றாலும் பரவாயில்லை, கடவுள் என பூஜித்த விக்கிரகங்களைக் காப்பாற்ற வேண்டும் என்று முயன்றனர். பெரிய எதிர்ப்பு காட்டமுடியாத அரசர்கள் ஒன்றும் செய்யாமல் இருக்க, சாமானியரே அன்னியர் கையில் சிலைகள் அகப்படாமல் உயிரைப் பணயம் வைத்து இந்த முயற்சியில் ஈடுபட்டனர்.

அப்படி ஒவ்வொரு கோயிலின் விக்ரகங்களுக்கும் ஒரு கதை இருக்கும். அரங்கம் முதல் தில்லைவரை, மதுரைமுதல் சீர்காழிவரை எல்லா கோயில்களின் விக்கிரகங்கள் காக்கப்பட்டதற்கான கதை ஒன்று இருக்கும். அப்படிப் பார்த்தால் அரசமர பிள்ளையார்களுக்கும் கதை இருக்கும்.

ஆனால் விக்கிரகங்கள் இன்று பத்திரமாக இருப்பினும் காலமெனும் வெள்ளம் அவை காப்பாற்றப்பட்ட சுவாரசியமான கதைகளை அடித்துச் சென்றுவிட்டது. 'திருவரங்கன் உலா' என்று இதே காலகட்டத்தைப் பற்றி

அரங்கத்தின் கதையை ஸ்ரீவேணுகோபாலன் எழுதியதுதான் எனக்கு முதல் தூண்டுதலாக இருந்திருந்தது. தில்லையிலும் அப்படி ஒரு கதை இருந்திருக்க வேண்டும். நடேசன் காணாமல் போய், பின் வந்தது எல்லோருக்கும் தெரியும். எப்படி என்றுதான் தெரியவில்லை. 'இப்படியிருக்குமோ?' என்று என் கதை கேட்கிறது.

எந்தக் காலத்தைப்பற்றி குறைவாகவே சரித்திரக் குறிப்புகள் இருக்கின்றனவோ அதுவே ஒரு நாவல் எழுத ஏற்ற பகுதி என்று பலரும் நகைச்சுவையாய் சொல்லுவார்கள். உண்மையில் அப்படித்தான். 14 ஆம் நூற்றாண்டு தமிழர் சரித்திரத்தில் என்ன நடந்தது என்று சரித்திரக் குறிப்புகள் மிகக் குறைவு. அதை கற்பனை கொண்டே நிரப்பவேண்டியிருக்கிறது.

'காவிரி மைந்தன்' என்ற என் முதல் நாவல், கல்கியின் பொன்னியின் செல்வனுக்கு தொடராக அமைந்தது. அதனால் பல பாத்திரங்கள் என் சொல் கேட்காமல் அமரர் கல்கியின் சொல்லுக்குக் கட்டுப்பட்டே நடக்க வேண்டிய நிர்பந்தம் இருந்தது. அதுவே அந்த நாவலின் வெற்றிக்கும் வரவேற்புக்கும் வழிவகுத்தது என்பது உண்மை. ஆனால் இந்த நாவலில் எல்லோரும் என் படைப்புகள். நாவலாசிரியரின் சொல்படி நடக்கும் பாத்திரங்கள். அதனால் புத்தகத்தை எழுதி முடித்தபோது நண்பர்களிடம் இருந்து பிரிவது போலொரு எண்ணம்.

உங்களுக்கும் இதைப் படித்து முடிக்கும்போது அப்படியே இருக்க வேண்டும் என்று ஆசைப்படுகிறேன்.

அனுஷாவெங்கடேஷ்

நன்றியுரை

சென்னை சேப்பாக்கம் கிரிக்கெட் மைதானம். போட்டியேதும் இல்லை. ஆனால் அங்கு இருந்த கிளப்பில் மதிய உணவுக்காக விஜயம் செய்திருந்தேன். என்னுடன் வந்திருந்தது சுகன்யா. நாங்கள் இருவரும் பொன்னியின் செல்வனின் புதினத்துக்கு பரம ரசிகர்கள் என்பதால் ஏற்பட்ட நட்பு.

உணவு கொள்ளும் போது, 'உன் அடுத்த புதினத்தின் கதையைச் சொல்' என்றாள். என் முதல் நாவலான காவிரி மைந்தனே இன்னும் முடிவுறவில்லை. அதை ஒப்புக்கொள்ளாமல், காலம் கடத்தாமல் இந்த சிதம்பரத்தைப்பற்றி ஒரு கதை சொல்லத் தொடங்கினேன். அதிசயம் என்னவென்றால் அடுத்த ஒரு மணி நேரத்தில் சொல்லியும் முடித்தேன். எழுதி முடிக்க சில மாதங்கள் ஆனது. ஆனாலும் கதை எழுதுவதில் ஒரு புது அனுபவம். அதனால் என் உள்ளம் கனிந்த முதல் நன்றி சுகன்யாவுக்கு.

சுந்தர் கிருஷ்ணன் இல்லையென்றால் தமிழ் நாட்டில் இன்று பல சரித்திர நாவல்கள் இல்லை. அந்த வரிசையில் இதையும் சேர்த்துக்கொள்ளலாம்.

என்னைப் பலவிதங்களில் ஊக்குவித்து அழகிய படங்களையும் வரைந்து கொடுத்த, கட்டடக்கலை நிபுணர் சாலமன் வேதமுத்து அவர்களுக்கு நான் கடமைப்பட்டிருக்கிறேன். ஓவியங்களைக் வரைந்த வேதாவுக்கும் இந்தப் புத்தகம் உருவாக பெரிய ஊக்கமாய் இருந்ததற்கு திரு சுப்ரபாலனுக்கும் நன்றி.

கதை நடந்த அந்த காலகட்டத்தைப்பற்றி பல சுவையான விஷயங்களைச் சொன்ன சிங்கப்பூர் விஜயகுமார், சரித்திர நாவலாசிரியர் வெங்கட்ராம் திவாகர் ஆகியவருக்கு நன்றி. முக்கியமாக தில்லையைப்பற்றிய அரிய தகவல்களைக் கொடுத்த கொத்தமங்கலம் திரு L.K. முத்து செட்டியார் அவர்களுக்கு உள்ளம் கனிந்த நன்றி.

கதையாகட்டும், ஆராய்ச்சியாகட்டும் இல்லை மேடை உரையாகட்டும் என் மேல் முழு நம்பிக்கை வைத்து ஆதரிக்கும் ஸ்வேதாவுக்கும் சுந்தர் பரத்வாஜுக்கும் நன்றி தெரிவிக்கக் கடமைப்பட்டிருக்கிறேன்.

அத்தியாயம் ஒன்று

'கொள்ளைக்காரன் போலில்லை'

'உன்னைப் பார்த்தால் கொள்ளைக்காரன் போலில்லை' என்றாள் நங்கை சிரித்துக்கொண்டே. சிரித்தாலும் நகைச்சுவையாய் சொல்ல வில்லை... ஆணித்தரமாகச் சொன்னாள்.

பசுமைக் கடல் போன்ற கானகம், விரிந்து பரந்து கிடக்கிறது. அடர்ந்த காட்டுக்கிடையே அதிசயமாக இருந்த ஒரு திறந்த வெளியில் நடுமையமாக ஒரு பாழும் கிணறு. நினைவு தெரிந்த நாட்களாக அதை யாரும் உபயோகிக்கவும் இல்லை. அதாவது தண்ணீர் எடுக்கப் பயன்படுத்தவில்லை. இதர பயன்கள் இருக்கத்தான் செய்தது. கிணற்றின் அருகே இரு காதலர்கள் சல்லாபம் செய்ததை தினம் தினம் பார்க்கலாம்.

ஒரு விருட்சத்தின் அடியில் அவள் கால் நீட்டி அமர்ந்திருக்க, அவள் மடியில் நந்தன் தலைவைத்துப் படுத்திருந்தான். அந்த நேரத்தில் அவளது மெல்லிய விரல் அவன் முகத்தின் ஒவ்வொரு பாகத்திலும் கோலமிட்டது. நெற்றியில் தொடங்கி கண் இமைகளையும் கன்னத்தையும் சுற்றி வந்தது. அவனது மீசையில் விறைத்து நின்ற தனி ரோமம் ஒன்றைப் பிடித்து ஓர் இழு இழுத்தாள்.

'ஆ!' என்றான். பின் அவளது விரல் அவன் இதழ்களின்மீது பயணிக்கும்போது சட்டென அதைக் கடிக்க முற்பட்டான். ஆனால் அவளுக்கா தெரியாது? விரலை வேகமாக விலக்கிக்கொண்டாள்.

'என் விரலைக் கடித்தாலும், நீ கொள்ளையன் போலில்லை' என்றாள். பல நாளாய் சொல்லவேண்டும் என்று மனதில் வைத்திருந்ததை இன்று சொல்லிவிட்டாள்.

அவள் நினைப்பதில் மாற்றம் ஏதுமில்லை என்று அறிந்தவன், 'பின் வேறெப்படி இருக்கிறதாம்?' என்று கேலியாய்க் கேட்டான். தான் எப்படி தோற்றம் கொண்டிருந்தான் என்று அறிந்துகொள்ள ஓர் ஆர்வம். காட்டில் ஏது கண்ணாடி? தன் காதலியின் கணிப்பை ஒரு முகம் பார்க்கும் கண்ணாடியாய் உபயோகிக்க எண்ணினான்.

அவன் கேட்டதுதான் தாமதம். தலைவனைத் தன் மடியில் கிடத்தி, அவன் வேறெப்படி இருக்கிறான் என்று ஆராய்ச்சியில் ஈடுபட்டாள்.

இருபது வயதை அடைந்த திடகாத்திர வாலிபன்... காட்டில் வாழ்ந்த இவன், ஓர் இளவரசனைவிட வீரகம்பீரத்தில் ஒரு படி உயர்ந்தவனாகவே காணப்பட்டான் என்று எண்ணும் அளவுக்கு வீரப் பெருங்குடியில் பிறந்தவன்போலத்தான் இருப்பான். 'காவேரி நதிக்குக் கரையெடுத்த கரிகால் வளவர் வம்சத்தில் வந்திருப்பானோ? இல்லை மாமல்லபுரத்தில் கற்கோயில் அமைத்த பல்லவன் வழியில் பிறந்திருப்பானோ?' என்று நினைத்தாள்.

ஆனால் அப்பிராந்தியத்தில் இருக்கும் ஆண்களில் ஒருவனுக்கு அழகன் என்று ஒரு பரிசு கொடுப்பதாயிருந்தால் அது நிராட்சேபணையாக இவனைத்தான் சேரும் என்று முடிவெடுத்தாள்.

அவளையே அவனும் உற்றுப் பார்த்தவுடன் அவளது உடலில் உதிரம் பித்துப்பிடித்து விரைந்தது. மங்கையின் தலையைக் கிறுகிறுக்கச் செய்தது. உடனே தன் பார்வையை அகற்றிக்கொண்டாள்.

ஆனால் ஒன்று! இவள் ஆராயும் முகத்தைத் தவிர அவனுக்கு வேறொரு மூர்க்கமான முகமும் இருந்தது என்று அவளுக்கு நன்றாய் தெரியும்.

ஒரு கொள்ளைக்காரனிடம் பொதுமக்கள் எதிர்பார்க்கும் குணாதிசயங்கள் ஏதும் இவனிடம் இல்லையென்பது உற்றுப் பார்த்தவள் உள்ளத்தில் முதன்மையாகப்பட்டது. அவன் தொழிலுக்கு ஏற்ப அவனுடைய முகத்தில் காணப்பட வேண்டிய காயங்களின் வடுக்கள் ஒன்றுகூட இல்லை. தழும்பு இல்லாமல் ஒரு கொள்ளைக் காரனா? கையில் காயம் ஏற்படுத்தியவனின் கழுத்தை ஒரு காலத்தில் வெட்டியவன் இவன். எப்படி முகத்தில் எதிரியின் கத்திமுனையை அனுமதிப்பான்?

ஆனால் அவளது எண்ணங்களை வார்த்தைகளால் வடிவமைக்கத் தெரியாமல் மௌனமாய் இருந்தாள். பதிலேதும் வராததால் மடியில் படுத்திருந்தவன் முகத்தில் குறுநகை தவழ்ந்தது. காதலியை ஏளனம் செய்தான். 'கொள்ளையன் போலில்லையாம்! நேற்று இரவுக்குப் பிறகு அப்படித்தான் சொல்வாய்.'

இரவில் நடந்தவை ஞாபகம் வரவே நாணம் படையெடுத்தது. முகத்தைக் கைகள் கொண்டு மூடிக்கொண்டாள்... நேற்று பொழுது சாய்ந்தவுடன் வந்தவள். சூரியன் பூமிக்கடியில் பிரயாணித்து இப்போது கிழக்கில் எழக் காத்திருப்பான். இன்னும் அவள் கிளம்புவதற்கு மனம் வரவில்லை. பெருமூச்சுவிட்டாள். தனக்குத் தானே இவன் கிடைக்கமாட்டானா என்ற ஏக்கம் அவள் உள்ளத்தை ஆக்கிரமித்தது. ஆனால் அவளுக்குத் தெரியும், இதற்கு முன்னும் பல பெண்களும் இதே கிணற்றடியில், மடியில் இவனைக் கிடத்திக் கொண்டு, இதே கனவையும் கண்டிருப்பார்கள் என்று.

ஆனால் எல்லோருக்கும் அதே பதில்தான். பிணைக்க முடியாத மனிதன் இவன். பலமுறை இந்தப் பிராந்தியத்தை ஆட்சி செய்தவர்கள் இவனைப் பிடித்து சிறையில் அடைத்துவிட முயற்சித் திருப்பார்கள். ஆனால் அகப்பட்டிருந்தாலும் கம்பிகளும் சரி, கயிறும் சரி இவனைக் கட்டுப்படுத்தாது. அதுபோலவே அன்பும் அழகும் அவனை சற்று நேரம் ஆனந்தப்படுத்துமே தவிர பிணைக்காது. இவளைவிட மனதில் பிடித்த வேறொருத்தி கிடைத்தால், இவளைத் தூசென நினைத்துத் தூக்கி எறிந்துவிடுவான். ஒவ்வொரு பெண்ணும் அவனை நிரந்தரமாக இழக்கும்போது அனுபவித்த சொல்லொணாத மனவேதனையை தானும் ஒருநாள் அனுபவிப்பாள் என்று அவளுக்கு இதயம் எச்சரித்துப் பார்க்கும். அதைத் காது கொடுத்துக் கேட்காமல் அவனை உயிருக்குயிராய் நேசித்தாள்.

அவன் உடலில் இருந்தது ஒரு காட்டுத்தீ. அதைத் தணிக்கவே காட்டுக்குள் இவர்கள் வந்து சென்றதை ஆதரித்தான். மனதில் அவனுக்கு எந்த ஈர்ப்பும் இல்லை என்றாலும் வந்து செல்லும் நாட்கள்தான் என்னவொரு ஆனந்தம். ஆகா! தன் பெண்மையைத் தானே முழுவதுமாக உணர வைத்தவன் இவன். அவ்வப்போது அவன் கொள்ளையடித்ததிலிருந்து எடுத்துவந்து விட்டெறியும் நகைகளுக்காகக் காதல் கொள்ளவில்லை பெண்கள். அவன் ஓட்டாண்டியாய் இருந்திருந்தாலும் குறைந்தபட்சம் மூன்று நான்கு பெண்களின் மனதுகளின் ஓரத்தில் காதல் துளிர்விட்டிருக்கும்.

பெருமூச்சுவிட்டபடி எழுந்தாள். காதலி கிளம்பிவிட்டாள் என்றவுடன் வானத்தைப் பார்த்தான். கிழக்குத் திக்கில் இன்னும் வெளுத்து வருவதுபோலத் தோன்றவில்லை. ‘எங்கு செல்கிறாய்? அதற்குள் என்ன அவசரம்?’ என்றான்.

‘இன்று ஆடிப்பெருக்கு. எல்லோருமாய் ஆற்றங்கரையில் ஒன்று கூடியிருப்பார்கள். நான் நேற்று இரவு அவர்களை விட்டுவிட்டு வந்தேன். தேடுவார்கள்’ என்றாள்.

'ஆகா! மறந்தே போனது' என்று நினைத்தான். அன்று பதினெட்டாம் பெருக்கு திருநாள் அல்லவா? இன்று புது வெள்ளம் வந்து பாய்ந்து ஆறுகள் புத்துயிர் பெற்று சாகரத்தைச் சந்திக்கப் பாய்ந்தோடிச் செல்லுமே?

இன்று தமிழக மண்ணில் ஓடும் ஆறுகளுக்கெல்லாம் பூஜைதான். பக்கத்து கிராமங்களிலிருந்து, தந்தநிறத் தென்னங்குருத்துகளால் சப்பரங்கள் கட்டி இழுத்துக்கொண்டு கும்பல் கும்பலாக மக்கள் ஆற்றங்கரைக்கு வந்துவிடுவார்கள். கூட்டாஞ்சோறும், சித்திரான்னமும் எடுத்துக்கொண்டு பலர் ஒன்று சேரும் சந்தர்ப்பம்

வேகமாக ஆடையைச் சரி செய்துகொண்டு பிரிந்து செல்லும் காதலியைக் கண்டவனுக்கு நகைப்பு. 'போய் வருகிறேன்' என்று கடைசியாகச் சொன்ன போது அவன் கண்களைப் பார்க்காமல் தரையைப் பார்த்து சொல்லிவிட்டுச் சென்றாள். அவன் அழகிலும் ஆண்மையிலும் அகப்பட்டுக் கொண்டிருந்தவளிடம் இன்னும் ஒருமுறை அழுத்தமாகச் 'போகாதே' என்றால், அவளுக்குப் வீடு திரும்ப மனம் இராது. அந்த பயத்தால் பேரவஸ்தையை அனுபவித்த படி வெளியேறினாள். சென்றவள் பேரழகியல்ல. ரதியோ, மேனகையோ, ரம்பையோ காட்டுக்குள் வருவதில்லை. ஓரளவு அழகும், அசாதாரண தைரியமும் கொண்டவர்கள்தான் வருபவர்கள் எல்லாம்.

அவள் சென்றவுடன் களைப்பில் படுத்திருந்தான். விடிந்த பின் கூட்டத்தினர் இருக்கும் இடத்துக்குச் செல்லலாம் என்று எண்ணியவனை நித்திரா தேவி அணுக மறுத்தாள்.

வானத்து நட்சத்திரங்களைப் பார்த்தபடி மடித்த கரங்களைத் தலையணையாக வைத்திருந்தவனுக்கு ஒரு புது உணர்வு தோன்றியது. மனதில் லேசாக ஏதோ வலி ஏற்பட்டது. காதலி சென்றவுடன் கொள்ளிடக் கரையில் உறவினரிடையே கூத்தும் கும்மாளமுமாய் இருக்கும். அப்போது தனக்கென ஒரு குடும்பம் இருந்தால் எப்படியிருந்திருக்கும் என்ற எண்ணம் தோன்றியது. ஏக்கம் என்று சொல்ல முடியாது. குடும்பம் என்பது எப்பேர்ப்பட்டது என்று அறியாமல் வாழ்ந்துவிட்டான். நினைவு தெரிந்த காலத்திலிருந்து கொள்ளையர் கூட்டம்தான்.

திடீரென்று குளிர்ந்த காற்று வீசத் தொடங்கியது. கிணற்றைச் சுற்றி மரங்களின் இலைகள் காற்றில் அசைந்தாடி சலசலவென்று சத்தத்தை உண்டாக்கின. உடனே அவனை அறியாமல் அந்தப் பாழும் கிணற்றைப் பார்த்தான்.

அச்சமயம் அந்தக் கிணறு அவன் எண்ணங்களையெல்லாம் ஆக்கிரமித்தது. அதன் சுற்றுச்சுவர் இடிபாடாயிருந்தது. பல நாட்களாய் பல மணி நேரம் அதன் கரையில் கழித்துவிட்டு அதைப்பற்றி நினைத்ததில்லை. இப்போது தனிமையில் அவனுக்குப் பல விஷயங்கள் நினைவுக்கு வந்தன. 'ஆ! இந்தக் கிணற்றில்தான் அந்தப் பெண் பூதம் இருக்கிறது என்று சொல்லுவார்கள்?'

பெண்கள் அருகாமையில் இருக்கும்போது கிணற்றுக்குள் எட்டிக்கூடப் பார்த்திருந்தான். கிணற்றில் சில அல்லிக்கொடிகளும் செங்கழுநீர்க் கொடிகளும் இருந்தன. நிச்சயமாகப் பெண் பூதம் இருந்ததாகத் தெரியவில்லை. ஆனால் உண்மையில் பூதம் இருந்திருந்தால்? அழுவதா சிரிப்பதா என்று தெரியவில்லை. காதல் பேச்சையெல்லாம் பூதம் ஒட்டு கேட்டிருக்குமோ? காமலீலைகள் எல்லாம் பார்த்திருக்குமோ? இனி இந்தக் கிணற்றடியில் காதலியைக் கொஞ்சும் போதெல்லாம் பூதமொன்று நோட்டம் விடுகின்றதா என்ற சந்தேகம் மனதின் பின்னால் இருக்குமே?

ஆனால் இப்போது யாரோ அவனையே பார்ப்பது போலிருந்தது. நட்சத்திர ஒளியில் கண்கள் மனதை ஏமாற்றும் என்பார்களே. அதுதான் இதுவா? முதலில் சிறிது தயங்கியபடி எழுந்தான். 'என்னவானது நந்தா? இன்று நீ நீயாக இல்லையே?' என்று சொல்லிக்கொண்டான்.

கிணற்றின் பாழுஞ்சுவருக்கு அருகில் காலடி சப்தம் கேட்டது. அதை கவனியாதவன்போல் நடந்தான். தன் பின்னால் என்ன நிலைமை என்று ஓரப் பார்வையினால் தெரிந்துகொள்ள யத்தனித்தான்.

செடி கொடிகளின் வழியாக யாரோ புகுந்து வருவது போன்ற சலசலப்புச் சப்தம் கேட்டது. ஆனால் சப்தம் வந்த திசையை நோக்க முடியாமல் திணறினான். 'திரும்பாதே... திரும்பாதே' என்று தனக்குத்தானே சொல்லிக்கொண்டது மனது.

இந்தக் கிணற்றுக்குள் பூதமொன்று இருந்தது என்ற வதந்தி நந்தனுக்கு நினைவு தெரிவதற்கு முன்பிலிருந்தே பரவியிருந்த செய்தி. அதனால் காலப்போக்கில் கவனிப்பாரின்றி அதன் சுற்றுச்சுவர்கள் சிதைந்தும் போயின. இப்போது பார்த்தால் பூதத்தின் வாஸஸ்தலம்போல தத்ரூபமாக இருந்தது. பூதம் இதுவரை ஆசை வார்த்தை பேசிப் பேசி பலரைக் கிணற்றுக்குள் இழுத்துச் சென்றுவிட்டது என்பார்கள்.

ஆனால் கானகம்தான் பலருக்கும் அடைக்கலம். கோட்டான், நரி, பூதம் மற்றும் கொள்ளையனுக்கும் அதுதான் உறைவிடம். இதில் எவரும் நாட்டுக்குள் அடியெடுத்து வைக்க முடியாது. அதேபோல்

எல்லோரும் ஒருங்கிணைந்து மக்களுக்கு இந்தக் காட்டை நினைத்தாலே பயம்கொள்ள வைக்க வேண்டியது அவர்களின் கூட்டுக் கடமை. அதில்தான் அவர்கள் எதிர்காலம் அடங்கி இருந்தது.

இதுவரை யாருக்காவது ஓர் உபகாரம் அந்தப் பூதம் செய்திருந்த தென்றால் அது நந்தனுக்குத்தான். அவனுக்கு வாழ்வே ஓர் இன்பக்கனவாய் சென்று கொண்டிருந்தது. அதற்கு முக்கியக் காரணம் இந்த பூதம்தான். தத்தம் உயிர்களின் மேல் இருக்கும் ஆசையினால் எவரும் பாழும் கிணற்றின் அருகே வருவதில்லை. மனித நடமாட்டமே இல்லையென்றவுடன் பிரளயக்கால சமுத்திரம் பொங்கி வருவதுபோல காதல் உணர்வுகள் பொங்கி எழுமே.

அவன் இளமையெனும் மகா வேள்விக்குப் பெண்களின் நட்பு தேவைப்பட்டது. அந்தத் தேவையைப் பூர்த்தி செய்யக் காட்டின் எல்லை அருகில் மனமொத்து பழகுவதற்குப் பெண்கள் ஏராளம். அவர்களுடன் காதல் சல்லாபம் செய்வதற்கு இந்தப் பாழும் கிணற்றடியை ஆதரித்தான். கொள்ளையருக்கு பயந்து பலரும் காட்டுக்குள் வருவதில்லை. ஆனால் இந்தப் கிணற்றடியின் சமீபமாகக் கொள்ளையரும் வருவதில்லை.

ஆனால் வல்லவன் அவன். பெண்களிடம் பூதத்தைப் பற்றிச் மூச்சு கூடவிடவில்லை. தன் காதலையும்விட பெண்களுக்கு பயம் அதிபலமாக உருவெடுத்தால், பின் தன் நிலையை அவனால் கற்பனைகூட செய்து பார்க்க முடியவில்லை.

'ஓஹோ! பயந்து போய்விட்டாயா என்ன?' என்று தன்னைத்தானே இகழ்ந்தாலும் நடையை வேகப்படுத்திய நந்தன் ஆச்சரியப்பட்டான். பலவாண்டுகளாய் இங்கு வந்துகொண்டிருந்தவன் இவ்விடத்தைக் கண்டு இதுவரை பயந்ததில்லையே? பின் ஏன் இன்று புதிதாய் பூதத்தையொட்டி மனத்தில் சஞ்சலம்?

ஆனாலும் அவன் பிடரியில் ரோமங்கள் எழுந்து நின்றன.

•••

அத்தியாயம் இரண்டு

வணிகர்கள் வந்தார்கள்

பாழும் கிணற்றைக் கண்டால் எல்லோருக்கும் பயம்.

கொள்ளையர் இருப்பிடத்தின் வடமேற்கில் ஓடும் ஓடை வற்றினால் கூட இந்தக் கிணற்றில் தண்ணீர் எடுக்க வரமாட்டார்கள். பெண் ஒருத்தி இந்தக் கிணற்றில் முழுகிவிட்டதாக வதந்தி. அவள் ஆசை பாடல் பாடி கிணற்றுக்குள் அழைத்து மூழ்கடித்துவிடுவாள் என்று பேச்சாயிருந்தது.

நந்தன் தினந்தினம் பொழுது சாய்ந்தவுடன் அங்கு சென்றான் என்பதனால் அவன் கூட்டத்தினரிடையே மாட்டுவது உறுதியானது. ஒருநாள் காதலியை வேறு வழியாக அனுப்பிவிட்டு தான் மட்டும் கூட்டத்தின் இருப்பிடத்துக்கு வந்தான். அவ்விடத்திலிருந்து அவன் வெளியேறியதைக் கண்டபோது காடே அல்லோல கல்லோலப் பட்டது. 'ஏன் அங்கு சென்றாய்?' என்று ஏக காலத்தில் எல்லோருமாய் கேட்டார்கள்.

குழப்பம் முடிந்தவுடன் வயதில் பெரியவர் ஒருவர் நல்ல எண்ணத்தில் 'நந்தா, அந்தக் கிணற்றுக்கு அருகே செல்லாதே. அதற்குள் பூதம் இருக்கிறது' என்றார்.

'பூதமா?' என்றான் தெரியாததுபோல.

'எல்லோருக்கும் தெரிந்த விஷயமாயிற்றே! உனக்குத் தெரியாதா?'

'பூதம் நீருக்குள் இருந்தால் மூச்சு முட்டி செத்துப் போய்விடாதா?'

'செத்ததனால்தானே அது பூதமானது' என்றார்.

அப்போதுதான் முழுக் கதையையும் சொன்னார் கிழவர்.

'பன்னெடுங்காலமாகக் குடியிருந்த இடத்தைக் காலி செய்ய வேண்டியிருந்தது அந்தப் பாழாய்ப் போன பூதத்தால்தான். கிணற்றடிதான் ஒரு காலத்தில் நமது வாசஸ்தலம்' என்றார்.

அந்தக் கதையை நேரில் பார்த்தது அந்தக் கிழவன் மட்டும்தான். கிணறு வெட்ட பூதம் கிளம்பும் என்று சொல்லுவார்கள். ஆனால் இந்தப் பூதம் அப்போது வரவில்லை.

வணிகன் ஒருவனும் அவன் மனைவியும் காட்டுக்குள் அந்தி சாயும் நேரம் பார்த்து வந்தனர். அவர்களைக் கொள்ளையர் கூட்டம் வழி மறித்தது. கொள்ளையர் கூட்டத்தை சந்தித்தால் வணிகர்களும் சரி, வழிப் போக்கர்களும் சரி, அவரவர்களும் உயிர் பிழைத்திருந்தால் போதும் என்று கையில் இருப்பதைக் கொடுத்துவிடுவார்கள். எதிர்த்தவர்கள் சிலரே. அதில் அவனும் ஒருவன்.

இரண்டு கொள்ளையர் அவன் கைகளை முரட்டுத்தனமாகப் பின்னால் மடித்தபடி பிடித்திருந்தனர். எனினும் வணிகன் திமிறினான். அவன் கைகால்களை ஆட்டும் போது இரண்டு கொள்ளையரும் கீழே விழுந்தனர். ஒருவன் தலை பாறாங்கல்லில் அடிபட்டு இரத்தம் வெளியேறியது.

அதுவரை அமர்ந்து வேடிக்கை பார்த்திருந்த அந்தக் கூட்டத்தின் தலைவன் முருகையன் கடுங்கோபத்துடன் கர்ஜித்துக்கொண்டு எழுந்தான். நாலு எட்டில் வணிகனின் சமீபத்துக்குச் சென்றான். அவன் காலை உயர்த்தி எட்டி வணிகனின் மார்பில் உதைத்தான். பின்நோக்கிப் பறந்து சென்று விழுந்தான் வணிகன். அதன் பின் விழுந்தவன் எழவேயில்லையாம். அந்தப் பெண் கதறிக்கொண்டே தாங்காத சோகத்துடன் தலைதெறிக்க ஓடினாள். கண்ணீர் பார்வையை மறைத்தது என்பதால் அந்தக் கிணற்றுக்குள் விழுந்தாள்.

பின்தான் ஆரம்பித்தது குழப்பம். தினந்தினம் நடுநிசியின் நிசப்தத்தைக் கலைத்துக்கொண்டு ஏதோ பெண் அழுவதுபோல விசும்பல் ஒலி கிளம்பிற்று. அதைக் கேட்ட கொள்ளையர், கிணற்றில் பூதமிருக்கிறது என்று திகில் அடைந்து நடுங்கத் தொடங்கினர். இங்கிருந்து தினம் மனம் புழுங்காமல் வேறு இடத்துக்குப் போகலாமே என்ற யோசனைகள் எழுந்தன. முதலில் முருகையனுக்கு இடம் மாற்றுவது பிடிக்கவில்லை. இதர கொள்ளையரின் நன்மையை கருதி பாதைக்கு மறுபக்கம் சென்று விட்டனர். அன்றிலிருந்து கிணற்றடிக்கு யாரும் வருவதில்லை.

'இப்போது கூட இந்தக் கிணற்றுக்குள் அந்த வணிகனின் இளம் மனைவி பூதமாய் இருக்கிறாளோ, என்னமோ? என்றார் கிழவர்.

கதையைக் கேட்ட பலர் கண்களை மூடி குலதெய்வத்தைப் பூசித்ததாகத் தெரிந்தது. ஆனால் யாருக்காகக் கதையைச் சொன்னாரோ அதைக் கேட்டும் நந்தன் சற்றும் பயந்ததாய் தெரியவில்லை. கிணற்றடிக்குப் போவதை அவன் நிறுத்தவில்லை. பூதத்திடம் மாட்டினாலும் மாட்டலாம். ஆனால் அங்கிருந்து வெளியேறும் போது கூட்டத்தினரிடம் மாட்டக் கூடாது என்று மட்டும் உறுதியாய் இருந்தான்.

இன்றோ, சற்று தூரம் மனது பதைபதைக்க நடந்தான் நந்தன். தன் வாசஸ்தல தர்மத்தைப் புறக்கணித்து பூதம் எவ்வளவு தூரம் வரமுடியுமென்று தெரியவில்லை. ஆனால் கொஞ்சம் தள்ளிச் சென்றுவிட்டால் தேவலை எனத் தோன்றியது. ஆனால் ஒன்று. இன்று உயிருடன் தப்பினால் பெண்களை இனி வேறு இடத்துக்கு வரச்சொல்வது என்று முடிவெடுத்தான்.

சற்று தூரம் நடந்துவிட்டான். இனி பயமில்லை என்று நினைத்த போது திடீரென ஒரு சப்தம், 'நந்தா... நந்தா...' என்று. முதலில் தூக்கி வாரிப்போட்டது. பூதம்தான் பெயர் சொல்லிக் கூப்பிடுகிறதோ என்று பயந்தான். பின் தெரிந்தது சப்தம் பின்பக்கத்திலிருந்து வரவில்லை. கூட்டம் வாழும் எதிர்த் திசையிலிருந்து வந்தது என. 'ஆனால் அதுவும் பிரச்னைதான். அவர்கள் அறிவுரைக்கு பூதமே மேல்' என்று நினைக்கத் தோன்றியது.

மூச்சிரைக்க கூவிக்கொண்டு ஓடி வந்தவனைப் பார்த்து 'என்ன சங்கதி சொல்?' என்று நந்தன் வினவ,

'வணிகர்கள் வருகிறார்கள்.'

உடனே நந்தன் உடல் சிலிர்த்துக்கொண்டான். அவன் முகத்தில் ஒரு பிரகாசம். பார்ப்பவருக்குத் துயிலெழுந்த வேங்கை போலிருந்தான்.

காட்டின் எல்லைக்குள் அன்னியர் வந்தால் அங்கு வசிப்பவருக்கு அது தெரியாமல் இருக்காது. ஊர்வலம் என்னதான் மௌனமாக வந்தாலும் காட்டின் வித்தியாசமான சூழலைக் கண்டு குதிரைகள் கனைக்கும். வண்டியிழுக்கும் மாடுகள் 'ஆ...'வென்று கத்தும். காட்டில் வாழும் பட்சிகள் சிறகடித்துப் பறக்கும். உடனே கொள்ளையருக்கு மூக்கு வேர்த்துவிடும். ஆனால் ஒன்று. கானகத்தில் சலசலப்புக்குக் காரணம் வணிகர்கள் ஏறிய வண்டிகளாய் இருக்கவேண்டும் என்று வேண்டிக்கொள்வார்கள்.

ஏன் என்றால் காட்டுப்பாதையை பல வகையானவரும் உபயோகிப்பார்களே! துணி மூட்டையை சுருட்டி தடியில் மாட்டி தோள் மேல் எடுத்துக்கொண்டு வருவோரும் உண்டு. மண்டை ஓடு

போன்ற கோர ஆபரணங்களையெல்லாம் வெளிக்காட்டிக்கொண்டு காபாலிகர்களும் வருவதுண்டு. சில காலங்களில் வைக்கோல் ஏற்றிய வண்டிகளும் சாரி சாரியாய் போய்க்கொண்டிருக்கும். இவர்களை எல்லாம் கொள்ளையர் நிறுத்திப் பயனில்லை. வைக்கோலை வைத்துக் காட்டில் என்ன செய்ய முடியும்? இல்லை மண்டை ஓட்டு மாலையை அணிந்துகொள்ளவா முடியும்?

ஆனால் வணிகர் வண்டிகள் என்று உணர்ந்தபின் ஆயுதமெல்லாம் தயாராகும். கொள்ளையரெல்லாம் மரங்களின் மறைவில் நிற்பார்கள் - பந்தியில் அமர்ந்த பின் விருந்தைப் பரிமாறக் காத்திருப்பவர்போல. கடைசியில்தான் எல்லோர் நினைவுக்கும் வரும் நந்தன் உத்தரவின்றிக் கொள்ளையடிக்க முடியாதென்று. ஆனால் மேற்கண்ட அந்தச் சட்டத்தை நிறைவேற்றுவதுதான் கஷ்டம். வணிகர் வரும் சமயத்தில் நந்தன் எங்கிருக்கிறானோ?

அப்போது அவனைத் தேடி அவசர அவசரமாக யாரேனும் ஓடுவார்கள். இன்றும் அப்படித்தான். அவனைக் கண்டுபிடித்து எழுப்பி போதை தெளிய வைத்து அழைத்துக்கொண்டு வருவதற்குள் வாய்ப்பிராணன் தலைக்கு வந்துவிடுகிறது என்று வருத்தப் பட்டாலும் நந்தன் தலையசைக்காமல் ஒரு கத்தியைக்கூட உறையிலிருந்து உருவுவதில்லை. பலமுறை அவனைக் கண்டுபிடிக்க முடியாமல் இடரின்றி சென்ற வணிகர் வண்டிகள் ஏராளம். அதை எண்ணி எண்ணி மனம் கொள்ளையருக்குப் புண்ணாகியிருக்கிறது!

நந்தன் வந்தவுடன் கொள்ளையடிப்பதா வேண்டாமா என்று முதலில் ஆராய்ந்து தீர்மானம் செய்வான். கொள்ளையர் வசிக்கும் இடத்துக்கு அருகே ஓர் உயரப் பாறை இருந்தது. அதில் லாகவமாகக் குதித்து ஏறுவான். வருகின்ற ஊர்வலத்தின் ஆள் பலத்தைக் கணக்கிடுவான்.

வருவோரை எல்லாம் கொள்ளையடிக்கவேண்டும் என்று எல்லோருக்கும் ஆசைதான். ஆனால் அப்படி அடித்தால் இந்தக் காட்டில் தங்கள் கூட்டத்தின் நாட்களைக் கணக்கெடுக்க வேண்டியது தான் என்று நந்தனுக்குத் தெரியும்...

இப்படித்தான் போன வாரம் ஓர் ஊர்வலம் வந்தது. முடிவே இல்லாததுபோல குதிரைகள், தானிய முட்டைகள் அடுக்கிய மாட்டுவண்டிகள், சிவிகையில் உயர்குடி மக்களும் வந்தனர். சிவிகை பக்கத் திரையை அகற்றாவிட்டாலும் உள்ளே இருப்பவர்கள் அணிந்திருந்த நகைகளைக் கற்பனை செய்ய முடிந்தது. ஊர்வலம் எங்கும் உயர்ந்த ஜாதிக் குதிரைகள்; அரபு நாட்டிலிருந்தும் பாரசீகத்திலிருந்தும் கப்பலில் வந்து சம்புவராயரின்

சதுரங்கப்பட்டினம் துறைமுகத்தில் இறங்கியவை. அந்த அழகிய மிருகங்களைப் பார்த்தபோது ஆசைதான் - ஒன்றிரண்டைப் பிடித்து விடலாம் என்று. நந்தனோ கணத்துக்குக் கணம் வளரும் ஆசையைக் கட்டுப்படுத்திக்கொண்டு அவர்களைப் போகவிட்டுவிட்டான். கடைசி வண்டி கடந்தபின் கூட்டத்தில் பாதி பேர் அழுதே விட்டார்கள்.

'இவர்கள் போனால் அடுத்தவர்கள்' என்றான் நந்தன் ஆறுதலாய்.

இன்று அவனைத் தேடிக் கண்டுபிடிக்கும் முன்பே ஊர்வலம் கடந்து விடுமோ என்ற அச்சம். ஆனால் நந்தனும் காரியத்தின் முக்கியத்துவத்தைக் கருதி மூச்சிரைக்க ஓடி வந்தான். அதுவே மற்றவர்களுக்கு ஆறுதல் அளித்தது. இன்றும் அவனது கட்டளைகளை எதிர்பார்த்து நின்றார்கள்.

புழுதி தூசியெல்லாம் கிளப்பிக்கொண்டு வண்டிகள் வரிசையாய் வந்தன. வண்டிக்கு அருகே கைத்தடியுடன் நடந்து வந்தவர்கள் எப்போதும்போல அக்கம்பக்கம் பார்த்துக்கொண்டு வந்தார்கள். நந்தன் வந்து சேர்வதற்குள் வண்டிகள் சாலை வளைவை நெருங்கி வந்துகொண்டிருந்தன. அதை பார்த்துக்கொண்டே தலைவன் முகமலர்ச்சியுடன் வந்தான். காதல் கொள்வது, கள்ளைப் பருகுவது போலத்தான் அவனுக்குக் கொள்ளையடிப்பதும்.

இந்தக் காட்டைக் கடந்து ஏன் வணிகர்கள் வந்தார்கள்? நாட்டில் நிலவிய அமைதியில் ஊர்களுக் கிடையே இருந்த வர்த்தகப் பெருக்கத்தை வணிகர்கள் பயன்படுத்திக்கொண்டனர். வாங்கு வோரையும் விற்போரையும் வழிமறிக்கும் கடலோ மலையோ கானகமோ அந்தப் பொருளின் விலையை பன்மடங்கு ஏற்றியது. கொள்ளையரைப்போல வணிகரின் லாபமே இந்தக் காட்டினாலோ மலையினாலோதான் என்று யோசித்தால் புரியும்.

கொள்ளையடிக்க நந்தனுடைய கைகளும் துடித்தன. ஆனால். தன்னுடைய பலம் முழுவதையும் உபயோகித்து வணிகர் போராடினால் என்ன சேதம் ஏற்படும் என்று கணக்கிட்டான். சிந்தனைக்கு அவனுக்கு ஒரு வினாடி போதும். அதற்குள்ளாக அவன் பார்க்க வேண்டியதைப் பார்த்துக்கொண்டான். ஆயுதபலம், ஆள் பலம், வணிகர் எடுத்து வந்த செல்வம், தனது அப்போதைய தேவைகள் எல்லாம் கணக்கிட்டுவிடுவான்.

இன்று அவனுக்கு நிலைமைகள் சாதகமாகவே தோன்றின. நெடுநாள் காத்திருந்த அந்தச் சந்தர்ப்பம் இப்போது வந்துவிட்டது என்று பரிபூரணமாக நம்பினான்.

‘சரி’ என்பதுபோல தலையை அவன் ஆட்டியதுதான் தாமதம். அநேகருக்கு உற்சாகம் தலைக்கேறிவிட்டது. ‘ஓ... !’ என்று கூச்சலிட்டுக்கொண்டு தேனடைகளை மொய்க்கும் தேனிக்களாய் வண்டிகளின்மேல் கொள்ளையர் பாய்ந்தனர். வண்டிகளை இழுத்துச் செல்லும் மாடுகளின் கடிவாளங்களைப் பிடித்துக்கொண்டனர்.

சொத்து சேகரிப்பதில் மட்டும் பரிபூரணமாய் ஈடுபட்டிருந்த வணிகருக்கெல்லாம் நெஞ்சு படபடத்து உடம்பெல்லாம் பதறியது. ‘காட்டில் மிக அதிபயங்கரமான சூழலுக்கு மத்தியில் கொக்கு வாயில் தவளைபோல மாட்டினோமே’ என்று கதிகலங்கிப் போயிருந்தனர்... அதுவும் இன்னும் அரை நாளில் தில்லை அடையலாம் என்றிருக்கும்போது.

நாலா திசைகளிலும் கோர முகங்கள். வணிகர்கள் சிதறி ஓடிவிட முடியாதபடி சிலர் வண்டியின் பின்புறமாய் சென்று நின்றனர். வணிகர்கள் தாக்குதலினால் அசந்து போனார்கள். தொலைதூரம் கடந்து, பிரயாணக் களைப்புடன் வருபவர் எதிர்க்க சக்தியும் இல்லை. பெருங்கூச்சல் போட்டுப் பார்த்தாலும் வெளியே கேட்காது. எத்தனை பெயரை வேண்டுமானாலும் விழுங்கி ஏப்பம்விடும் காடு இது. தப்புவதற்கு ஒரு வழியுமில்லை.

முன்பு கத்திய கொள்ளையர்கள் இப்போது அமைதியாய் இருந்தனர். தலைக்குத் தலை பேசவில்லை. முகங்களை மட்டும் முடிந்தவரை பயமுறுத்துவதுபோல வைத்துக்கொள்ளுவார்கள். இந்தக் கூட்டத்தில் பேசுவதெல்லாம் நந்தன்தான்.

கொள்ளையர் எல்லோரும் ஒரே திசையை நோக்கினார்கள். உடனே யார் தலைவன் என்று வணிகர் யூகித்துக்கொள்வதில் சிரமம் இல்லை. பயத்தில் முக்கால் பிராணனை இழந்திருந்தவர்கள் அத்திசையில் திரும்பினார்கள்.

தலைவன் கம்பீரமாக நெஞ்சத்தை உயர்த்தி நிற்பான் என்றால் அப்படியில்லை. ராத்திரி தூங்காதவனைப்போல முகம் வெளிறி அரை மயக்கத்தில் இருப்பது போலிருந்தது. வணிகர் வருகின்றனர் என்றவுடன் ஆர்வமாய் வந்துவிட்டான். ஆனால் போன இரவின் திருவிளையாடல்கள் ஏதோ கண் இமைகளில் கல்லைக் கட்டிவிட்டது போலிருந்தது.

•••

அத்தியாயம் மூன்று

கழுத்து தப்பியது

காலமே ஸ்தம்பித்து நின்றதுபோல் இருக்க, வணிகர் குழுவின் பிரதிநிதி, கொள்ளையர் கூட்டத்தலைவன் நந்தனின் சமூகத்துக்கு அழைத்துவரப்பட்டான்.

மாட்டிக்கொண்ட வணிகர்களின் நிலையோ பாவம். அகப்பட்டுக் கொண்டால் ஊரில் இருப்பவரில் நூற்றில் தொண்ணூறு பேர் கோழைகள்தான். ஊருக்குள் வாய்ப்பேச்சில் வீரர்களாய் இருப்பார்கள். ஆனால் தமக்குப் பழக்கமில்லாத சூழலில் மனதின் அடித்தளத்தில் இருக்கும் பயங்களெல்லாம் வெளிவரும். இருள் நிறைந்த காடு போன்ற இவ்விடத்தைப்பற்றி கேட்கவேவேண்டாம். அந்த பயங்களைக் கிளறிவிட ஏற்ற சூழல்தான் இது.

திடீரென வண்டிக்கு முன் இராவணாதி ராட்சஸர்களை மிஞ்சி விடுபவர்கள் போய் நின்றால் அவ்வளவுதான். பாதி பேருக்குக் கண்ணைக் கொண்டுபோய் அப்படியே சொருகும். மீதிப்பேருக்கு தலைசுற்றும். திடுக்கிடும் இதயத்துடனும் நடுங்கிய மேனியுடனும் வண்டியிலிருந்து கீழே குதிப்பார்கள். சுத்தி தப்பிக்க வழி ஏதேனும் உண்டா என்று அவர்கள் விழிகள் தேடும். இருக்கும் பொக்கிஷத்தைப் பாதுகாக்க முடியுமா என்று மனம் பதறும். பயப் பிராந்தி கொண்டிருந்த ஜனங்களின் நிலைமையைச் சொல்லி மாளாது.

அப்பாவிகளைக் காண கொள்ளையருக்கோ ஏகக் கொண்டாட்டமாய் இருக்கும். பீதி நிறைந்த கூச்சலையும் உடம்பு நடுக்கத்தையும் கண்டு கலகலவென்று சிரித்தார்கள்.

வணிகருக்குக் 'வண்டியில் சுமந்து வந்த கண்ணும் கருத்துமாய் சேர்த்த பொருள்களுக்குத் தில்லையில் என்ன விலை கிடைக்கும் என்று அவர்கள் கண்ட எத்தனையோ பகற் கனவுகள் எல்லாம் ஆவியாய்ப் போய்விட வேண்டியதுதானா?' என்ற ஆதங்கம்.

சுற்றும் முற்றும் கொள்ளையரைப் பார்த்தால் எதிர்த்தால் விடமாட்டார்கள் என்று தோன்றியது. உடல் வலிக்கு ஆளாவதுதான் மிச்சம். இதுவரை பலரும் இவர்களுடைய பாதங்களைக் கண்ணீரால் நனைத்திருப்பார்கள். ஆனால் அதற்கெல்லாம் மனம் கனியவும் மாட்டார்கள் என்று தோன்றியது. அதனால் அடங்கிப்போக முடிவெடுத்தனர். இவர்களை எதிர்த்தால் வீட்டில் இருக்கும் மற்ற செல்வங்களைக் கண்ணால் பாராமல் வானுலகத்துக்குப் போக வாய்ப்பிருந்தது.

வர்த்தகரின் தலைவரோ நந்தன் முன் கைகட்டி நின்றார். மரங்களின் குளிர்ந்த நிழலில் நிற்கும் போதுகூட அவருக்கு தேகம் வியர்த்துக் கொட்டியது. அவரை நகரில் கண்டவர்கள் மனம் நொந்தார்கள். அவர் கடல் கடந்து சாதித்த அரும்பெரும் வியாபார சாதனைகளைப் பார்த்தவர்கள் பெருமிதமும் பெரு வியப்பும் கொள்ளாமலிருக்க முடியாது. சீமான்போல நாட்டில் வாழ்ந்தவர் இந்தக் காட்டு மிராண்டியிடம் கைகட்டி வாய் புதைத்து நின்றது நெஞ்சத்தை ஈட்டியைவிட்டுத் திருப்புவது போலிருந்தது. ஆனால் என்ன செய்வது?

தந்தக் கட்டில்களில் விரித்த பட்டு மெத்தைகளிலே இரவைக் கழிக்கும் வணிகரெல்லாம் வேலை நிமித்தமாக இந்த இருள் படிந்த காட்டைக் கடந்துதானே ஆகவேண்டும்.

எப்போதும் பேச்சுவார்த்தை நடத்தும்போது நந்தன் பாறையின்மேல் சாய்ந்து அமர்ந்திருப்பான்- காட்டின் அரசன்போல. யோசித்துப் பார்த்தால் அதிலும் ஓர் உண்மையிருக்கும். 'எந்த ராஜா எந்தப் பட்டத்துக்கு வந்தாலென்ன, போனாலென்ன? இந்தக் காட்டுக்குள்ளே நான்தான் அரசன்' என்ற நினைப்பு அவன் எண்ணத்தில் சதா இருந்தபடியால் முகத்திலும் இராஜகளை பூரணமாகப் பிரதிபலித்தது.

பார்க்க அப்படியே ஓர் அரசகுலத்தின் பிள்ளைபோல் தோன்றும். காட்டில் வாழ்ந்த இவன் எப்படி கம்பீரத்தில் உயர்ந்தவனாகவே காணப்பட்டான் என்று பார்ப்பவர்கள் வியந்ததில் வியப்பில்லை. அதை யோசித்தபடியும் தங்களுடைய தற்போதைய நிலையை முன்னிட்டும் அவனிடம் அகப்பட்டவர் எல்லோரும் சிறிது அடக்க ஒடுக்கத்துடனேதான் அவனை அணுகுவார்கள்.

ஆனால் இன்று அவன் முகத்தை உற்றுப்பார்த்த வணிகருக்கு ஆச்சரியம். அவனோ அரை மயக்கத்தில் இருப்பது போலிருந்தது. இரவெல்லாம் கண் விழித்தபடியால் அவனுடைய கண்கள் வீங்கியிருந்தன. ஒரு வார்த்தைகூட அவனாகப் பேசவில்லை.

நந்தன் அமைதியாய் அமர்ந்திருந்தான். தன் மனக்கருத்தை வெளியிட வில்லை. நேரம் ஆக ஆக தங்கள் விடுதலையின் விலை அதிகரிக்கும் என்று தெரிந்த வணிகர்கள் பரபரப்படைந்தார்கள்.

ஆனால் அதையெல்லாம் நந்தன் யோசிக்கவேயில்லை. நந்தனுக்குப் போன இரவின் திருவிளையாடல்களில் கலந்துகொண்டது ஏதோ கண் இமைகளில் கல்லைக் கட்டிவிட்டது போலிருந்தது. முகம் உற்சாகம் இன்றி வாட்டமுற்றிருந்தது.

வணிகரெல்லாம் கவலை தோய்ந்த முகத்துடன் நின்றிருந்தார்கள். நந்தன் அருகில் வந்து ஆனந்தன் தொண்டையைக் கனைத்தான். உடனே காலம் தாழ்த்தக்கூடாது என்று 'வண்டிகளில் சோதனை போடுங்கள்' என்று கட்டளைகளை பிறப்பித்தான்.

எதிர்பார்த்து நின்ற பலரும் வண்டிகளை அணுகினார்கள். சற்று நேரத்தில் செல்வமெல்லாம் தரையில் விரிக்கப்பெற்றிருந்தன. இதுவரை பயணத்தில் பாரம் தாங்க மாட்டாமல்தான் வண்டிகள் நகர்ந்திருக்கவேண்டும்.

காட்டுத் தரையில் அவ்வளவு பரப்பளவுக்குத் துணியும், மணியும், தந்தமும், சந்தனமும் இருந்தன. விலையுயர்ந்த ஜவ்வாதும் அகிற்புகைக்கான சாம்பிராணிக் கட்டிகளும் இருந்தன.

எல்லோர் கவனமும் இழந்தவற்றிலும் கிடைத்ததிலும் இருக்க, திடீரென யாரும் எதிர்பாராமல் ஒரு நிகழ்வு நடந்தது. கொள்ளையனின் கோபாக்னியைக் கிளறிவிடக்கூடாது என்று வணிகர் கூட்டத்தில் பெரியவர்கள் கவனமாய் இருந்தாலும், அந்த வண்டித் தொடரில் வந்த இளைஞன் ஒருவனுக்கு மனது பொறுக்கவில்லை. உணர்ச்சி வசத்தால் எழுந்தான். அவனருகில் கொள்ளையடித்த பொருள்களைப் பார்க்கச் சென்ற கொள்ளையன் ஒருவன் அவசரத்தில் தரைமீது வைத்திருந்த வாளொன்று இருந்தது. அதைக் கையில் ஏந்தினான். எல்லோருடைய கவனமும் செல்வத்தின் மீது இருந்தது. இன்னும் முழுவதுமாக விடியாத நிலையில் தீவர்த்திகளின் வெளிச்சமும் நீண்ட நிழல்களை விட்டெரிந்து எல்லோருடைய கவனத்தையும் குறைத்திருந்தது.

அவன் கையில் வாளுடன் ஓடத்தொடங்கியவுடன்தான் பலரும் அவனைக் கவனித்தனர். ஆனால் கல் போலமைந்த கால்களால்

சிலைபோல் நின்றனர். ஒரு நொடி எல்லோரும் பயந்துவிட்டனர். நிராயுதபாணியாக அரை மயக்கத்தில் இருந்த நந்தன் ஆபத்தை சந்திக்கப் போகிறான் என்று பார்ப்போருக்குத் அப்பட்டமாய் தோன்றியது.

ஓடியவன் காலம் தமக்குச் சாதகமாக இருக்கிறது என்று நினைத்தான். அந்தக் கொள்ளையனை நெருங்கியாயிற்று. எதிர்ப்பேதும் இல்லை. ஓங்கி ஒரு போடு அவன் கழுத்தில் போட்டால் இந்த நாட்டுக்கு நன்மை என்று ஆவேசப்பட்டான்.

நந்தனும் ஓடி வருபவனைப் பார்த்தான். அவனுடைய கண்களில் கனல் எழுந்ததை சற்று தாமதமாகத்தான் கவனித்தான் வாளுடன் வந்த வணிகன். நந்தனுக்கு எரிமலையை ஒத்த கோபம் வரும். வந்தால் சினத்தின் ஜுவாலை மின்னலைப்போல் கண்களில் பிரகாசிக்கும்.

வணிகன் நெருங்கும் முன் தாம் வீற்றிருந்த பாறையின் மீதிருந்து துள்ளிக் குதித்து எழுந்து நின்றான். வணிகன் இதை எதிர்பார்க்க வில்லை. வாளை ஏற்கெனவே நந்தன் கழுத்துக்கு குறிபார்த்து உயர்த்திவிட்டான். ஆனால் இன்னும் ஒன்றும் கெட்டுப்போக வில்லை.

கழுத்துக்குக் குறிவைத்து வாளைச் சுழற்றினான். வாள் நந்தனின் தலையைத் துண்டித்துவிடும் என்று பார்ப்போரெல்லாம் நினைத்தார்கள். நந்தன் கடைசி நொடியில் குனிந்தான். குனிந்தான் என்றா சொன்னோம். பவ்யமாகப் பாதியாய் உடலை மடித்தான். வாள் அவன் கழுத்து இருந்த இடத்தில் காற்றை சீவிச் சென்றது. அந்த வீச்சில் தன் பலத்தை முழுவதுமாய் முதலீடு செய்திருந்தான் அந்த வணிகன். அதனால் காற்றில் சுழற்றிய வாள் அவனைத் தடுமாறச் செய்தது. அதே இடத்தில் சுற்றித் தடுமாறி நின்றான். நிலைமையைச் சரி செய்துகொண்டு எழுந்தபோது நேருக்கு நேர் நந்தன் நின்று கொண்டிருந்தான். கொள்ளையன் முகத்தில் ஒரு புன்னகை வேறு. இரண்டாவது முறை வாளை உயர்த்த அவனுக்குக் கை எழவில்லை.

நந்தன் கையை உயர்த்தி அந்த இளைஞனின் கன்னத்தில் பளார் என்று அறைந்தான். எட்டி விழுந்தவனின் கையிலிருந்த வாள் மட்டும் வானில் வட்டமிட்டது. விழுந்தவனை நோக்கி நடந்த நந்தன் பறந்த வாளைகூடப் பார்க்கவில்லை. சரியாக அவன் கையை நீட்ட, வாள் கையில் தானாக வந்து அமர்ந்துகொண்டது. விரைவாக நடந்து சென்று வீழ்ந்த எதிரியின் மார்பில் காலை பதித்தான். பார்த்தோர் எல்லாம் வணிகன் கதை இன்றோடு முடிந்தது என்று நினைத்தனர்.

தன் வலிமையை உணராமல் இளமையின் துடிப்பில் ஓடி வந்தவனின் வாள் தாங்கிய கரத்தில் ஒரு காலை வைத்து மிதித்தான் நந்தன். வலியில் அவன் கதற, அந்தக் கை வாளேந்த, ஏன் தினசரி காரியங்கள் செய்யக்கூட சில நாள் உதவாது என்று சுற்றியிருந்தவருக் கெல்லாம் தெரிந்தது.

கொள்ளையன் காலின் பிடியில் சிக்கிய வணிகன் அலறினான், தடுமாறினான், திமிறினான். ஆனால் அவன் இருந்த இரும்புப் பிடியிலிருந்து விடுபட முடியவில்லை. கொஞ்ச நேரத்தில் மூர்ச்சை போட்டு தலை சாய்ந்தான்.

நந்தன் அவனை வாளால் கொல்லப் போகிறான் அல்லது காலால் மிதித்தே அவனை முடிக்கப் போகிறான் என்று எல்லோரும் நினைத்தார்கள்.

ஆனால் நந்தனின் கோபமும் குறைந்தது. என்ன தோன்றியதோ? வாளை பாதைக்கு அருகிலிருந்த புதர்களுக்குள் விட்டெறிந்தான். நாட்டில் இருக்கும் வீரர்களுக்கு தான் சளைத்தவனல்ல என்று நிரூபித்துவிட்டு நடந்து சென்று பாறை ஆசனத்தின்மீது மீண்டும் அமர்ந்தான்.

வணிகரை நோக்கி தெளிவாய் பேசினான் ‘உங்கள் செல்வத்தில் பாதியை எடுத்துக்கொள்வோம் என்று எண்ணினேன். எனினும் இந்த மடையனால் எல்லாவற்றையும் அபகரிக்கப் போகிறேன்.’

வணிகருக்கெல்லாம் அழுகை. நந்தன் மேலிருந்த கோபத்தைவிட அவனைத் தாக்கச் சென்றவன் மேல் கோபம் அதிகமாயிருந்தது.

‘நீர் செல்லலாம்’ என்று அவன் சொன்னவுடன் முதல் வண்டியை இழுத்த மாட்டினைக் கட்டுப்படுத்தி நின்றவன் விலகி நின்று கொண்டான்.

‘ஐயோ! இந்தக் கானகத்திலா நமது முடிவு?’ என்று பயந்தவருக்கு நல்லவேளையாக நந்தன் வெளியேற அனுமதிக்கத் திருவுள்ளம் கொண்டபோது, ஒரே ஓட்டமாக ஓடிவிட்டனர்.

இவையெல்லாம் வாழ்க்கையில் படிப்பினைதான். முன் யோசனையின்றி, காட்டுக்குள் பிரவேசிக்கக் கூடாது என்று பாடம் கற்றுக்கொண்டனர். கொள்ளையனைத் தாக்க முயற்சிக்கக்கூடாது என்றும் பூரணமாய் தெரிந்துகொண்டனர். படிப்பினை சிறந்ததுதான், அதன் தட்சணைதான் சற்று அதிகமாய் போனது.

கீழே விழுந்தவனுக்கு மயக்கம் கலையவேயில்லை. போகும்போது அவனையும் அள்ளிப்போட்டுக் கொண்டு சென்றார்கள். வண்டிகள்

நகர்ந்தன. சுமை குறைந்ததனாலோ என்னவோ வெகுவேகமாக காளைகள் நடைபோட்டன. காட்டைவிட்டு துரிதமாக வெளியேறினார்கள். வண்டிகள் கிளம்பும்போது ஜெயகோஷங்கள் வானளாவ எழுந்தன. வணிகருக்கெல்லாம் வயிற்றெரிச்சல்.

கடைசி முறையாகத் திரும்பி இழந்த செல்வத்தை ஏக்கக் கண்ணுடன் பார்க்கும்போது நந்தனும் பார்வையில் பட்டான். 'இந்த துர்த்தனுக்கு அசம்பாவித சாவே சம்பவிக்கும்' என்றும் 'நேரே யமலோகம் செல்வான்' என்றும் மனதுக்குள் சபித்தனர்.

சிலர் மனதுக்குள் அவன் தாய் தந்தையரைத் திட்டியும் சென்றனர். அவனுக்கு கடவுள்தான் புத்தி புகட்டவேண்டும் என்று வேண்டிக் கொண்டார்கள்.

ஆனால் சாபங்களைப் பற்றியெல்லாம் கவலைப்படும் நிலையில் யாரும் இல்லை. கோலாகலக்கொண்டாட்டங்களுக்கு ஆயத்தமாகி விட்டனர். முக்கியமாக வணிகர் அனேகரும் ஒருமித்த கருத்துடன் சபித்த நந்தன் அதைப் பற்றி யோசிக்கும் நிலையில்கூட இல்லை.

கூட்டாளிகள் எல்லோரும் செல்வத்தைப் பங்கிட்டபோதும் அவன் இருக்கமாட்டான். இரவில் தூங்காமல் இருந்ததற்கு இப்போது வட்டியுடன் சேர்த்து நித்திராதேவியின் கடனை அடைக்க வேண்டியிருந்தது.

சாய்ந்தவன் உடனே ஆழ்ந்த தூக்கத்துக்குச் சென்றான்.

•••

அத்தியாயம் நான்கு

கோப்பெருஞ்சிங்கன் குலமா?

நந்தன் தலைசாய்ந்து படுத்தவுடன் அவனை ஆக்கிரமித்தது உறக்கம். அவன் மனதுக்குள் மட்டுமல்ல, உடனே அவனது சுற்றுப்புறத்தில் மௌனமும் தானாய் தோன்றியது.

நந்தன் உறங்கும்போது எல்லோரும் அவனை எழுப்பிவிடக்கூடாது என்று கவனமாய் சற்று தூரம் சென்று இரையாமல் பேசினர். புதிதாய் கொள்ளையடித்ததற்கான கொண்டாட்டங்கள் தள்ளிப்போடப் பட்டன.

சில நாழிகைப் பொழுதுக்கு அந்தப் பக்கமாக ஒருவரும் செல்ல மாட்டார்கள். அவன் எழுந்துவிட்டால் மண்டையை உடைக்கும் தலைவலியுடன்தான் எழுவான். பின் அதற்கு அவனை எழுப்பி விட்டவன்தான் காரணம் என்று கூறி வசைமாறி பொழிவான். பொதுவாக அவன் முகத்தைப் பார்த்தால் ரொம்பக் கோபக்காரன் என்று தோன்றாது. ஆனால் அதைச் சொல்பவர்களெல்லாம் அவனைக் குறைத் தூக்கத்தில் எழுப்பிவிட்டுப் பார்க்கவேண்டும்.

கூட்டத்தைத் தன் அதிகாரத்தில் வைத்திருந்தான் என்றாலும் அதற்காக நந்தனைக் கண்டு பயம்கொண்டு எல்லோரும் செயல்பட வில்லை. பிள்ளைப் பிராயத்திலிருந்து அவன்மீது எல்லோரும் கொண்டிருந்த எல்லையில்லா வாஞ்சையே இப்போது மரியாதை கலந்து பாசமாய் இருந்தது.

நந்தனின் வீடு குழந்தைப் பிராயம் முதல் இந்தக் காடுதான். ஏன்... நினைவு தெரிந்த நாள் முதல் இந்தக் கூட்டத்தில் அங்கத்தினராகத்தான் இருந்தான். இவ்வளவு முதியவர் மற்றும் அனுபவசாலிகள் இருக்கும் கூட்டத்தில் இவன் எப்படித் தலைவனானான் என்பதுதான் வியப்பு.

நந்தனுக்கு முன், கூட்டத்தைப் பல காலமாக நிர்வகித்தவன், கொள்ளையடிப்பதில் மகா நிபுணனான முருகையன்.

அவனுக்கே சரியான வாரிசாய் அமைந்தான் நந்தன். அவன் வயதையெல்லாம் யாரும் பொருட்படுத்தவில்லை. வலிமையும் திறமையுங்கொண்ட முருகையனுடன் ஒருவனை ஒப்பிட முடியும் என்றால் அதுவே பெரிய விஷயம்.

வணிகரின் வண்டி வரிசை வந்துகொண்டிருக்கும் பாதையில் கையிலிருந்த தடியுடன் தனியாக நின்று வழிமறிப்பதைக் கண்டோர் அதை ஜென்ம ஜென்மத்துக்கு மறக்கமாட்டார்கள். அதன் அழகே அழகு. அந்தத் தடியைத் தவிர ஆயுதமேதும் ஏந்தமாட்டான். மிகவும் அடம்பிடிக்கும் வணிகரை அதை வைத்து மண்டையில் ஓர் அடி போடுவான்.

முருகையன் ஆஜானுபாகுவாய், கம்பீரமான தோற்றமுடையவன். பழைய போர் வீரனவன். அவன் யார் பக்கம் வீரனாயிருந்தான், அவன் கலந்துகொண்ட போர்களின் முடிவென்ன என்பதை பற்றியெல்லாம் அவன் யாரிடமும் வாய் திறந்ததில்லை. அவன் எத்தனையோ கோர யுத்தங்களில் பங்கேற்று இருந்ததை அவன் முகவடுக்கள் மட்டுமல்ல, அவன் கண்களில் இருந்த கடுமையும் காட்டின

அவனுக்குச் சொந்தம் என சொல்லிக்கொள்ள யாருமில்லை. ஏன் இந்தத் தொழிலைத் தேர்ந்தெடுத்தான் என்றும் தெரியவில்லை. இவ்வளவு பாவ மூட்டைகளைச் சுமக்க என்ன தேவை எனப் புரியவில்லை.

அவன் அதிகாரம் புரிந்த காலங்களில் அவன் சொல்லைக் கேட்டு நடப்பதிலேயே நன்மை என்று பழகிப் போய்விட்டனர். பல கூட்டங்களில் தலைவன் மாண்ட பின்பு குழுவினருக்கிடையே சண்டை மூண்டதாக எல்லோரும் கேள்விப்பட்டிருந்தார்கள். முருகையன் மாண்ட பின்பு என்னவாகுமோ என்று எல்லோர் மனதின் ஓரத்திலும் ஒரு பயம். கூட்டம் இரண்டாய் பிரியுமா? ஒருவர் ஒருவரைக் காட்டிக் கொடுத்து எல்லோரும் கழுமரத்தில் ஏறுவோமா?

முருகையனுக்கும் அந்தப் பயம் இருந்திருக்கவேண்டும். அதனால் சிறு வயதிலேயே நந்தனைத் தனக்குப் பின் கூட்டத்துக்கு தலைமை ஏற்கும் விதமாகத்தான் வளர்க்க உறுதிபூண்டான். அதைப் பரிபூரணமாக நிறைவேற்றியும் வந்தான். எப்பேர்ப்பட்ட வீரனையும் வாள் வீச்சில் கர்வபங்கம் செய்யும் அளவுக்குப் பயிற்சி கொடுத்தான்.

முருகையனுக்கு வாளைப் பிடிக்கத் தெரியும் என்றே அப்போதுதான் பலரும் அறிந்தனர். கொள்ளையடிக்கும்போது சதாசர்வ காலமும் அவன் தம் பக்கத்திலேயே நந்தனை வைத்துக்கொண்டிருந்தவன் போகப் போக பாறையின் மேல் சாய்ந்துகொண்டு நந்தனை கொள்ளைக்குத் தலைமை தாங்கவும் சொல்லுவான். தனக்குப் பின் தலைமை யார் ஏற்கவேண்டும் என்று அவன் சொல்லாமல் சொல்வது எல்லோருக்கும் புரிந்தது.

நந்தன் அவனிடம் கற்றதுதான் இவ்வளவும். ‘அளவுக்கு மீறிக் கொள்ளையடிக்காதே. தேவைக்கு மேல் உன்னை விளம்பரப் படுத்திக் கொள்ளாதே’ என்று சொல்லிக்கொடுத்தவன் அவன். அதனால்தான் வெகு நாள் நந்தனால் கொள்ளைக்கார குழுவின் தலைவனாகவும் இருக்க முடிந்தது. அகப்படாமல் உயிருடன் இருக்கவும் முடிந்தது

முருகையனும் மானிடன்தானே? ஒருநாள் அவனுக்கும் முடிவு வந்தது. உடம்பு சரியாக இல்லை என்று ஒருநாள்கூட அவன் படுக்க வில்லை. அவன் ஆசைப்படியே கள்ளைக் குடித்துப் படுத்தவன்தான். காலையில் எழவில்லை.

முருகையன் மாண்டபோது யமன் வருவதே அவனுக்குத் தெரிந்திருக்காது. போதையில் இருந்தான். தெரிந்திருந்தால் அவன் தடியால் காலன் தலையில் ஒரு போடு போட்டிருப்பான் என்று கொள்ளையர் சொல்லி சிரிப்பு ஒன்றை வெளிக்காட்டினர். யமனும் எருமைக் கடாவும் திரும்பிப் பார்க்காமல் அவர்கள் லோகத்துக்குத் ஓட்டமாய் ஓடியிருப்பார்கள் என்று சொல்லி நகைத்தனர். ஆனாலும் எல்லோருக்கும் வருத்தம்தான். அதன் மேல் திகைப்பும். இப்பேர்ப் பட்ட மனிதன் சாவான் என்று நினைத்ததில்லையே?

எல்லோருடைய ஓலத்தை கேட்டு தூக்கிவாரிப்போட்டுக்கொண்டு எழுந்தான் நந்தன். இடிந்து போனான். ஆனால் அழவில்லை.

முருகையனைக் காட்டின் எல்லையில் தகனம் செய்தனர். சுட்டெரிக்கும் தீயில் தங்கள் தலைவன் ஆவியானதைக் கண்ட கொள்ளையர் கதறி அழுதனர்.

இது என்ன சாம்ராஜியமா பட்டாபிஷேகமெல்லாம் நடத்த? அடுத்த நாளிலிருந்து சொல்லி வைத்தாற்போல் எல்லோரும் நந்தனிடமே அடுத்தகட்ட நடவடிக்கையைப்பற்றி யோசனை கேட்டார்கள். முருகையன் காலமானவுடன் கூட்டத்தின் தலைவர் பதவிக்கு சண்டை சச்சரவோ போட்டியோ ஏற்படவில்லை. நாளடைவில் அதுவே அவனது தலைமைப் பொறுப்பு என ஆனது.

நந்தனுக்கு அவனுடைய பூர்வோத்தரமே இன்னும் சுத்தமாகத் தெரியாது என்பது ஒரு குறையாக இருந்தது. தனது ரிஷிமூலம் நதிமூலத்தைப்பற்றி அறிய அவனுக்கு ஆர்வம். தன் மேல் தனிப்பட்ட ஆர்வம் செலுத்திய முருகையனே அவன் தந்தையாய் இருக்கக் கூடுமோ என்றுகூட நினைத்தான். ஆனால் உள்மனது சொன்னது அப்படி இருக்காது என்று. அவனுக்கே சில சமயம் தோன்றும், தன் தாய் தந்தையுடன் வந்தபோது அவர்கள் கொல்லப்பட்டு தன்னை மட்டும் உயிருடன் விட்டுவிட்டார்களா என்று. கூட்டத்தில் இருந்த பெரியவர்களிடம் கேட்டுப் பார்த்தான், தான் எப்படி இந்தக் கூட்டத்துக்கு வந்தான் என்று? அவர்களாலும் சரியாய் பதில் சொல்ல முடியவில்லை.

பலருக்கும் கதையில் வருவதுபோல அவன் ஏதாவது அரசகுலப் பிள்ளையென்றும் பிறந்தவுடன் காட்டில் விட்டுவிட்டார்களோ என்றும் தோன்றும். அப்படியொரு இயல்பான அதிகார தோரணையும் கம்பீர தேஜஸூம் அவன் முகத்தில் தெள்ளத் தெளிவாய் பிரகாசித்தன.

அதைப் பார்த்த சிலர் ஒருவேளை நந்தன், கோப்பெருஞ்சிங்கனின் குலத்தோன்றலாக இருப்பான் என்று தமக்குள் விவாதித்தனர். இருந்தாலும் இருக்கலாம். இந்தக் காட்டில் தன் வாழ்வில் சரிபாதி கழித்திருந்த கோப்பெருஞ்சிங்கனைப் பற்றி தெரியாதவர்களே இருக்க முடியாது. அவனது மாபெரும் செல்வம் இந்தக் கொள்ளையர் இருந்த காட்டில்தான் புதைந்து கிடக்கிறது என்ற புரளி பலவாண்டு காலமாக சுற்றி வந்தது.

இவ்வளவு செல்வம் கேட்பாரற்றுப் புதைந்து கிடப்பது எவ்வளவு பெரிய அநியாயம் என்று எல்லோருக்கும் தோன்றியது. அந்தக் கதையைக் கேட்பவர் எல்லாம் தம்மிடம் அந்தப் புதையல் கிடைப்பதுபோல் கற்பனை செய்வது நிச்சயம். பலரும் அதைத் தேட முயற்சித்திருந்தனர், இளம் வயது நந்தன் உட்பட.

யாருக்கும் கிடைக்கவில்லை என்றாலும் தேடிப் போனவர்கள் பலரும் திரும்பவில்லை. திரும்பியவர்கள் மனம் குழம்பி பைத்தியம்போல பிதற்றிக்கொண்டு காட்டைவிட்டு வெளிவந்தனர். கடைசியாக செல்வத்தைப் பாதுகாக்க ஏதோ பூதத்தை ஏவிவிட்டுச் சென்றுவிட்டானோ கோப்பெருஞ்சிங்கன் என்று பயம் கிளம்பி தேடுதல் வேட்டைகள் நிறுத்தப்பட்டது.

யார் அந்தக் கோப்பெருஞ்சிங்கன்? பல நூறு ஆண்டுகளுக்கு ஒருமுறை சரித்திரத்தில் மகாபுருஷர்கள் தோன்றுவார்கள்... அப்படிப்பட்டவன்.

கோப்பெருஞ்சிங்கன் பிறந்த குலம், சோழ குலம். வாழையடி வாழையாக வந்த பெருமை பெற்ற குலம் அல்ல. பல்லவர்கள் சாம்ராஜ்ஜியம் உடைந்தபின் அதில் ஒரு கிளையாம் காடவர் குலத்தைச் சேர்ந்தவன்.

சோழர் ஆட்சியில் காடவர் சிற்றரசர்களாய் சேவை செய்தனர். அதுபோலவே நெடுங்காலமாக சிவனுக்குச் சேவை செய்த குடும்பம். அவன் பாட்டனோ தில்லை சிவபெருமானைப்பற்றிப் பாட்டெல்லாம் பாடியிருந்தான். இவனோ தில்லையில் தெற்கு வாயில் கோபுரத்தைக் கட்டியவன். பழுது பார்க்கப்படாமலும் செப்பனிடப்படாமலும் கேட்பாரற்றுக் கிடந்த தில்லையின் இதர பாகங்களைப் பின்னொரு நாளில் மீண்டும் பொலிவுறச் செய்வதற்கே இந்தச் செல்வத்தை இந்தக் காட்டில் ஒளித்து வைத்தான் என்று கேள்வி.

அவன் புகழ் பெற்றது ஓர் அதிசய சம்பவத்திற்காக. சோழர்களிடம் சிற்றரசனாய் இருந்தவன் சரித்திரத்தில் திருப்பத்தைச் செய்தான். மூன்றாம் இராஜேந்திர சோழச் சக்கரவர்த்தி பரிவார சகிதமாக வடப்பிரதேசங்களுக்கு வந்தபோது கோப்பெருஞ்சிங்கன் சோழனை தெல்லாறு என்ற இடத்தில் தோல்வியுறச் செய்தான். அரசன், அவன் ராணிகள், பிள்ளை, பெண்டுகள், அரசவை மந்திரிகள் முதற்கொண்டு எல்லோரையும் தன் சேந்தமங்கலம் கோட்டையில் இரண்டாண்டு காலம் காராக்கிரக வாசம் வைத்தான்.

பரதகண்டம் எங்கும் புகழ் பரவியிருந்த சோழனையே இரண்டு ஆண்டுகள் பிணைக் கைதியாகப் பிடித்து வைத்திருந்துவிட்டு, விஜய கோலாகலத்துடன் திரும்பினான் கோப்பெருஞ்சிங்கன். தில்லையில் கோயிலெடுத்தான். சரித்திரத்துக்கும் செய்தி அனுப்பினான். ‘சகல புவன சக்கரவர்த்தி’ என்றும் சோழனைச் சிறையிட்டு வைத்து ‘சோணாடு கொண்ட அழகியசியன்’ என்ற பட்டமும் தனக்குத்தானே சூட்டிக் கொண்டான்,

ஆனால் ஏழையின் சொல் அம்பலத்தில் எடுபடாது அல்லவா? என்னதான் தங்களுக்கும் எதிரி என்றாலும் இப்படி சாமானியன் ஒருவன் தென்னாட்டின் சிறந்த இராஜவம்ச அரசனை சிறை பிடிப்பது தவறு என்றார்கள்.

சாமானியன் கரிகாலன் இராஜ்ய சிம்மாசனத்தில் ஏறி வீற்றிருக்க முடியுமா? அதை மற்றவர் பொறுத்துக்கொண்டிருப்பார்களா? காடவர்மீது படையெடுத்துச் சென்று சக்கரவர்த்தியை விடுவித்துக் கொண்டு வரவேண்டும் என்று மற்ற அரசர்கள் முடிவெடுத்தனர்.

கோப்பெருஞ்சிங்கனும் பின் வாங்கினான். சோழனை விடுவித்தான். ஆனால் சோழன் சேர்த்து வைத்த பெருஞ்சொத்தை எடுத்துவந்து இந்தக் காட்டில் எங்கோதான் ஒளித்து வைத்திருந்தான் என்று நெடுநாளாய் ஒரு வதந்தி.

அதைக் கண்டுபிடிக்கவே பலரும் இங்கு வந்து சென்றுவிட்டனர். ஆனால் ஐம்பது வருஷ காலமாக அந்தச் செல்வம் கிடைக்கவில்லை.

சிற்றரசனிடம் சக்கரவர்த்தியே சிறைபட்டதன் காரணமாக சோழ சாம்ராஜ்யம் மிகச் சுருங்கலாயிற்று. சோழ மகாராஜ்யம் தேயத் தொடங்கிவிட்டது. கோப்பெருஞ்சிங்கன் தோன்றியது பாண்டிய நாடு செய்த பாக்கியம். ஒரு சிற்றரசன் சோழர் பேரரசை அவமானப் படுத்தி பொதுமக்களின் பார்வையில் தாழ்த்திவிட்டான். பின் பாண்டியர் வந்து செத்த பாம்பை அடிப்பதுபோல பெயரைக் கட்டிக் கொண்டார்கள்.

கோப்பெருஞ்சிங்கனை யாரும் பார்த்ததில்லை. ஆனால் பலருக்கும் நந்தனைப் பார்க்கும்போது இப்படித்தான் அவன் இருந்திருப்பானோ என்று தோன்றும். இதுவே சோழர் காலமென்றால் நந்தனும் தனக்கென ஒரு தனி நாட்டைக் கைப்பற்றியிருக்கலாம். வாய்ப்புக்கள் அப்போது ஏராளம். ஆனால் நந்தன் அதற்கெல்லாம் ஆசைப்பட வில்லை.

இந்தக் கையளவு கானகமே அவன் ராஜ்ஜியம் என்று திருப்தி கொண்டான்.

•••

அத்தியாயம் ஐந்து

கள்ளின் மயக்கம்

இராஜராஜன் காலத்திலிருந்து பின் ஒரு நூற்றாண்டுக்கு மிகப் பிரபலமாக விளங்கியிருந்த சோழ ராஜ்யமானது, நாளடைவில் சீரும் சிறப்பும் குன்றி பாண்டியர்களாலும் நெருக்கப்பட்டு, காணாமல் போனது. அதன் பின் வந்த பாண்டியர்களின் ஆட்சியில் அதிகாரமெல்லாம் தெற்கு நோக்கி நகர்ந்தன. தமிழக அரசர்கள் எல்லாம் தஞ்சையையும், கங்கைகொண்ட சோழபுரத்தையும் துறந்து மதுரைக்கு இராஜரீகம் நடத்தச் சென்றுவிட்டனர். பாண்டியருக்குக் கப்பம் கட்டி வந்த குறுநில மன்னர்களே கடம்பூர் மற்றும் தில்லையை ஆட்சி செய்து வந்தனர்.

பாண்டியர் தமிழகத்தை ஒரு குடைக்கு அடியில் ஆட்சி செய்தனர். அதனால் நாடெங்கும் அமைதியும் வர்த்தகமும் வளர்ந்தன. மீன் கொடி பறக்க கப்பல்கள் கரைகடந்து சென்றன. வணிகர் உலகிலுள்ள பற்பல நாடுகளுக்கும் போய்க்கொண்டிருந்தனர். திரும்பும்போது தூரதேசங்களிலிருந்து தமிழகத்துக்கு வணிகர்கள் ஏராளமான பொருள்களைக் கொண்டுவந்தனர். அதுபோலவே தமிழ்நாட்டுக்குள் பொதி சுமந்த ஆயிரமாயிரம் கோவேறுக் கழுதைகளும், மாட்டு வண்டிகளும் தமிழகத்தின் வெவ்வேறு பாகங்களுக்குச் சென்றன. பாண்டியர் அதிகாரமெல்லாம் தென்பாண்டி நாட்டிலிருந்தபடியால் அவர்களுக்குத் திரை செலுத்திய தூர இடங்களில் ஆட்சி புரிந்தோரின் அதிகாரம் அவ்வளவாகச் செல்லவில்லை. அங்கெல்லாம் கொள்ளையரின் கட்டுப்பாடு இன்னமும் அதிகரித்தது.

கடம்பூர் காட்டின் வழி போகும் பிரயாணிகளைக் கொள்ளையிட்டும், இன்னும் பலவித உபத்திரவங்களை விளைவித்தும் நந்தனின் கூட்டம் செயல்பட்டது. பயணிகள் இவன் கையில் பட்டபாட்டைச்

சொல்லி முடியாது. நாட்டுக்கு இவனே பூரண விரோதி. ஆண்டாண்டாக சேர்த்து வைத்த தங்கமெல்லாம் அவன் கோரப் பசிக்குத் தீனியாகக் கொடுக்க வேண்டியதாகிவிட்டது என்று வணிகர் வருத்தப்பட்டாலும், அரசகுலம் நடவடிக்கை எடுக்கும்வரை அவனுடைய தீச்செயல் தொடர்ந்துகொண்டேயிருக்கும் என்றறிந்தனர்.

'பாதாள லோக ராட்சஸர்களை மிஞ்சிவிடும் இவர்களால், நாட்டுக்கு எல்லாவிதத்திலும் பீடை வரும் போலத் தோன்றுகிறது' என்று சப்தித்துக்கொண்டு சென்றனர். கடலில் கொள்ளைக்காரர்கள் இருந்த போது இராஜராஜன் சென்று அவர்களை அழித்தான் என்று சொல்லக் கேள்விப்பட்டிருந்தனர். இராஜராஜன் இன்று உயிருடன் இருந்தால் அவனுக்கு இது அடுக்குமா?

ஆனால் நந்தன் அத்துமீறி ஆட்டம் போட்டுக்கொண்டிருந்தான் என்ற ஆதங்கத்துடனும் கோபத்துடனும் சென்றவர்கள் நாளாக நாளாக சாந்தமடைந்தார்கள். அதனால் காட்டுக்கு நந்தனைத் தேடி யாரும் வரவில்லை.

காட்டுக்கு சுற்றுப்புறத்தில் முதிர்ந்த கதிர்களையுடைய செந்நெல் வயல்கள் பரந்திருந்தன. ஆங்காங்கே வயல்களில் குடியானவர்கள் வேலை செய்துகொண்டிருப்பார்கள். உழுதுகொண்டிருந்த குடியானவர்களும் நடவு நட்டுக்கொண்டிருந்த குடியானவப் பெண்களும் காட்டுக்குள் வருவதில்லை. விறகு பொறுக்குபவரும், ஆடு, மாடு மேய்ப்பவரும்தான் வருவார்கள். அப்படியே வந்தாலும் அவர்களிடம் கொள்ளையடிக்க ஏதுமில்லை.

இந்தக் கொள்ளைக் கதைகளெல்லாம் கேட்டுவிட்டு காட்டை ஒட்டிக் குடித்தனம் நடத்தியவர்கள் வீடுகளுக்கு இரட்டைத் தாழ்ப்பாள் போட ஆரம்பித்தார்கள். கூடுதல் பாதுகாப்புக் கோரியவர்கள் கொல்லனிடம் சென்று இரும்புச் சட்டம் வாங்கிவந்து கதவுகளுக்குக் குறுக்கே வைத்தனர். ஆனால் எல்லாம் வீண் செலவு. நந்தனின் ஆட்கள் ஊருக்குள் கொள்ளையடிக்கமாட்டார்கள். ஏன்... உள்ளூர்க் காரர்கள் காட்டைக் கடந்தாலும் ஒன்றும் செய்யமாட்டார்கள்.

அவசர ஆபத்துக்குப் பசியாற்றும் செந்நெல்லும் கரும்பும் விளையும் வயல்கள் அந்தக் குடியானவர்களின் பராமரிப்பில்தான் இருந்தன. முக்கியமாக வயலின் வரப்புகளின் மீதிருந்த பனை மரங்களிலெல்லாம் இவர்களை நம்பிப் பானை கட்டியாயிற்று. கள்ளுக்கும் பஞ்சமில்லை. வண்டிகளிலே கொள்ளையடித்த காசைக் கொண்டு கொடுத்தால் பானை பானையாகக் கள்ளும் தானிய மூட்டைகளும் ஏராளமாய் கொடுப்பார்கள்.

அவர்களுடன் சீரான வர்த்தக உறவு இருக்கும்வரை உணவுக்குப் பற்றாக்குறை இராது. ஆனால் அவர்களுடன் சுமுகமாய் இருக்க இன்னும் ஒரு காரணம் இருந்தது நந்தனுக்கு. நெல்லும் கள்ளும் வரும். அதைவிட முக்கியமாக நந்தனின் காதலிகள் எல்லோரும் சுற்று வட்டார கிராமங்களிலிருந்துதான் வந்தார்கள்.

நதிமூலம் பார்த்தோமேயானால் கள்வனாக அவன் மாறியது வேறொரு தொழிலும் அவனுக்குத் தெரியாது என்ற காரணம் மட்டுமே. ஆனால் போகப்போக இன்னுமொரு காரணமும் உருவானது. கானகத்தின் முடிசூடா மன்னர்கள்போல எல்லோரும் சிறிது அடக்க ஒடுக்கத்துடனேதான் இவர்களை அணுகுவார்கள். இதெல்லாம் நாளடைவில் பிடித்துப் போனது.

தில்லைச் சிற்றம்பலத்துக்கு ஓரிரு காததூரத்தில், விரிந்து பரந்து இருந்தது அலை கடல் போன்ற ஓர் தாவரக் கடல். எங்கும் வானோங்கி வளர்ந்திருந்த விருட்சங்கள் இருந்தன. மஞ்சள் வெயிலின் கிரணங்கள் மண்டி வளர்ந்திருந்த செடிகள் கொடிகளுக்குள்ளே புகுந்து அவற்றைத் தன் பொற்கையால் ஆங்காங்கே விலக்கிவிட்டுக்கொண்டு செல்லவேண்டியிருந்தது. மரக்கிளைகளும் படர்ந்து காட்டின் பல பிரதேசங்களின்மீது நிரந்தர கருநிழல் பரப்பிக்கொண்டிருந்தன. நந்தனைப் பொருத்தவரை இவ்வுலகின் சுகதுக்கங்களெல்லாம் அந்தக் காட்டின் எல்லையுடன் முடிந்தது. கானகத்தில் ஆனந்தமாய் வாழ்க்கை நடத்தி வந்தான். கள்ளும் உணவும் அவனைத் தேடி காட்டுக்கு வந்தன. பகலில் இளைப்பாறிவிட்டு இரவு இருட்டியவுடன் குடித்துக் கும்மாளம் அடித்து அல்லது அழகிய மாதிடம் காலம் கழித்து பக்கத்து கிராமத்திலிருந்து கொக்கரக்கோ என்று கோழி கூவும் சத்தம் கேட்டதும் தூங்கப் போய்விடுவான். தினந்தினம் இப்படித்தான். உதய நேரத்தை அவன் பார்த்து பலவாண்டுகளாயிருந்தன. கடைசியாக அவன் முகத்தில் உச்சிவேளை சூரியனின் வெயில் வெளிச்சம் பட்டவுடன்தான் எழுவான்.

ஆனால் இன்று சூரியன் மறையும் தருணம் வந்தும் அவன் எழவில்லை. மற்றவருக்கெல்லாம் கொள்ளையடித்த பொருள்களைப் பிரிக்க ஒருநாள் ஆகிவிட்டது. நந்தனைக் கேட்க வேண்டியதில்லை. எதைச் சேகரிப்பது, எதைக்கொண்டு பக்கத்து கிராமத்தில் பண்டமாற்றம் செய்வது என்று ஆனந்தனே முடிவெடுத்துவிட்டான்.

அப்போது ஒருவன் நந்தன் படுத்திருந்த இடம் தேடி ஓடி வந்தான். ‘நந்தா... நந்தா...’ என்றெழுப்பினான்.

தூங்கும் நந்தனை எழுப்புவதென்றால் முக்கியமான விஷயமாக இருக்கவேண்டும் என்று எல்லோரும் பார்க்கும் வேலையைவிட்டுத் திரும்பினார்கள்.

கஷ்டப்பட்டு எழுந்தான் நந்தன். இவ்வளவு நேரம் தூங்கினேனா என்று நம்பாமல் சுற்றிப் பார்த்தான். சூரியன் அஸ்தமித்தபின் ஏதோ அவனுக்காகக் காத்திருந்ததுபோல நாலாபக்கங்களிலிருந்தும் இருள் வந்து கவிந்துகொண்டது.

எழுப்பியவனைப் பார்த்து 'இன்னும் ஒரு வண்டியா? அய்யகோ என்னால் முடியாது' என்றான்.

'வண்டியில்லை. கள் கொண்டு வந்திருக்கிறார்கள்.'

தோள்களில் சுமந்த காய்ந்த சுரைக்காய் ஓடுகளிலும், பானைகளிலும் கள் வந்து இறங்கியது.

'உனக்கென ஒரு மரக்கள் கொண்டு வந்திருக்கிறார்' என்று நந்தனுக்கு ஆர்வம் வரும்படிச் சொன்னான்.

பனங்கள்ளுக்கு மட்டும் உடனே காசைக்கொடுத்துவிடுவார்கள் கொள்ளையர். அதுபோலவே பெரிய கொள்ளை நடந்திருக்கிறது என்று கேள்விப்பட்டு சுற்றுப்புறத்தில் பனை மரம் உள்ளவனெல்லாம் ஏறிவிடுவான்.

இரவுக்கு இரவு கானகமே கொண்டாடிக்கொண்டிருக்கும். இரவில் வெளிவரும் பக்ஷிகளும் மிருகங்களும்கூட நொந்துபோய்க் காட்டின் வேறு பிரதேசங்களுக்கு இடம்பெயர்ந்துவிடும்.

எல்லோருக்கும் போதும் போதும் என்று சொல்லும் அளவுக்குக் கள் இருக்கும். பெரும்பாலும் மாட்டுக் கொம்பிலே மதுபானம் குடித்துக்கொண்டிருந்தனர். சிலர் பானையிலிருந்து நேராகக் குடித்தனர். உடனே பலருக்கும் மறைந்திருந்த கலா பொக்கிஷங்கள் எல்லாம் பிரவாகம்போல வெளிவரும். ஒரே பாட்டும் ஆட்டமும்தான். நடுவில் தீ ஏற்றிவிடுவார்கள். போதை ஏறிய பின் சுற்றி நடனம் ஆட விரும்புவோர் ஆடலாம். அபஸ்வரத்தில் பாட்டுக்கு அவரவர் நினைத்தபடி ஆடலாம்

ஒரு மரத்துக் கள் பிரத்யேகமாக நந்தனுக்கு வந்திருந்தது. அதன் போதையே தனி. பின் கிணற்றங்கரைக்குப் பழக்க தோஷத்தில் கால்கள் தானாகச் சென்றன. அந்த கிணற்றடிக்கு ஏதோ ஓர் ஈர்ப்பு சக்தி இருந்தது. பெண்ணா இல்லை அந்த ஆபத்தா? அவன் நினைக்கவில்லை. தினந்தினம் வாழ்க்கையில் இன்பத்துடன் திகிலும்

சேர்ந்துகொண்டது. இப்போது காதல் வெறி கொழுந்துவிட்டு எரிந்தது. பூதமாவது பேயாவது என்று நேற்றைய பயத்தை மறந்தான்.

போதையில் இருந்தாலும் கொள்ளையடித்ததில் ஒரு நகையை எடுத்து துணியின் மடிப்பில் போட்டுக் கொண்டான். கிணற்றடியை நோக்கி அவன் நடப்பதை யாரும் போதையின் காரணமாக கவனிக்கவில்லை.

தரையெல்லாம் ஈரம். குட்டை குட்டையாக மழைத் தண்ணீர் தேங்கியிருக்கிறது. முதல் நாள் இரவு பெய்த மழை நீர் மரங்களின் இலைகளில் தங்கியிருந்தது, குளிர்ந்த வாடைக்காற்று அடிக்கும் போது சலசலவென்று பூமியில் உதிர்கிறது.

அவள் அவனுக்காக ஏற்கெனவே காத்திருந்தாள். அவன் கொடுத்த நகையைக்கூட அவள் உற்றுப் பார்க்கவில்லை. அவன் முகத்தைக் கண்டவுடன் அவளுக்கு அதிர்ச்சி. குடித்த கள்ளின் வாசமும் இன்னமும் அகலவில்லை. இரத்தம் கசிவதுபோல் சிவந்திருந்தன கண்கள்.

'ஏனய்யா இப்படி இருக்கிறாய்? ஆடிப்பெருக்கன்றைக்கு நன்றாய் இருந்தாயே?' என்றாள்.

'இரைந்து பேசாதே, தலை வெடித்துவிடும் போலிருக்கிறது' என்று கெஞ்சினான்.

'உன்னுடன் குடித்து கூத்தடிக்க வருகிறார்களே அவர்களைக் கஷாயம் வைத்துக்கொடுக்கச் சொல். சகவாச தோஷம்தான் உனக்கு யமன்' என்று எச்சரித்தாள் கோபமாக.

பின் கஷ்டப்படும் அவனைக்கண்டு பெண்மையின் உணர்வுகள் மேலோங்கின. 'சரி வா. நீ இன்று வேறெதற்கும் பிரயோஜனப்பட மாட்டாய்' என்று சொல்லி தன் மடியில் அவனைப் படுக்க வைத்து மெல்லிய விரல்களால் நெற்றிக்கு ஒத்தடம் கொடுத்தாள்.

அவனுக்கு அதுவரை சுத்தியலை வைத்துத் தலையில் அடிப்பது போலிருந்தது. அவன் தலைக்குள் ரத்த நாளங்கள் துடித்தன. எனினும் அவளது விரல்கள் ஆடிய நளினமான நடனத்தில் சாந்தம் அடைந்தது. கண் அயர்ந்தான்.

மடியில் படுத்த அவனை உற்றுப் பார்த்தாள். பார்த்தால் உயர்குடிப் பிள்ளை போலிருப்பான். குணவிசேஷங்களிலே முற்றிலும் வேறுபட்டவன். இந்த துஷ்டனும் அவன் சிஷ்யர்களும் செய்த அட்டூழியம் கொஞ்சமா நஞ்சமா?

அவள் கிராமத்தில்கூட தண்டோரா போட்டு இவனைப் பிடித்துக் கொடுத்தால் பரிசு கொடுப்போம் என்றெல்லாம் அறிவித்துப் பார்த்தார்கள். தண்டோரா போட்டவன்கூட ஓரக் கண்ணால் யாரேனும் பிரத்யேகமாக கவனிக்கிறார்களா என்று பார்த்துக் கொண்டே கத்தினான்.

பின் அவளுக்கென கொண்டுவந்த தங்கத் தோட்டைப் பார்த்தாள். சிவப்புக் கல் பதித்திருந்தது. வீட்டில் சென்று ஒளித்து வைக்க வேண்டும். இல்லையென்றால் ‘எங்கிருந்து வந்தது?’ என்று கேள்வி கேட்டுத் துளைத்துவிடுவார்கள்.

இவன் வயிற்றைக் கழுவ இப்படிப்பட்ட உபாயத்தைக் கடைப்பிடித்திருக்க வேண்டியதில்லை. நினைத்திருந்தால் வீரனாய் இருந்து போர்கள் பல புரிந்து பெரும் புகழை அடைந்திருக்கலாம். ஆனால் அவனுக்குத் தேவைகளை நிறைவேற்றியது இந்தக் காடு; ஓர் அன்னையைப்போல. அரைவயிற்று கஞ்சிக்குப் போராடும் மாந்தரிடையே இப்படிக் காட்டில் சொகுசாய் வாழ்ந்தான். ஆனால் அபாயம் நிறைந்த வேலை...

கையில் பலங்கொண்டவருக்கு மட்டும்தான் இந்தத் தொழில். உடலில் சக்தி இருக்கும்போதுகூட என்ன வேண்டுமானாலும் நடக்கலாம். பாம்பு தீண்டலாம், அம்புகள் உடம்பை சல்லடைபோல துளைக்கலாம். இதையெல்லாம் இவன் மீறி வருவானா என்று யோசித்தபடியே அவன் மேல் சாய்ந்து அவளும் உறங்கினாள். அதிலும் ஒரு சுகம் இருந்தது.

காமம் தேடி வந்திருந்தால் அவள் வருத்தப்பட்டிருப்பாள். ஆனால் வந்தது காதலாலே. அதனால் அவன் அருகாமையைக்கூட ஆனந்தம் கொண்டாள்.

•••

அத்தியாயம் ஆறு

விசித்திர வண்டிகள்

வாழ்க்கையில் எல்லாம் மாற்றமின்றி சீராகப் போகும்போது உலகில் பிறந்தோர் பலருக்குத் திருப்தி ஏற்படும். அவர்களுக்கு மாற்றமேயில்லாத வாழ்க்கை மேடு பள்ளம் இல்லாத இராஜபாட்டைபோல பயணிக்க சுகமாயிருக்கும். தங்கு தடையின்றி வாழ்க்கைப் பயணம் தன்னைச் செலுத்த ஏதுவாயிருக்கும்.

ஆனால் பூமியில் பிறந்த மனிதருள் எல்லோரும் ஒரே வகையா? அப்பேர்ப்பட்ட வாழ்க்கையில் மனித குலத்தில் வெகு சிலருக்கு ஒரு சலிப்பு ஏற்படும். இவ்வளவு ஆண்டுகள் கழிந்தும் இன்னும் வாழ்க்கைப் போக்கில் எந்த மாற்றமும் இல்லையே என்று நினைக்கும்போது ஏற்படும் ஒரு சலிப்பு.

கடம்பூர் காட்டில் முடிசூடா மன்னனென வாழ்ந்த கொள்ளைக்காரன் நந்தன் இந்த இரண்டாவது இனத்தைச் சேர்ந்தவன். வாழ்க்கையில் ஏதாவது மாற்றம் வாராதா என்று தினந்தினம் ஏங்குவோருக்கு அது வரும்நாள் நெருங்கிவிட்டது என்று அறிய வாய்ப்பில்லை. அதுபோலத்தான் அவனுக்கும். வாழ்க்கைப் பாதையே நேர் எதிர்த் திசைக்குத் திரும்பப் போகிறது என அறியவில்லை.

அன்று அதிகாலை காதலியின் மடியில் படுத்திருந்தான். சூரியன் எழும் முன்னே குயில்கள் கூவத்தொடங்கிவிட்டன. ஒருமுறை கண் விழித்து மனதால் அந்தக் குயில்களை வாய்க்கு வந்தபடி சபித்துவிட்டுத் திரும்பிப் படுத்துக்கொண்டான். ஆனால் தூக்கம் வரவில்லை.

எழுப்பியது என்னவோ குயில்கள்தான் என்றாலும் மீண்டும் உறக்கம் வராததற்குக் காரணம் நேற்றிரவு குடித்த கள். அது தலைக்குள்

சுத்தியல் வைத்து சரமாரியாக அடித்துக்கொண்டிருந்தது. ஒரு மரத்துக் கள்ளைக் குடித்தால் பிரச்னை ஏதும் இராது என்று சொல்லி அவனிடம் பருகக் கொடுத்தனர். தலை வலியைப் பார்த்தால் அவன் பருகியது குறைந்தது ஒரு தோப்பு மரங்களிலிருந்தும் ஒவ்வொரு சொட்டு எடுத்து ஒரு கோப்பையில் கொடுத்திருக்கவேண்டும். அப்படி ஓர் இடி தலைக்குள். 'காலை எழுந்தவுடன் ஆற்றங்கரைக்குச் சென்று தலையை அப்படியே நீரினுள் ஒருமுறை மூழ்கிவிட்டுச் செல்லவேண்டும். அப்புறம் இந்தக் கள்ளைக் கொடுத்தவனையும் ஒரு கை பார்க்கிறேனா இல்லையா பார். அந்தப் படுபாவியைப் பனைமரத்தில் கட்டி வைத்துத் தோலை உரிக்கவேண்டும்' என்று நினைத்து அசந்தான்.

அவன் எழுந்ததை அறிந்து அவளும் எழுந்தாள். 'நந்தா நான் செல்கிறேன்' என்று சொல்லிவிட்டு என்னவெல்லாமோ அறிவுரை சொன்னாள். ஒன்றும் அவன் காதில் விழவில்லை.

பெண்ணின் சொகுசான மடிக்கு பதில் இப்போது கட்டாந்தரையில் தலை சாய்த்தான். தூக்கம் மீண்டும் வரும்முன் ஒரு நொடியில்தான் அந்த சலிப்பு தட்டியது. அதே காடு, அதே கொள்ளை, அதே குடியும் கூத்தும், அதே பெண்ணின் மடி... என்னடா வாழ்க்கை இது?

கண் அயர்ந்தான். சற்று நேரம்தானிருக்கும். மீண்டும் எழுப்பப் பட்டான். பரபரப்புடன் கூட்டாளிகள் இருவர் ஓடி வந்து அவனைக் குலுக்கி எழுப்பினர். அவன் கிணற்றடியில் படுத்துறங்குவதைக் கண்டு முதலில் புருவம் உயர்த்தினர்.

தலை வெடித்துவிடும் போலிருந்தது. 'என்னடா இப்போது விஷயம்?' என்றான்.

'நந்தா, ஒரு வண்டித் தொடர் வருகிறது.'

ஆனால் அவனோ 'நேற்றுதானே கொள்ளை அடித்தோம். விட்டு விடலாமா?' என்று சலித்துக்கொண்டான்.

செய்தி கொண்டு வந்தவர்கள் முகங்களை பாவமாக வைத்துக் கொண்டு 'வேளாவேளைக்கும் காலா காலத்துக்கும் வருவதற்கு இவர்கள் என்ன விருந்தாளியா? நேரம் காலமெல்லாம் பார்த்தா வருவார்கள்? நேற்று நாம் போட்ட ஆட்டத்துக்குப் பின் காட்டின் எல்லையோரம் கண்காணிக்க ஆளே இல்லை. வண்டிகள் பாதி காட்டுக்கு வந்தவுடன்தான் தெரிந்துகொண்டோம். நீ ஒருமுறை பார்த்து சொல்லிவிட்டால் வேலையை ஆரம்பிக்கலாம். உன்னைத் தொந்தரவு செய்யமாட்டோம். நாங்களே கவனித்துக்கொள்கிறோம்'.

இப்படி இவர்கள் பேசிக்கொண்டேயிருக்கும்போது நடுக்காட்டில் வண்டித் தொடர் வருவது பட்சிகளின் சப்தத்தில் தெரிந்தது. விடமாட்டார்கள் என்று தெரிந்த பின் 'சரி' என்று சலிப்புடன் எழுந்தான் நந்தன்...

பிரயாணிகள் ஏறிய வண்டிகளைக் காட்டின் எல்லையில் கண்காணிக்க ஆரம்பிப்பது வழக்கம். ஆனால் இந்த இரண்டுங் கெட்டான் நேரத்தில் வண்டிகள் வந்ததே மிக நேரம் தாழ்ந்துதான் தெரிந்தது. வந்துகொண்டிருந்த வண்டிகள் சாரி சாரியாய் வரும் ஊர்வலம் அல்ல. நான்கு வண்டிகள். இரண்டுக்கு திரை கொண்டு மூடியிருந்தது. வித்தியாசமாக இருந்தன வண்டிகள். நீரில் மிதந்து வரும் அன்னபட்சிகளைப்போல், அந்த வண்டிகள் வந்ததிலும் ஓர் எழில் இருந்தது.

கொள்ளையரெல்லாம் அத்தனை பேரும் மறைந்திருந்தபடி அந்த வண்டிகள் வரும் திசையையே ஆவலுடன் பார்க்கத் தொடங்கினார்கள். ஒரு பக்கம் குதூகலமும் இன்னொருபுறம் விசித்திரமும் இருந்தன. தினசரி வரும் வண்டிகள்போலல்ல. கூரிய வேல்களை ஏந்திய ஆஜானுபாகுவான வீரர்கள் யாரேனும் முன்னால் வருகிறார்களா என்று கூர்ந்து கவனித்தனர்.

நந்தனும் வந்து வண்டிகளைக் கணக்கிட்டான். முன்னும் பின்னும் காவலுக்குக் கைத்தடியுடன் வரும் வணிகர் வண்டியல்ல. முதல் முறையாக காட்டைக் கடப்பவர்கள் என்று சொல்லாமல் தெரிந்தது. காட்டிலிருந்த அபாயத்தைச் சமாளிப்பதற்கு ஓரளவுகூட ஆயத்தமாய் இருக்கவில்லை. கொள்ளைக்காரரின் உக்கிர லீலைகளைப்பற்றி கேள்விகூட படவில்லை எனத் தெரிந்தது.

கட்டளை பிறப்பித்தான். உடனே வண்டிகளைக் கொள்ளையடிக்க ஏற்பாடுகள் தொடங்கின. ஆட்களைப் பாதைக்கு இருபுறமும் சித்தமாக நிறுத்தி வைத்தனர். ஆவேசம் மட்டுமா? மரத்தின் பின் ஒளிந்து இருந்தவருக்கு அதிசயம். 'கானகத்தில் இப்படி அலட்சியமாய் வரும் மக்களா? ஒன்றும் விளங்கவில்லை. இந்த வண்டியில் வருபவர்கள் யார்? காவலின்றி வருகிறார்களே. பொதுவாகப் பயணிகள், பயணத்தில் இருந்த அபாயங்கள்பற்றி ஒருவரையொருவர் எச்சரித்துக்கொள்வார்கள். எனினும் இந்தமுறை யாரும் இவர்களிடம் இந்தக் காட்டில் மறைந்திருந்த அபாயம்பற்றிச் சொல்லவில்லையோ?

இல்லை, நமக்குத் தெரியாமல் அவர்களிடம் வேறேதும் ஆயுதம் இருக்குமோ? நம்மைப் பிடிக்க அரசன் செய்த சதியா? என்றுகூட கற்பனை செய்தனர். மிக்க கவலையை உண்டாகிற்று.

வண்டித் தொடர் எந்த ஒரு சந்தேகமுமின்றி தொடர்ந்தது. காட்டுப் பாதையின் பாதி தூரத்தைக் கடந்தது. இனி காட்டிலிருந்து வெளியேறுவது என்பது இரு திசைகளிலும் அதே தூரம்தான். கொள்ளையருக்கு சந்தேகங்கள் எல்லாம் தெளிந்தன. நிராயுத பாணிகள் வருகிறார்கள் என்பது நிச்சயமாயிற்று.

உடனே கூட்டத்துக்குள் ஒரு பரவசம் பரவியது. 'எவ்வளவு லாகவமாக மாப்பிள்ளை மாதிரி நேரே வருகிறான் பார்' என்று சொல்லிக்கொண்டார்கள். அதிகாலையில் ஓர் ஆழ்ந்த அமைதி ஏற்பட்டது. வரும் சப்தமெல்லாம் பயணிகளுடையதுதான். வண்டிகளை இழுத்து வந்த மாடுகளின் கழுத்தின் மணிச் சத்தம் கேட்டது. வண்டிச் சக்கரம் அச்சாணியில் தேய்வது கேட்டது. எல்லா மாடுகளின் கால்களும் ஒரே சமயத்தில் தரையில் தட்டுவது கேட்டது. கட்டை வண்டிகள் 'கட கட' என்று உருண்டோடும் சத்தம் கேட்டது.

சிறிது நேரத்துக்கெல்லாம் மாடுகள் இழுத்து வந்தவை சாதாரண வண்டிகள் அல்ல. அலங்காரம் செய்யப்பெற்றவை எனப் புரிந்தது. அழகிய வேலைப்பாடுகளுடன் கூடிய ஒரு வண்டி இருந்தது. அந்த வண்டியில் பெண்கள் நன்றாய் கால் நீட்டி அமர்ந்திருந்தார்கள். மற்றவரெல்லாம் பொடி நடையாக வராமல் திறந்த வண்டியில் பயணம் செய்தனர். அவ்வண்டியில் ஆண்களெல்லாம் நெருக்கிக் கொண்டு உட்கார்ந்திருந்தார்கள். சாமான் செட்டெல்லாம் சுமந்த இரு பெரிய வண்டிகளில் பலவகைப் பொருள்கள் நிறைந்திருந்தன. ஒரு திறந்த மாட்டு வண்டியில் இசைக் கருவிகள் ஏராளமாய் மேலே போர்த்தியிருந்த துணியிலிருந்து எட்டிப்பார்த்தன.

கூட்டத்தாரோ மிக்க ஆவலாயிருந்தார்கள். காவலின்றி வண்டித் தொடர் வருகின்றது. கரும்பு தின்னக் கூலி வேண்டுமா? நந்தனும் வண்டிகளை நிறுத்த உடனே இசைந்தான்.

வண்டிகள் வரும்போது ஆங்காங்கே பதுங்கி இருந்தனர் கொள்ளையர். பாதையையொட்டியே காட்டுக்குள் சப்தமின்றி வண்டிக்கு நேராக சிலரும் வந்தார்கள். பின் ஒரே சமயத்தில் எல்லோருமாக எல்லாத் திசைகளிலிருந்தும் பாய்வார்கள். அதுவே அவர்கள் செயல்முறை.

முன் ஏற்படுத்திய திட்டத்தின்படி நந்தன் பதுங்கி இருக்கும் இடத்துக்கு முன்தான் வண்டித் தொடரை மடக்குவது என்று முடிவெடுத்தனர். அங்குதான் தப்பிக்க வழியே இல்லை.

எல்லோரும் நந்தன் முகத்தையே பார்த்தனர், இன்னும் ஒருமுறை அவனுக்கு சம்மதம்தானா என்று அறிய. பலமுறை கடைசி

நிமிடத்தில் சந்தேகம் ஏற்பட்டு கொள்ளைக்குத் தடை விதித்திருந்தான். ஆனால் இப்போது நந்தன் தலையசைத்தான்.

அவன் முடிவுக்கு இன்னும் சில உபகாரணங்களும் இருந்தன. காட்டுப் பாதையில் வரும் வண்டிகளில் பயணிகள் எல்லோரும் தூங்குகிறார்கள் என்று தெரிந்தது. அப்போது காரியம் இன்னும் சுலபமாகிவிடும். தூக்கத்திலிருந்து விழித்தவனைப்போல இயலாமையில் தவிப்பவன் உலகத்திலேயே இல்லை. அவனைத் தட்டி எழுப்பிக் கொள்ளையடிப்பது என்பது மிகவும் சுலபம். அதைவிட வந்தவற்றிலேயே மிக விசித்திரமான ஊர்வலம் இதுதான். என்னவென்று தெரிந்துகொள்ள அவனுக்கும் ஆசை.

ஆனால் அவர்கள் நினைத்தது தவறு. எல்லோரும் ஊர்வலத்தில் கண் அசரவில்லை. பெண்கள் பயணம் செய்த வண்டியில் ஒருத்தி மட்டும் தூங்காமல் கண் விழித்திருந்தாள். ஆயிரமாயிரம் மின்மினிப் பூச்சிகள் பாதையின் இருபுறமும் சுடர்விட்டெரிந்தன. அது என்னவோ அவளுக்கு திருச்சிற்றம்பலத்தில் நடேசனுக்கு முன் சுடர்விட்டு எரியும் விளக்கு வரிசைகள்போலக் காட்சியளித்தன.

பயணித்த வண்டிகளை இழுத்த அந்தக் காளைகளின் அடிச்சுவட்டில், அந்த வண்டிச் சக்கரத்தின் சுழற்சியில், மாட்டின் கழுத்திலிருந்த மணியோசையில், சுற்றியிருந்த குயில்கள் இசைத்த கானத்தில் அவளுக்கு ஒன்று தெளிவாய்த் தெரிந்தது. நிச்சயமாகப் பார்க்கும் விதத்தில் பார்த்தால் இவ்வுலகில் எல்லாமே இசையும் நடனமும்தான். அதிலும் முக்கியமாக எல்லாவற்றையும் இயங்கச் செய்வது அவன்தான். அந்தக் கணத்தில் ஒரு சிரிப்பு அவள் செவ்விதழ்களில் வந்தது. அவனுக்குத்தானே சொந்தமாக வண்டி கட்டிப் போகிறாள்.

மறுநாள் பகல் பொழுதை எதிர்பார்த்திருந்தாள். நாளை உதயமாகும் ஆதவனின் செவ்வொளி அந்தச் சிற்றம்பலத்தின் செம்பொன் கூரையின்மீது பட்டு மீண்டும் பிரபஞ்சமெல்லாம் ஒளிவீசும்பொழுது அவளும் அதற்கு சாட்சியாய் இருப்பாள். அங்கு அவள் அடையப்போகும் பேரும் புகழும் அவளால் நம்பமுடியவில்லை. சம்பவங்களெல்லாம் ஓரிரு மாதத்துக்குள் நடந்தவை என்றாலும் அவள் பிறந்ததிலிருந்து தொடராய் நடந்தவையின் சாரமே இவை.

விடிகாலை நேரத்தில் தில்லை அடைந்துவிடலாம் என்று சொன்னார்கள். தில்லையை நினைத்தவுடன் அவள் உள்ளம்தனில் ஒன்றுக்குப் பின் ஒன்றாகப் பலவித எண்ணங்கள் அலையெறிந்து வருவதுபோல் வந்து முட்டிமோதின.

தில்லைக்குச் செல்லப் போகிறோம் என்ற ஆனந்தம். கவிகளிலும் காவியங்களிலும் தேவாரத்திலும் திருவிசைப்பாவிலும் பாடல் பெற்ற தில்லைக் கோயில் எப்படியிருக்கும்? பழகிய நாட்டிலிருந்து வேறொரு ஊருக்குச் செல்லும் அனுபவமே அவளுக்கு இல்லை. ஆனால் ஓர் ஆர்வம் இருந்தது. புது நாடு எப்படியிருக்கும்?

எல்லாவற்றையும்விட தன் வாழ்வின் உன்னதமான நிகழ்வு என்று லட்சிய புருஷனை அடையப் போகிறோம் என்ற பெருமிதம்.

அவன் அருள் பார்வை பட்டால் போதும். இனி துக்கமெனும் உணர்வே அருகில் நெருங்கமுடியாது என்று யோசித்தபடி விழிந்திருந்தவள்தான் சுவாதி.

•••

அத்தியாயம் ஏழு

சுவாதியின் போராட்டம்

வண்டியில் ஆடி அசைந்து வரும்போது தனித்து விழித்திருந்த சுவாதிக்குப் பலவித எண்ணங்கள் தோன்றியதல்லவா? அதில் சில கசப்பான நினைவுகளும் வந்தன. சொல்லப் போனால் அவைதான் முந்தி அடித்துக்கொண்டு வந்தது.

எவ்வளவு போராட்டத்திற்குப்பின் இந்தப் பயணம் நடைபெறுகிறது! 'ஆனால் போராடியது சரிதான். அம்மாவின் விருப்பத்துக்கு உட்பட்டிருந்தால் வாழ்க்கையே பயங்கர துர்க்கனவு போலாயிருக்கும்' என்று நினைத்துக்கொண்டாள். சந்தையில் மாட்டை வாங்குவதைப் போல் தன்னை ஒருவன் விலைகொடுத்து வாங்குவதென்பது அவளுக்குக் குமட்டிக் கொண்டு வந்தது.

அதுவும் தன்னை அன்பாய் வளர்த்த அம்மாவா இப்படிச் செய்வது? பதினைந்தாண்டுகள் பாலூட்டி சீராட்டி வளர்த்தது விலைக்குக் கொடுப்பதற்கா? இராஜவம்ச சிறுவர்களைக் கடத்திச்சென்று முதலில் அன்பாய் வளர்த்து பின் பலிகொடுக்கும் காபாலிகர்களைப் பற்றிக் கதைகளில் கேள்விப்பட்டிருந்தாள். இதுவும் ஒருவிதத்தில் அப்படித்தானே?

சுவாதி கடந்த சில தினங்களில் புரிந்துகொண்டது பல விஷயங்கள். அவள் தோன்றிய குலத்தில் பிறப்போருக்கு ஏற்படக்கூடிய துரதிர்ஷ்டங்கள் ஏராளம் என்பதை முதலில் தெரிந்துகொண்டாள். பெண் பிறந்தால் கொண்டாடும் ஒரே குலமாயிருந்த தாசி குலத்தில் பிறந்தவள் சுவாதி. பிறக்கும் போதே பார்வைக்கு சுவாதி லட்சணமாயிருப்பாள். சமீபத்தில் அதுவே அவள் பெற்ற சாபம் என்று நினைக்கத் தொடங்கினாள். அதனால்தானே நடேசனுக்கு உரிய தேகத்தின்மீது இந்தப் பொல்லாத ஆண்களின் பார்வைபட்டது.

நடக்கத் தொடங்கியவுடன் நடனம் கற்றுக்கொண்டாள். மிகவும் தேர்ச்சி பெற்ற நர்த்தகியாய் உருவெடுத்தாள். வளையிடும் கரங்கள் வெவ்வேறு கர்ணங்களில் விளையாடும்போது அதைக் காணக் கண் கோடிவேண்டும்.

ஆனால் யாரும் எதிர்பாராமல் நடனம் பயில ஆரம்பித்தவுடன் விசித்திரமான எண்ணம் ஒன்று வந்தது சுவாதிக்கு.

கால்வேறு, கைவேறாகக் கிடக்கும் அருவருப்பு ஊட்டக்கூடிய ருத்ரபூமியில் தாண்டவமாடும் சிவனோ நடனத்துக்கெல்லாம் அரசனாய் உருவெடுத்து அகிற்புகையும் புஷ்பமும் வெட்டிவேரும் நிறைந்த சிற்றம்பலத்தில். சதிர் ஆடுபவர்கள் நடேசனின் சிலைக்கு முன் தினமும் பயிற்சி மேல்கொள்வது என்பது மரபு. அதுபோலவே ஒரு சிறிய ஐம்பொன் நடேசன் சிலைக்கு முன் தினந்தினம் சுவாதி ஆடுவாள். அந்தக் குழந்தைக்கு நடேசனுடன் தன் வாழ்க்கைப் பாதைக்குத் தொடர்பு உண்டு என்று பச்சை மரத்தில் பதிவதுபோல் மனதில் பதிந்தது.

அந்த நடேசன் சிலையை ஆருயிர்போலப் பாதுகாத்தாள். தில்லையில்கூட நடேசனுக்கு ஆண்டுக்கு ஆறுமுறைதான் அபிஷேகம். சுவாதியின் கையில் அகப்பட்ட ஆடல்வல்லானுக்கோ தினம் தினம் நீராட்டும் நித்திய ஆராதனையும். வளர வளர நடேசன்மீது அவளுக்கு ஏற்பட்டிருந்த பிணைப்பு கெட்டியானது. காதலானது.

சுவாதியின் குடும்பம் வாழ்ந்தது கெடிலம் நதி ஓடிய பிரதேசத்தில், சைவத்தில் மிகவும் பிரசித்தி பெற்ற திருவதிகை நகர். காஞ்சிக்கும் தஞ்சைக்கும் இணைத்த இராஜபாட்டையில் இருந்த நகரில் செல்வம் குவிந்தது அதிசயமில்லை.

சிறு வயதிலிருந்து கோயில் விழாக்களையொட்டி சுவாதி நடனமாடுவாள். இசைக்கலைஞர்கள் பலவித வாத்தியங்களில் வித்தைகாட்ட அவளும் அதற்கேற்ப நிருத்தம் பிடிக்க, பார்ப்போருக்கெல்லாம் ஏதோ இந்திரனின் சபையில் மேனகை நடனமாடுவது போலிருந்தால் உணர்ச்சி வசத்தால் அந்த மண்டபத்தின் சிலைகள் போல் கல்லாய் சமைந்தார்கள்.

நடேசனை நினைக்கும்போதெல்லாம் அவளுக்கு ப்ரேமை அணையுடைந்த வெள்ளமெனப் பாய்ந்தது. பகவானைப் பிரிந்த பக்தையின் தாபம் அவள் நடனத்தின் ஒவ்வொரு நிருத்தத்திலும் தெரிந்தது. ‘நடனம் ஆடி முடித்தவுடன் நடேசன் என்னை அன்பு கனிந்த கண்களினால் அடிக்கடி பார்க்கிறார். அவர் என்னைப்

பார்க்கும்போதெல்லாம் 'நீ எனக்கே உரியவள் அல்லவா?' என்று கேட்பது போலிருக்கிறது' என்று நினைப்பாள். பிள்ளைப் பருவத்தில் இலேசாகத் தலைகாட்டிய ஆசைக்கு நடனத்தைப் பார்ப்போரெல்லாம் நடேசனின் ஆட்டமே இவள் முன் சரிசமமாய் ஆடக்கூடியவள் இவளே என்று கூறி தூபம் போட்டுப் பெரிதாக்கி விட்டார்கள்.

சில காலமாக வைணவத்தில் ஆண்டாளைப்போல சைவ சரித்திரத்தில் என்றென்றைக்கும் பிரசித்தி பெறப் போகிறவள்தான் தான் என்ற எண்ணமும் அந்த நர்த்தகியின் உள்ளத்தில் பதிந்தது. தில்லைக்குச் செல்லவேண்டும். நடேசனின் தூக்கிய திருவடியைப் பிடிக்கவேண்டும். அவனுடன் ஒருநாள் ஒன்று கலக்கவேண்டும் என்று சுவாதி தன் மனதில் ஏகப்பட்ட திட்டங்களைத் தீட்டியிருக்க, சுற்றியிருக்கும் உலகம் சும்மாவா இருக்கும்? அதுவும் தன்பாட்டுக்குத் திட்டம் தீட்டியது.

அவளது நாட்டியக் கலைத் திறமையின் புகழைவிட அழகின் புகழானது நெடுந்தூரத்துக்குப் பரவிவிட்டது. வெறும் நாட்டியக் காரியல்ல. இந்திரனின் சபையில் ஆடும் ரம்பை, திலோத்தமை போல பூமியில் ஆடுபவள் இவள்தான் என்று பார்ப்போரெல்லாம் புகழ்ந்தார்கள்.

திருவதிகை கோயிலில் பக்தி ரஸமுள்ள பாடல்களுக்கு சுவாதி நடனமாடினாலும் பார்ப்பவர் கண்களில் பல அந்த பக்தியைத் தூண்டவில்லை. அதற்கு பதிலாக காம ரஸமுள்ள எண்ணங்களே வந்தன. சுவாதி நடனமாடியபோது அவளது சிலையையொத்த செம்பொன் மேனியிலும் ஆசைகொண்ட ஆண்களின் விழிகளாகிய கருவண்டுகள் பலவும் மொய்த்துவிட்டு அகன்று சென்றன.

இப்பேர்ப்பட்ட அழகை சமீபத்தில் நினைவுகூர்ந்தார் யாருமில்லை. செந்தமிழ்ப் புலவர்கள் அரசிகளிடமும் காவியத் தலைவிகளிடமும் மூளையைக் கசக்கி கற்பனை செய்து சொன்ன அனைத்து அம்சங்களும் இவளிடம் இயற்கையாகவே இருந்தன என்றனர்.

அந்தப் பேச்செல்லாம் செல்வந்தர் பலர் காதுவரையில் எட்டிவிட்டது. பறிக்கக் காத்திருக்கும் கனியைப்போல நர்த்தகி இருந்தாள். சீமான்களும் பிரபுக்களும் வணிகர்களும்கூட அவளைப் பார்க்க வந்தனர்... நல்லவேளை, நாட்டை ஆண்ட அரசர்கள் நெடுந்தூரம் இருந்த மதுரையில் இருந்தார்கள். இல்லையென்றால் இந்த அழகைப் பார்த்து அபகரித்துச் சென்றுவிடுவார்கள் என்று பயந்தனர்.

சுவாதியும் பூப்படைந்து மஞ்சள் நன்னீராட்டு விழா நடத்தி முடித்த கையுடன் சீமான்கள் தினந்தோறும் தூதுவிட்டனர். அவளை ஆசைநாயகியாய் வைத்துக்கொள்ள பலரும் பிரியம் தெரிவித்தனர். பின் கல்யாணமே செய்துகொள்ளவும் முற்பட்டனர்.

சுவாதியின் அம்மா பொன்னம்மாள் இதற்காகத்தான் பல ஆண்டுகளாகக் காத்திருந்தாள். பொன்னும் பொருளும் இல்லாத உலகத்திலே தாம் உயிர் வாழ்வது எனும் எண்ணத்தை பொன்னம்மாளால் சகிக்கவே முடியவில்லை. சுவாதி வளரட்டும் என்று வெகுகாலம் பல்லைக் கடித்துக்கொண்டு ஜீவித்திருந்தாயிற்று.

மீண்டும் அவர்கள் வாழ்கையில் அஷ்டலக்ஷ்மிகளும் படையெடுத்தது போலொரு எண்ணம் பொன்னம்மாளுக்கு. ஆனால் அவள் பிடிகொடுத்துப் பேசவில்லை. ஆரம்பத்தில் காலம் தாழ்த்தத் தாழ்த்த சந்தையில் பொருளின் விலை உயரும் என்று காத்திருந்தாள். ஆனால் இப்போதோ அவள் தயக்கத்துக்குக் காரணமே வேறு.

'இப்பேர்ப்பட்ட கலைச் செல்வியான உன் புதல்வி நடனமாடினால் கண்களைக் குருடாக்கிய மின்னல் மின்னுவதுபோல் இருக்கிறது' என்று பலரும் வர்ணித்தபோது ஆனந்தித்தவளுக்கு அடுத்தாற்போல் ஒரு பேரிடி தலையில்விழப் போகிறதென்பதை அவள் தாயார் உணரவில்லை.

மெல்ல சுவாதியிடம் பலரும் அவளை அடைய ஆசைப்படுவதை எடுத்துச் சொன்னாள் அம்மா. நஞ்சு தோய்த்த அம்புகளை ஏவியது போலிருந்தது சுவாதிக்கு. கோபத்தில் எரிமலைபோல சுவாதி வெடித்தது அம்மாவுக்கே ஆச்சரியம்.

சுவாதியின் எண்ணங்கள் முற்றிலும் வேறுபட்டிருந்தன. அம்மாவின் சொல்படி ஒரு கீழ்த்தர வாழ்க்கை வாழ்வது பெருத்த அவமானம் என்று நினைத்தாள். அதற்கெல்லாம் காரணம், மன்னர் என்ன, சாமானியர் என்ன, அதையெல்லாம்விட உயர்ந்த ஸ்தானத்தில் ஒருவனை நினைத்துவிட்டாள் என்பதுதான்.

தனக்கென பலரும் பலவிதத் திட்டங்கள் வைத்திருந்தனர் என அறிந்தாள் சுவாதி. ஆனால் நடராஜர் என்னைக் கைவிடமாட்டார், நாமும் அவருக்கு விசுவாசத்துடன் இருக்கவேண்டும் என்று முடிவெடுத்தாள். அவள் இருதய அந்தரங்கத்தை வெளியிட யோசிக்கவில்லை.

'விதியானது என்னை இந்தக் குலத்தில் பிறக்கச் செய்தது. ஆனால் என் கலையினாலும் பக்தியினாலும் பெரும்பேறு அடைய

வாய்ப்பிருக்கிறது. இத்தனைக் காலமும் இந்த ஸ்தரீலோலர்களை என்னிடம் வரவொட்டாமல் தடைசெய்து வைத்திருந்தேன். இனியும் அப்படித்தான். நான் தில்லைக்குச் சென்று நடேசனுக்கு மட்டுமே அடிபணிந்த தாசியாகச் சேரவேண்டும்' என்று சொல்லிவிட்டாள்.

தாய்க்கும் மகளுக்கும் உரத்த குரலில் ஒரு பெரிய வாக்குவாதம் நடந்தது. அம்மாவுக்கோ ஆதங்கம். நிகரற்ற அழகு வாய்ந்த மங்கையைப் பெற்றெடுத்தும் தம்மால் லாபமடைய முடியாமல் போனதை எண்ணி வருத்தப்பட்டாள். சுயம்வரம்போல ஒன்று வைத்தால், ஊரில் உள்ள பணக்காரனெல்லாம் ஓடி வருவானே? தனது பொக்கிஷ அறையைக் காலிசெய்து கொண்டுவந்து கொட்டுவானே. சுவாதிக்கு எவ்வளவு மடமை?

இரவு ஜாம நேரத்துக்குமேல் நடந்த வாக்குவாதத்தில் இருவர் மனத்திலும் பேரலைகள் எழுந்தன. நடேசன்மீது மயக்கம் என்ற மஞ்சத்திலிருந்து சுவாதியைக் குலுக்கி எழுப்ப முற்பட்டாள் அம்மா.

'இந்த அழகும் அறிவும் இருக்கும் உனக்கு இந்த கதியா? ராணியாக இருக்க வேண்டியவளல்லவா?' என்று மார்பிலும் தலையிலும் மாற்றி மாற்றி அடித்துக்கொண்டாள் அம்மா. எல்லாம் வெறும் நடிப்பு என்று சுவாதிக்குத் தெரியும்.

'நடேசன் நமக்கெல்லாம் கடவுள் அல்லவா? அவன் மேல் ஏன் இப்படியெல்லாம் வன்மம் பாராட்டுகிறாய் அம்மா? உலகில் மக்கள் குலம் அனுபவிக்கும் துன்பங்களைப் போக்குவதற்கு நடனமாடும் நடேசனுக்கு சேவை செய்ய நினைப்பது தவறா? என் வழியில் இடையூறாக என்னை ஈன்ற அம்மாவே நிற்கலாமா?' என்று வாதிட்டாள்.

அம்மா என்னவெல்லாமோ சொல்லிப் பார்த்தாள். சுவாதி அசையவில்லை. 'அந்த நடேசனையே அடையும் வாய்ப்பு எனக்கு இருக்கிறது. அதை நழுவவிட்டால் என்னைப்போல் துர்பாக்கியசாலி யார் இருப்பார்கள்?' என்றாள்.

எவ்வளவோ பணத்தின் பெருமைகளைப்பற்றிச் சொன்னாள் அம்மா. 'காற்றுள்ளபோதே தூற்றிக் கொள்ளவேண்டும்' என்றும் போதனை செய்தாள். சுவாதி அந்த ஆசைகளுக்கு இடங்கொடுக்கவில்லை.

'கோயிலில் உனக்கு என்ன கிடைக்கும்? தினந்தோறும் சம்பா சாதம் கொடுத்துவிடுவார்கள். மாதம் இரு மூட்டை அரிசி, தினம் இரு உழக்கு பால் எனப் படியளப்பார்கள். நம்மை நம்பி இவ்வளவு பேர் இருக்கிறார்கள். அவர்களைக் காப்பதுவும் உன் கடமை இல்லையா?'

அது சுவாதிக்குத் தெரியும். இசைக் கலைஞர்கள், வேலையாட்கள், தன் சித்தி போன்ற உறவினர் எல்லோருடைய எதிர்காலமும் அவள் முடிவில்தான் ஊசலாடியது. அந்தச் சண்டையிலிருந்து சுற்றி இருந்தோருக்கெல்லாம் தத்தம் நிலைகளைப்பற்றிக் கவலை வந்தது. அதற்கு மேலே என்றும் புன்னகைத்திருக்கும் சுவாதி கண்ணீர்விட்டது மனவருத்தத்தைத் தந்தது. எல்லோரும் துயரக்கடலில் ஆழ்ந்தனர்.

பொன்னம்மாள் மகளைப் பரம வைரியாகக் கருதத் தொடங்கினாள். தற்போது தாயும் மகளும் பேசுவது கூட இல்லை. நன்றியில்லாத பாதகி என்று அம்மா தினந்தினம் அவளைப் பார்க்கும்போதெல்லாம் சபித்தாள். சில நாட்கள் கழித்துப் பேச்சை எடுக்கலாம் என்று இருந்த பொன்னம்மாளிடம் அவள் தங்கை, ‘அக்கா, அவள் இன்னமும் குழந்தைதான். நாம்தான் விட்டுப்பிடிக்கவேண்டும்.’ என்றாள்.

‘என்ன குழந்தைத்தனம்? இதுவரையில் இந்த உலகமானது கண்டும் கேட்டுமிராத கணவனை அல்லவா கேட்கிறாள்?’ என்று கேட்டாள்.

‘உன் ஆசைக்கு இணங்க நாங்கள் சம்மதம். இன்னும் ஒரு மாத காலத்தில் வீடு நிலன் புலன்களை விற்றுவிட்டு தில்லைக்குப் போகலாம் என்று சொல்லு’ என்றாள் சித்தி.

அதைக் கேட்டவளின் பொன்னம்மாளின் முகம் சுருங்கியது. ‘என்ன சொன்னாய்?’ என்று அதிர்ந்தாள். சுவாதியின் பக்கம் ஆதரவாய் பேசுகிறாள் தன் தங்கை என்றவுடன் இன்னமும் கோபம்.

அவளுடைய உள்ளத்திலிருந்து வேதனையும் கண்களிலிருந்து கண்ணீரும் பொங்கி வந்தன. ‘தில்லைக்குச் சென்றால் என் கையில் மட்டுமல்ல, உன் கையிலும் திருவோடுதான். தெரியுமா?’ என்றாள்.

•••

அத்தியாயம் எட்டு

தில்லையை நோக்கி...

சுவாதியின் சித்திக்கு நிலைமை நன்றாகப் புரிந்தது. உத்தேசித்திருந்த காரியங்கள் நடக்கவில்லை. அதற்காக முரண்டு பிடித்துப் போராடுவதா, இல்லை சோர்ந்துபோய் தோல்வியை ஒப்புக்கொண்டு ஒதுங்குவதா? எதிரியின் கவசத்தில் சிறியதொரு விரிசல் ஏற்படாதா என்று ஆராய்ந்து பார்த்து நின்று நிதானமாய் முடிவெடுக்கவேண்டும் என்று தோன்றியது.

சுவாதியிடம் பேச்சுக்கொடுத்தாள். சித்தியிடம் முறையிட்டாள் சுவாதி. 'அம்மாவை நல்லவள் என்று நினையாதே சித்தி. வயதான காலத்தில் பேரன் பேத்திகளோடு கொஞ்சி விளையாட வேண்டும் என்று விருப்பமானால் பரவாயில்லை. அவளுக்கு ஒரு பேராசை. ஒரு செல்வச் சீமானுக்கு என்னை தானம் செய்துவிட்டு அதற்கு ஈடாக கணக்கற்ற கனகச்செழிப்பில் மீதி வாழ்க்கையை நடத்தவேண்டும் என்ற பேராசை.'

சுவாதி உரைத்தது அவள் மனதில் ஆழமாய் பதிந்ததின் வெளிப்பாடுதான் என்று சித்தியும் உணர்ந்தாள். ஆனால் கடவுளையே திருமணம் செய்யும் சுவாதியின் நோக்கத்தைப் புரிந்துகொண்டவுடன் நகைப்புதான் வந்தது சித்திக்கு.

பின் பொன்னம்மாளிடம் மிகவும் கண்டிப்பாக சித்தி எடுத்துச் சொன்னாள். 'அக்கா, சுவாதியின் முழு சம்மதம் கிடைக்காமல் அவளைப் பணியவைக்க முடியாது. போகும் வழியில் விட்டுத்தான் பிடிக்கவேண்டும்.'

'என்னடி விட்டுப் பிடிப்பது. மொத்தமாய் விட்டாயிற்று. பாதரட்சை தேயும்வரை சீமான்களெல்லாம் நம் வீட்டு வாசல்வரை நடையாய்

நடந்துவிட்டார்கள். என் கைவிரல்களுக்குள் நழுவும் தனலட்சுமியை என்னால் முகம்கொடுத்துப் பார்க்க முடியவில்லையே?'

'உன் பிடிவாதத்தால் அவள் தோல்வி அடைந்து வேதனையில் உடல் உருகி பார்க்க அவலட்சணமானால் யாருக்கு நஷ்டம்?' என்று பயமும் கொடுத்தாள் பொன்னம்மாளின் தங்கை.

பொன்னம்மாள் பற்களை 'நற நற'வென்று கடித்தது அடுத்த அறைகே கேட்டிருக்கும். சீராட்டி பாராட்டி வளர்த்த மகள் தன் சொல்லைத் தட்டி தில்லைக்குப் புறப்பட்டால் எவ்வளவு அசிங்கமாகும்? ஆனால் மிரட்டி சுவாதியை மசிய வைத்தால் பிராணத்தியாகம் செய்துகொள்வாள் என்றும் பயம்.

'லட்சணந்தான் போ. இப்படி வளர்த்து கோயிலில் தாசியாக்க நினைப்பானேன்...'

'நான் அப்படிச் சொல்லவேயில்லையே?' என்றாள் சித்தி.

அம்மா முகத்தில் முதல் முறையாக வியப்பு ஏற்பட்டது. தங்கை சொல்லச் சொல்ல திகைப்பு மாறி விவேகமானதாய் தோன்றியது.

'ஒப்புக்கொள்வதுபோல சரி என்று சொல். தில்லைக்குச் செல்வோம். அங்கு அவள் மனதை மாற்றிவிடலாம்' என்று சொன்னாள்.

மேலும் 'பலவித ஆண்களை நேரே பார்க்காமல் நடேசனை உத்தம புருஷன் என்று எண்ணிக் காதல் உருவாயிருக்கலாம். நேரில் தில்லை சென்றால் அது ஆலங்கட்டி மழைபோலக் கரைந்து மனத்தோய்வு ஏற்படும். அப்போது மனதுக்கு இதமாகப் பேசி ஆறுதல் வார்த்தைகள் சொல்லி சாதித்துவிடலாமே' என்றாள் சித்தி.

கடல் கடந்து வருவோரெல்லாம் தில்லைக்கு விஜயம் செய்வார்கள். 'திருவதிகையில் உன் மகளுக்குக் கிடைக்கக்கூடிய விலையைவிட தில்லையில் நிச்சயம் அதிகம் கிடைக்கும்' என்ற தங்கையின் பேச்சுக்கு செவிசாய்த்தார்.

திடீரென ஒரு நாள் விரோத மனப்பான்மையை விட்டுத்தள்ளி 'உன் விருப்பம்போல நடந்துகொள். எல்லோரும் தில்லை செல்வோம்' என்று மனம்மாறி அம்மா பேசியபோது வெளுத்ததெல்லாம் பால் என்று நினைத்த சுவாதிக்கு சந்தேகம் வரவில்லை. அம்மாவின் மனம் மாறியது தெய்வத்தின் செயல் என்று எண்ணி உற்சாகமடைந்தாள். நடேசனைத் தான் அடையப் போகும் நாள் நெருங்கிவிட்டது என்று பூரிப்படைந்தாள். தாய்க்கும் சேய்க்கும் சமரசம் ஏற்பட்டதைக் கண்டு எல்லோருடைய முகங்களும் மிக்க மலர்ச்சியடைந்து விளங்கின.

அம்மா ஒப்புக்கொண்ட பின்பு தனது எண்ணக் குவியல்களை எல்லாம் ஓரங்கட்டி அம்மாவின் அழுகைக் கறைபடிந்த முகத்தை விரல் கொண்டு நிமிர்த்தி சுவாதி தழுதழுத்த குரலில் 'அம்மா உனக்கு ஆயிரம் புண்ணியம். தில்லைக்கு வந்ததை நீ என்றுமே நொந்து கொள்ளமாட்டாய். இது சத்தியம்' என்றாள்.

சுவாதி பிறந்து வளர்ந்த திருவதிகை நகரை விடைபெற்றுப் போக முடிவெடுத்ததுதான் தாமதம். பின் காரியங்கள் விரைவாக நடக்கத் தொடங்கின. கோயிலுடன் தொடர்பு ஏற்படுத்திக்கொள்ள விருப்பமென்று தில்லைக் தீக்ஷிதர்களிடையே தெரிவித்துவிட ஆள் அனுப்பினார்கள். கரும்பு தின்னக் கூலி வேண்டுமா? சுவாதியின் கலைத்திறன் பற்றிய செவிவழிச் செய்திகள் பல காத தூரம் பரவியிருந்தது. கலைவாணியே தங்கள் கோயிலுக்குக் காலடி எடுத்து வைக்கப் போகிறாள் என்று அவர்களும் இருகரம் கூப்பி வரவேற்கிறோம் என்று பதில் சொல்லி அனுப்பினர்.

இருந்தாலும் பொன்னம்மாள் மனத்தில் இப்போது அவ்வளவு உற்சாகம் இல்லை. சுவாதியின் மனம் கடைசி நிமிடத்தில் மாறும் என்று வேண்டாத சாமியில்லை. அதற்கெல்லாம் வாய்ப்பேயில்லை. தில்லைக்குச் செல்லும் நாளை அவள் எவ்வளவோ ஆவலுடன் எதிர்பார்த்திருக்கிறாள் என்று பார்ப்போருக்குத் தெரிந்தது. நடமாடும் நடேசனின் பொற்பாதங்கள்பட்டு தெய்வீகமடைந்த ஸ்தலத்தில் இவளும் ஆடப்போகிறாள் என்ற பெருமிதம். 'வா' என்று நடேசனே கட்டளை பிறப்பித்திருக்கிறார் அல்லவா?

அவள் நினைத்ததை நினைத்தபடி நிறைவேற்றித் தந்த ஐம்பொன் நடேசன் சிலையை அலங்கரித்து பிரார்த்தனையாக தினம் தினம் அதன் முன் நடனமாடினாள்.

தங்கள் வாழ்நாளில் இது நடக்கிறது என்று பெருமிதம் கொண்டனர் திருவதிகை வாழ் மக்களெல்லாம். தன் வாக்கைப் பரிபாலனம் செய்வதற்காக, இல்லறத்தைத் துறக்கத் தயாராயிருந்தாள் சுவாதி. அதுவும் இந்தச் சின்ன வயதில் செய்யப் போகிறாள் என்றவுடன் திருவதிகையின் ஊரார் அவள்மீது பக்தி மிகுந்தவர்களாக ஆனார்கள். மெச்சுவதோடு இல்லை. சாலையில் செல்லும் போதெல்லாம் திடீர் திடீர் என மக்கள் வயது வித்தியாசம் பார்க்காமல் சுவாதியின் காலில் விழுந்து நமஸ்கரித்தனர். இதையெல்லாம் பார்த்தவுடன் கடைசி நேரத்தில் பொன்னம்மாளுக்கு சந்தேகம். இதனால் சுவாதியின் ஆர்வம் திடம்பெறும் என்று எண்ணத் தோன்றியது.

தில்லைக்குக் கிளம்பிய நான்கு வண்டிகளை வேடிக்கை பார்க்க ஊரே கூடியது. அதில் பலரும் கதறி அழுதனர். சீமான்கள் பலரும்

தோல்வியை ஒப்புக்கொண்டு ஒருமுறையாவது சுவாதியை தரிசிக்கலாம் என்று வந்திருந்தனர். தேவலோக மாதரும் பார்த்துப் பொறாமைப்படும்படியான அந்த சுந்தரியைக் கடைசி முறையாகப் பார்க்கிறோம் என்று மனம் விம்மியது. மணிமுடி வேந்தர் அவளை மணந்துகொள்ள ஆசைப்பட்டால் காசாவது பணமாவது வழியில் நிற்க முடியுமா என்று தெரியாமல் பயந்தோமே? இப்படி பக்தியெனும் புயல் வந்து நம் ஆசைகளையெல்லாம் வேரோடு தூக்கி எரிந்துவிட்டதே? என்று நொந்தனர்.

ஓடும் வண்டியில் இருந்த பொன்னம்மாள், 'உன் கணக்கில் தவறு ஏற்பட்டால் வாழ்க்கையே சகிக்காது. உன் யோசனையில் தவறொன்றும் வந்துவிடாதே?' என்று ஒருமுறைக்கு இரண்டுமுறை தங்கையைக் கேட்டுக்கொண்டாள். 'பின் தலையில் மண்ணை அள்ளிப் போட்டுக் கொள்ள வண்டிகட்டி தில்லைக்குச் செல்வது போலாகிவிடும்.' என்றாள்.

பரம்பரை பரம்பரையாக வாழ்ந்த வானளாவிய விமான கோபுரங்களுடன் இருந்த திருவதிகை ஊரைவிட்டுக் கிளம்பினார்கள். திருவதிகையையொட்டிய கிராமங்களைக் கடந்து சென்றன வண்டிகள். அதன் பின் ஆள் நடமாட்டம் சொற்பமே. வீடு வாசல் குறைந்தது. பாதைகூட மேடு பள்ளமாய் மாறியது. மெல்ல மெல்ல வனப்பிரதேசத்துக்குள் இட்டுச் சென்றது பாதை.

சில நேரம்வரை ஊர்வலம் களைகட்டியிருந்தது. வண்டிக்காரர் பாடினார். இசைக் கலைஞர்கள் தாளமிட்டனர். மாடுகூட ஜதிக்கு ஏற்ப நடை போட்டது. மிகவும் சந்தோஷமாக இருந்தது. பின் களைப்பினாலும் வண்டியின் அசைவுகளினாலும் சுற்றி வந்த இருட்டினாலும் ஒருவர் பின் ஒருவராய் தூங்கிவிட்டனர்.

மாடுகளும் சுவாதியும்தான் விழித்திருந்தனர். உறக்கம் வரவில்லை. அதுமட்டுமல்ல, தனிமையும் தானுமாக இருப்பது ஓர் ஆனந்தத்தை சுவாதிக்குக் கொடுத்தது. ஆயிரக்கணக்கான ஜனங்கள் வாழும் நகரத்தை ஒப்பிட்டுப் பார்க்கும் போது அந்த நள்ளிரவில் காடு ஏகாந்தப் பிரதேசமாயிருந்தது. அதில் தங்குதடையின்றி மனம் நிகழ்காலத்திலிருந்து கடந்த காலத்துக்கு அவிழ்த்துவிட்ட புரவி போலப் பாய்ந்தோடியது. அதைப்போலவே எதிர்காலத்தைப் பற்றியும் சிந்தித்தாள். வாழ்க்கையில் இதுவரை காணாத அதிசய அனுபவங்களைத் தான் அடையும் காலம் நெருங்கிவிட்டதென்று அவளுடைய உள்ளம் சொல்லியது.

முப்பத்திரண்டு சாமுத்ரிகா லட்சணமும் பொருந்திய நடேசன் முன் விதவிதமான மதுர இசை எழும்ப பலவிதமான மேனி அசைவுகளில்

ஆடவேண்டும். அதைக்கண்டு நடேசன் மயங்கவேண்டும். அவனும் தூக்கிய திருவடியை பூமியின் மேல் வைக்கும்போது அவனது பாதச் சிலம்பு குலுங்கவேண்டும். அவன் ஆடலுக்கு ஏற்ப இவ்வையகமே, ஏன், இந்தப் பிரபஞ்சமே ஆடவேண்டும். கடல் பொங்கி, புயல் அடித்து எரிமலை வெடிக்கவேண்டும். மாந்தரெல்லாம் பயம் கொண்ட ஆச்சரியத்தில் தடுமாறவேண்டும் என்றெல்லாம் கற்பனை செய்து வைத்திருந்தாள். மனங்கசிந்து பாடும் முனிவர்களுக்காக ஈசன் இறங்கி வரவில்லையா? எனக்கும் வருவான்' என்ற உறுதி ஏற்பட்டது.

அவ்வப்போது சுற்றுப்புறத்தையும் நினைத்தாள். பாதைக்கு இருபுறமும் பூத்துக் குலுங்கும் மலர்கள் இருட்டில் தெரியவில்லை. ஆனால் அவற்றின் வாசம் காலையில் அவை எப்பேர்ப்பட்ட மனோகரமான காட்சியாயிருக்கும் என்று எடுத்துக்காட்டியது. நடேசனின் நாட்டை அணுகும்போதே எல்லா உயிரினங்களிடையே இவ்வளவு ஆனந்தக் கோலாகலமாயிருக்கிறதே?

அசாதாரண நிசப்தம் குடிகொண்டிருக்கவில்லை. இந்தக் காடுகளில் தான் எத்தனை எத்தனை பட்சிகளின் கீதங்கள் கேட்கின்றன. அக்குரல்களில் தொனித்த ஆனந்தத்தை உணர முடிந்தது. இப்படிக் குயில்கள் கானம் இசைத்துக்கொண்டிருக்கும்போது வெகு சமீபத்திலிருந்து ஆந்தையின் அகோரமான குரல் ஒன்று வந்தது.

திடுக்கிட்டு எட்டிப்பார்த்தாள். இருட்டில் ஒன்றும் தெரியவில்லை. அப்போது நள்ளிரவு கழிந்து மூன்றாவது ஜாமம் ஆரம்பமாகி இருந்தது. வண்டிச் சுமையை ஏற்று இழுக்கும் மாடுகளின் குரல் மட்டும் திடீரென சோககீதமாக தொனித்தது. அன்னியர் இருக்கிறார்கள். மாடுகளின் கண்கள் சுற்றிச் சுழன்று பார்த்தும் அன்னியர் தென்படவில்லை.

திடீர் என வண்டிகளும் நின்றன. அதுவரை வண்டியிலிருந்த எல்லோரும் அந்த மாட்டு வண்டியின் திடீர் அசைவில் அலறிப் புடைத்துக்கொண்டு எழுந்தார்கள்.

சற்று முன்புவரையில் கனவெனும் ஆற்றில் ஆனந்த வெள்ளத்தில் மூழ்கியிருந்த சுவாதி கனவுலகிலிருந்து திடீரென இழுத்துவரப் பட்டதால் திடுக்கிட்டாள். எல்லோரும் வண்டி ஏன் நின்றது என்று எட்டிப் பார்த்தனர்.

இருளில் பலரது உருவங்கள் கண்ணுக்குப் புலனாகாது. மாட்டின் கடிவாளங்களைப் பிடித்துக்கொண்டு ஒருவன் நின்றுவிட்டான். அவனை மீறி ஊர்வலத்தின் முதல் மாடு நகராது.

வண்டிகளைத் திருப்பி அப்பால் செலுத்துவதற்கு வண்டிக்காரர்கள் பெரு முயற்சி செய்தார்கள். பலிக்கவில்லை. இருபுறமும் மரம் என்று பாதை நிர்ணயிக்கப்பட்டிருந்தது. முதல் மாட்டைப் பிடித்து ஊர்வலத்தை நிறுத்திய இரண்டு பேருமே கலகலவென்று நகைத்தார்கள்.

தங்களைத் தடுத்ததற்கு முகாந்திரம் கேட்பதற்கு அவசியம் இல்லை. பார்த்தாலே தெரிந்தது அவர்கள் நோக்கம். காவலர்கள் இல்லாத பிரயாணிகளாக தடுத்து அவர்களுடைய உடைமைகளை அபகரித்துக் கொள்ளப் பார்க்கும் கொள்ளையர்கள் இவர்கள் என்று யூகிக்க நேரமாகவில்லை.

'அய்யகோ, இன்னும் ஒரே ஒரு முகூர்த்த காலம் பிரயாணித்தால் தில்லையின் அரவணைப்பை அடைந்திருப்போமே?' என்று பயந்தார்கள்.

இருண்ட இரவு அகலும் சமயம். காத்துக்கொண்டிருக்கும்போதே மெல்ல மெல்ல பொழுது விடிந்தது.

'எல்லோரும் வண்டியிலிருந்து இறங்குங்கள்' என்று ஒரு கடுமையான குரல் கேட்டது. அதை மீறும் நிலையிலும் அவர்கள் இல்லை என்று புரிந்துகொண்டனர்.

ஒரு வண்டியிலிருந்து மற்றுமொரு வண்டிக்கு ஆலோசனைகள் செய்ய முடியாத நிலையில் எல்லோரும் இறங்க ஆயத்தமானார்கள்.

அத்தியாயம் ஒன்பது

பூவுலகில் தேவ கன்னிகை

ஆதவனின் உதயகால கிரணங்கள் அடித்தவுடன் கவிந்து வந்த இரவின் இருள் மெலிந்து மறைந்தது. கானகத்தில் வந்து காரிருளில் அகப்பட்டுக்கொண்ட நாலு வண்டிகளில் பிரயாணித்தவர்கள் அவரவர் வண்டிகளிலிருந்து வேண்டா வெறுப்பாய் இறங்கினார்கள். ஆனால் ஒன்று. திடும் பிரவேசமாக வந்த இடையூறின் ஆபத்தைப் புரிந்துகொண்டு அவரவர் தத்தம் விருப்பப்படி ஒவ்வொரு திசையில் ஓடவில்லை.

இதுவே கொள்ளையர் கூட்டத்தில் பலருக்கு அதிசயம். ஒவ்வொரு கொள்ளையிலும் எவனாவது ஒருவன் தான் மட்டும்தான் புத்திசாலி என்று நினைத்துக்கொண்டு காட்டுக்குள் பாய்ந்தோடுவான். சில சமயம் ஓடிப் பிடிப்பார்கள். சில சமயம் ஏழெட்டு நாள் கழித்து சோறு தண்ணீர் இன்றி வற்றிப்போய் அவனே வழி தெரியாமல் எங்காவது அகப்படுவான். இல்லை மயங்கிக் கிடப்பான்.

ஆனால் இன்று அப்படியில்லை.

அதேபோல் திடீரென்று பாய்ந்த கொள்ளையரைக் கண்டு எப்போதும் ஏகக் கூச்சலும் குழப்பமும் உண்டாவதைப் பார்த்திருந்தனர். ஆனால் இன்று அதிசயமாக சப்தம் ஒன்றும் இல்லை.

முதலில் நந்தன் எழுந்திருக்கவேயில்லை. நடப்பதையெல்லாம் பார்த்துக்கொண்டு பாறையின்மீது சாய்ந்து அமர்ந்திருந்தான். பெண்கள் அதிகமாயிருக்கும் கூட்டம் என்ற அலட்சியம் அவனை ஆட்கொண்டது. காலை அதிவேகமாக விடிந்துகொண்டிருந்தது. அதனால் பிடிபட்டவரின் முகபாவங்களும் தெள்ளத் தெளிவாகத் தெரிந்தது. வண்டியிலிருந்து இறங்கியவரை உற்றுப் பார்த்தான்.

எப்போதுமே கொள்ளையன் கண்கள் கூர்மையானது. நான்கு குவளைகள் பனங்கள் பருகியிருந்தாலும் கூர்மையானவைதான். குழுவிலிருந்த ஆண்கள்ளெல்லாம் எதிர்ப்பு தெரிவிக்கும் நிலையில் இல்லை என்றாலும் ஏதோ நோக்கத்துக்காக வண்டியிலிருந்து இறங்கி நின்ற மூன்று ஸ்திரீகளும் ஐந்து ஆடவர்களும் அச்சமயம் குளிருக்கு அண்டும் கோழிகளைப்போல ஒரு வண்டியை மட்டுமே அடைகாப்பதுபோல சுற்றி நின்றனர்.

நந்தன் எப்போதும் முதலில் ஒன்றைத்தான் கவனிப்பான். செல்வம் எடுத்துச் செல்பவன் கொள்ளையனிடம் அகப்பட்டால் உடனே அவனது கண்களும் கைகளும் அவனிடம் இருப்பதிலேயே அதிமுக்கியத்துவம் கொண்ட பொருள்களைப்பற்றியே கவலைப் படும். கண்கள் அதையே பார்க்கும். கை தானாக அது இருக்கும் இடத்தை மூட முயலும். கொள்ளையனுக்கு அதிக சிரமம் வைக்காமல் இவையே அந்தப் பொருளைக் கண்டுபிடிக்க மிக எளிமையான வழி.

எல்லோரும் இயற்கையாகவே நடு வண்டியைச் சூழ்ந்து நின்றனர். அதாவது பெண்கள் இறங்கிய வண்டியைச் சுற்றி. எல்லோரும் கூடி நிற்கவே, அவர்களுக்கு மையமாக இருந்த வண்டியில் அமர்ந்திருந்தவரிடம் அல்லது இருந்த பொருளிடம் அவர்கள் பயபக்தி கொண்டவர்கள் என்பது அவர்களுடைய பரபரப்பான தோற்றத்திலிருந்து தெரிந்தது.

உண்மைதான். கொடும் கொள்ளையனிடம் சிக்கியது பொன்னம்மாளின் குழுவுக்குப் பெருவியப்பை உண்டாக்கிற்று. அதோடு பயத்தையும் உண்டாக்கிற்று. செல்வம் போனாலும் பரவாயில்லை. ஆனால் சுவாதி இருக்கிறாளே! இந்த எண்ணம் வந்தவுடன்தான் எல்லோரும் நடுவில் இருந்த வண்டியைச் சூழ்ந்து நின்றனர்.

வண்டிக்குள் இருந்து எட்டிப் பார்த்த சுவாதிக்கோ நெஞ்சு ‘படக் படக்’ என்று அடித்துக்கொண்டது. அம்மாவின் முகத்தை முதலில் பார்த்தாள். வெளியில் நின்ற அம்மாவுக்கு மனதில் இருந்த கொஞ்சநஞ்ச உற்சாகமும் போனது. இது ஒன்றுதான் பாக்கி என்று பிரம்மஹத்தி பிடித்ததுபோலக் கல்லானாள்.

சுவாதிக்கும் சோகம்தான். ‘இன்னும் தடைகளா?’ என்று கண்களில் கண்ணீர் மல்கிற்று. நடேசனின் விருப்பம் வேறுவிதமாயிருந்ததோ என்ற சந்தேகம்கூட. தன் வாழ்க்கைக் குறிக்கோள் பூர்த்தியாவதற்கு எத்தனை எத்தனை தடைகள் இருக்கின்றன என்பதை எண்ணியபோது அவளுக்குக் கோபம் கோபமாய் வந்தது.

நந்தன் அப்படி என்னத்தைத்தான் பாதுகாக்கிறார்கள் என்று எட்டிப் பார்த்தான். பெண்கள் பிரயாணித்த வண்டியில் யாரோ அமர்ந்திருந்தார்.

அவனது ஆர்வத்தை அது கூட்டியது. உடனே கையினால் சமிக்ஞை செய்து எல்லோரும் இறங்கும்படி கட்டளை பிறப்பித்ததன் பேரில் வண்டியின் வாசற் பக்கத்திருந்து ஒரு பெண் எட்டிப்பார்த்தாள்.

முதலில் இறங்கியவர்களெல்லாம் கண் ஜாடையால் நீ மட்டும் மறைந்திரு என்று சொல்லிவிட்டார்கள். சுவாதி மட்டும் வண்டியின் இருளில் அமர்ந்திருந்தாள். ஆனால் கொள்ளையன் கண்கள் அவளைக் கண்டுபிடித்திருக்கவேண்டும். அதனால் இறங்கித்தான் ஆகவேண்டும் என்று முடிவெடுத்தாள். வேறு வழியில்லை.

ஆனாலும் தைரியமாக இருக்கவேண்டும். நடேசன் தூக்கிய திருவடிக்குப் பணிசெய்து கிடப்பதே நமது கடன். அதனால் நம்மைக் காக்கும் கடன் எல்லாம்வல்ல ஆடல்வல்லானுடையது என்று முடிவு செய்து வண்டியிலிருந்து வெளியே காலடி எடுத்து வைத்தாள்.

வண்டியில் இருந்த கடைசி நபரும் மெல்ல இறங்க, கூட்டத்தாரும் அவளைப் பார்த்தனர். முக்கியமாக நந்தன் வைத்த கண் வாங்காமல் பார்த்தான். அவள் வண்டியிலிருந்து இறங்கி அவள் கால் காட்டு தரையில் படும் முன் நந்தனுக்கு உலகமே சுழன்றது. அந்தப் பெண்ணை பார்த்தவுடன் இருதயமே நின்றது. இதுவரை அவன் வாழ்நாளில் பார்த்திராத சௌந்தர்யக் காட்சி தென்பட்டது.

சுவாதிக்கோ இந்தப் புது அனுபவத்தினால் பயம். அழகிய கண்களினுள்ளே இருந்த கருவிழிகளோ அங்கும் இங்கும் குறுகுறுவென்று அலைந்துகொண்டிருந்தன. விமோசனம் தேடின. பின் நந்தன் முகத்தைப் பார்த்தவுடன் அவனது கண்களில் தெரிந்த உணர்வானது அவளை சாந்தப்படுத்தியது. பழகிய உணர்வுதான். முற்றிலுமாக உன்னிடம் நான் சரண் என்று சொல்லாமல் சொல்லும் உணர்வு.

எத்தனை ஆண்களில் அந்த உணர்வைக் கண்டிருந்தாள். உடனே தனக்கு ஆபத்து ஒன்றும் நேராது என நிம்மதி அடைந்தாள். இப்போது அவள் முகத்தில் சிறிது கலக்கத்தின் அறிகுறிகூட தென்படவில்லை. மாறாக அவளது செவ்விதழ்கள் புன்னகையில் மலர துடித்தன. அடக்கிக்கொண்டாள்.

அஞ்சனந் தீட்டிய கண்களை அகல விரித்து அவனையே பார்த்தாள். அவள் கருவிழிகளில்தான் என்ன மாய சக்தி இருக்கிறதோ தெரியவில்லை. பல பெண்களின் கண்களில் மோகத்தீயின்

ஜுவாலை வீசியதைக் கண்டிருந்தான். இவள் கண்கள் அப்படி இல்லையே? 'உன்னைக் கண்டு பயம் கொள்ளவில்லை' என்று அவை சொல்வது மட்டும் அவன் மனத்தில் பதிந்தன. அதற்கு அவளிடம் சென்று நன்றி சொல்லவேண்டும் போலிருந்து.

அவள் முகத்தை அடங்கா அதிசயத்தோடும் ஆர்வத்தோடும் பார்த்துக்கொண்டு நின்றான். இப்படியொரு அழகா! காலை இளங்காற்றில் அவள் சௌந்தர்யம் அவனைச் சூழ்ந்து பரவசப் படுத்தியது. அவளைப் பார்த்தவுடனேயே பார்வையைத் தவிர மற்ற எல்லா உணர்வுகளையும் இழந்து நின்றான். இத்தனை நாள் எட்டிப் பாராத உணர்வு இது. எப்படி சமாளிப்பதென்று தெரியாமல் திகைத்தான்.

இதுவரை பழகிய, ஆழ்ந்து உறவாடிய பெண்களிடமெல்லாம் மனமானது இப்படி ஈர்க்கப்படவில்லையே! வண்டியிலிருந்து இறங்கியவுடனேயே தன்னை வீழ்த்திவிட்டாளே! என்று எண்ணி வியந்தான். பத்தரைமாற்றுப் பொன்னொத்த மேனியினாள். உடலின் அமைப்பை அப்படியே கட்டித் தழுவிய அவள் புடவையோ மேனி அழகைப் பதின்மடங்கு மிகுதியாய் காண்பித்தது. இந்திர சபையின் தேவதைகளின் அழகெல்லாம் திரண்டு உருக்கொண்டவள் போலிருந்தாள். ரம்பை ஊர்வசி திலோத்தமை மானிடப்பெண் உருவம் கொண்டு அவன் முன்னால் வருவதுபோல் தோன்றியது. ஒருவேளை அவள் அப்படி பூலோகத்துக்குப் பாவம் பார்த்துக் காலடி எடுத்து வைத்த இந்திரன் கோட்டை தேவதையோ என்று கேட்க எண்ணினான். ஆனால் நாக்கு மேலண்ணத்தில் ஒட்டிக் கொண்டது போல பேச்சு வரவில்லை. வாயைத் திறந்தால் பேச்சுக்குப் பதிலாக வெவ்வேறு சப்தங்கள் வெளிவருமென பயம்.

பயத்தில் அகன்ற அவளுடைய கண்களைப் பார்த்தான். அது நாடகம் என்று தெரிந்தது. அவன் நிலையை அவள் கணக்கிட்டுவிட்டாள் என்று அவனுக்குத் அப்பட்டமாய் தெரிந்தது. நந்தன் அவன் பேசும் அதிகாரத் தோரணையைக் கண்டு வீரர்களே நடுநடுங்கி ஆயுதங்களைக் கீழே போட்டுவிடுவார்கள். ஆனால் அவள் முன் எந்தத் தோரணையும் வெளிவரவில்லை. வந்தாலும் அவள் அசையமாட்டாள் என்று அவனுக்குத் தோன்றியது.

அவன் வாழ்வில் இதுவரை உடல் ரீதியான இன்பமே மிஞ்சி நின்றது. இதுவரை அவன் வாழ்வில் வந்து சென்ற கட்டிப்புரண்டு ஒட்டி உறவாடிய பெண்களின் முகங்களைக்கூட அவனால் நினைவுகூற முடியாது. ஆனால் இவளுடைய ஸ்பரிசம்கூட அறியாமல் தவியாய் தவிக்கிறோமே? ஓர் உற்சாகம் தோன்றியது. உடம்பிலிருந்த

சோர்வெல்லாம் சென்றது. தலைக்குள் இடிபோல் இடித்துக் கொண்டிருந்த வலி எங்கேயோ போனது. மனம் கொடுக்கும் இன்பம் கோடி முறை பெரியது என்று முடிவெடுத்தான்

தலைவனுக்கு காதல் வந்தால் என்ன? சுற்றியிருந்த கொள்ளையர் பொறுமை இழக்கத் தொடங்கினார்கள். நந்தன் முடிந்த அளவுக்கு சாவதானமாய் நடந்து அகப்பட்டவர் அருகில் சென்று ஆராயலாம் என்று நினைத்தான். அதைத்தான் கூட்டத்தாரும் எதிர்பார்த்தார்கள். ஆனால் கால்கள் அதற்கு ஒத்துழைக்குமா என்று அவனுக்குத் தெரியவில்லை. பாதி வழியில் மடக்கி மானத்தை வாங்கிவிட்டால்? எதற்கு சோதனை என்று நின்ற இடத்திலேயே நின்றான்.

இப்படிப் பேசாமல் இரு குழுக்களும் நின்றனர். செல்வமும் கைவிட்டுப்போய் வாழ்நாளெல்லாம் இந்த குண்டர்களுக்கு அடிமை வாழ்வா என்று பயந்து குழம்பியபடி வந்தவர்கள் நின்றார்கள். ஏன் குழுத் தலைவன் நந்தன் ஒன்றும் செய்யாமல் இருக்கிறான் என்று கொள்ளையர் நினைத்துக் குழம்பினர்.

நந்தன் அமர்ந்திருந்த தோரணையைக் கண்டு கூட்டத்தில் ஒருவர் மட்டும் முன்னால் வந்து நின்று நடுங்கிய கைகளுடன் வந்தனம் செலுத்தினார். அவருடைய உடம்பு நடுங்கிற்று; நா குழறிற்று. அவருக்கோ வாயில் வார்த்தைகள் உருவாக மறுத்தன. உருவானதும் வெளிவர மறுத்தன. மெதுவாகச் சமாளித்துக்கொண்டு நந்தன் முன் வந்து நின்றார். தட்டுத் தடுமாறிக்கொண்டே, ‘தில்லைக் கோயிலுக்குச் செல்கிறோம். எம்மைப் போகவிடவேண்டும்’ என்று மட்டும்தான் சொல்வதாய் திட்டம். இந்தக் கொள்ளையர் எவ்வளவு கடின சித்தராயிருப்பார்களோ என்ற பயம். எனினும் பேசிப் பார்க்கலாம். கோயில் விஷயத்தைச் சொன்னால் மனம் உருகக் கூடியவர் இந்தக் கூட்டத்திலும் இருப்பார்கள் அல்லவா?

கொள்ளைக்காரனுக்கு எப்படி முகமன் கூறுவது என்று தெரியாமல் திகைத்தார் தவில்காரர். பயணிகள் எல்லோரும் அவரையே வைத்த கண் வாங்காமல் பார்த்தனர். அவர்கள் வாழ்க்கையே அந்தத் தவில்காரர் பேசுவதில்தான் அடங்கியிருந்தது.

ஆனால் முன் வந்து நின்றவரை நந்தன் கவனிக்கவேயில்லை. ஓரக்கண்ணால் அந்த அழகியைப் பார்த்துக்கொண்டேயிருந்தான். சித்திரப் பதுமைபோல இருந்தாள். ஏற்கெனவே அகன்ற விசாலமான நயனங்களை இன்னும் அகலமாக விரியச் செய்துகொண்டு அவனையே உற்றுப் பார்த்துக்கொண்டிருந்தாள். அவளது பார்வையானது அவனது இரண்டு தோள்களையும் பிடித்துக்

குலுக்கியது போலிருந்தது. எனினும் அவளைப் பார்த்துக்கொண்டே இருக்கலாமென்று தோன்றியது.

காட்டில் என்ன அழகுக்கா குறைச்சல்? தோகை மயில்களை தினமும் பார்க்கிறவன் வேறொரு எழிலை ரசிக்க முடியுமா என்று கேட்கலாம். எனினும் இப்பேர்ப்பட்ட பெண்ணெழிலை அவன் அதுவரை பார்த்ததில்லை.

நந்தனுக்கு உடம்பெல்லாம் இப்போதுகூட கிடுகிடுவென்று நடுங்கியது. முருகையன் சிறுவயதிலிருந்து வீரனுக்கு இத்தகைய படபடப்பும் ஆத்திரமும் இருக்கக்கூடாது என்று சொல்லிச் சொல்லி வளர்த்தான். எனினும் சில சமயம் மட்டும் கட்டுக்கடங்காத உணர்ச்சிப் பெருக்கு வந்துவிடும். இன்றும் அப்படித்தான்.

கடைசியாக கூட்டத்தார் எல்லோரும் பொறுமையிழக்கிறார்கள் என்று தெரிந்தவுடன் கிழவரைப் பார்த்து 'என்ன சேதி?' என்று கேட்பதுபோல பார்வையில் அவரைப் பார்த்தான்.

•••

அத்தியாயம் பத்து

காதல்

'நீர் செய்வது கொஞ்சங்கூட நன்றாயில்லை' என்று சொல்ல நினைத்த தவில்காரருக்கு வாயில் வார்த்தைகள் வரவில்லை. பாறையின்மீது அமர்ந்தபடி இவரைப் பார்வையால் கேள்விக் கணை தொடுத்த கொள்ளையனைப் பார்த்தால் குடல் தெறிக்க ஓட வேண்டும் போலிருந்தது.

யாராவது இந்தச் சிக்கலுக்கு வழி கண்டுபிடிக்க வேண்டுமே என்பதால் இவர் வந்தார். ஆனால் வாழ்க்கையில் தவிலை வாசிப்பது தவிர வேறொன்றும் அவருக்குத் தெரியாது. எல்லோருமாய் சோகப் பார்வையை அவர்மேல் செலுத்தி இந்தச் சிக்கலைத் தெளிவு படுத்தும் கடமையை தலையில் கட்டிவிட்டார்கள்.

'ஜீவனோபாயம் தேடிப் போவோர் அல்ல. கடவுளை நாடிப் போவோர் என்று எடுத்துச் சொன்னால் விட்டுவிடுவான்' என்று மனதுக்குள் தீர்மானம் செய்துகொண்டார்

இன்னும் ஒருமுறை சுற்று முற்றும் திரும்பிப் பார்த்தார். பொன்னம்மாளைப் பார்த்தார். அவள் முகத்தில் கோபம். 'ராணிபோல திருவதிகையில் இருந்திருக்கலாம். தில்லையை நோக்கி ஏன் புறப்பட்டோம்? இத்தகைய தர்ம சங்கடத்தை எதற்காக வருவித்துக்கொள்ளவேண்டும். காசைக்கொடுத்துத் தேளைக் கொட்டிக்கொண்ட கதையாயிருக்கிறதே!' என்று அவள் முணுமுணுத்துக்கொண்டிருந்தாள். 'எல்லாம் பாழாய் போன சுவாதியால் வந்தது' என்று சபித்தும் கொண்டிருந்தாள்.

அவளைக் கண்டவுடன் தவில்காரருக்குக் கொள்ளையனே தேவலை என்று தோன்றியிருக்கும்போல. பேசத் தொடங்கினார்.

பெண்கள் வைத்திருக்கும் நகைகள் ஏராளம். அதுவும் ஊர்விட்டு ஊர் செல்லும் மக்கள் வீட்டைக் காலி செய்துகொண்டே வந்திருக்கிறார்கள். இதர பொருள்கள் ஏராளம். பேசிப் பார்த்து அதில் பாதியாவது எடுத்துக்கொண்டு ஓட்டம் பிடிக்கவேண்டும் என்று எண்ணினார். 'நாங்கள் தில்லைக் கோயிலுக்கு சேவகம் செய்யப் போகிறோம். சாமி காரியமாகப் செல்கிறோம். எங்கள் குறுக்கே நிற்கலாமா? எங்களை ஒரு துன்பமும் நேராமல் நீர் விட்டுவிட வேண்டும்' என்றார்.

பேசியதில் விமோசனம் ஏதேனும் தென்படுகிறதா என்று நந்தனை உற்றுப் பார்த்தார். அவனும் ஆழ்ந்த சிந்தனையில் இருந்தான். நொடிகள் நகர நகர அவருக்கு பயமும் அதிகரித்தது. மௌனத்தால் பீடிகை போட்டுக்கொண்டு இருக்கும் இவனை எப்படிச் சமாளிப்பது? என்று அவர் நினைத்ததுபோல் இருந்தது.

நந்தன் ஆழ்ந்த சிந்தனையில் இல்லை. அவனது நாக்கு மேலண்ணத்தில் ஒட்டிக் கொண்டுவிட்டது. நாக்கு மட்டுமல்ல. உடலில் மற்ற பாகங்களும்தான். அவர் பேசுவது அவன் காதுகளில் விழவில்லை.

இப்போது சூரியன் வானில் மெல்ல மெல்ல ஏறத் தொடங்கினான். பார்க்க அந்தப் பெண் இன்னும் அழகாக இருந்தாள். அரை இருளில் பார்த்த அவளது முகம் இப்போது சிவந்து ஞாயிறைப் பார்த்த செந்தாமரை போலிருந்தது. சராசரிப் பெண்களையே பார்த்துப் பார்த்து அலுத்துப்போன கண்கள் உயிருள்ள ஒரு தேவதையின் முகத்தைப் பார்ப்பதில் ஆனந்தம் கொண்டது. யௌவனக் கண்களுக்கு விருந்து என பல இளநங்கைகள் அவன் வாலிபப் பிரயாணத்தில் வந்து சென்றிருந்தார்கள். இன்று நினைத்துப் பார்க்கும்போது அவர்களெல்லாம் வழிப்போக்கர்கள்தான்.

இந்த மாதிரி காதல் அவனுக்கு முற்றிலும் புதுமையாயிருந்தது. பெண்களின் மேனிக்கு ஆசைப்பட்டிருந்தான். அவனுடன் உறவாடிய பலருக்கு இருதயம் என்று ஒன்றிருந்ததே அவன் உணரவில்லை. இப்போது இந்தப் பெண்ணுக்கு ஓர் இருதயம் உண்டு. அதனுள் புகவேண்டும் என்று வெறி மேலோங்கியது

இந்த மௌனத்தை எத்தனை நேரம் சகித்துக்கொண்டிருப்பது? என்ன பேசினாலும் கவனிக்கமாட்டான் போலிருக்கிறதே என்று தவில்காரர் தவித்திருக்க மற்ற கொள்ளையர் பொறுமையாய் இல்லை. வண்டி வண்டியாய் சோதனை போட ஆரம்பித்தனர். சராசரிப் பொருள்களுக்கு இடையே சில பொருள்கள் அவர்களுடைய கவனத்தைக் கவர்ந்தன. வினோதமாய் இருந்தன. ஒவ்வொரு

வண்டியாய் பார்வையிட்ட போது தென்பட்ட இசைக் கருவிகள் தாம் அவை. மேளம், நாதஸ்வரம், தவில், வீணை என பல இருந்தன. எல்லாம் சுவாதியின் நடனத்துக்கு உபயமாகும் பக்கவாத்தியங்கள். கானக வாழ்க்கை நடத்தும் கொள்ளையருக்கு அந்த இசைக்கருவிகள் கண்கொள்ளாக் காட்சியளித்தது. ஒரு வண்டியிலிருந்து கொள்ளையன் ஒருவன் மத்தளத்தையும் நாதஸ்வரத்தையும் எடுத்ததுதான் தாமதம். உடனே ஒரே கூத்தும் கும்மாளமும்தான். ஒரு வினாடி நேரத்தில் காடே அல்லோல கல்லோலப்பட்டது.

ஒருவன் மேளத்தை ஆனந்தமாய் தட்ட, இன்னும் ஒருவன் அபஸ்வரமாய் நாதஸ்வரத்தை ஊத சிரிப்பொலியுடன் சேர்ந்து கலகலவென இருந்தது இடம். இசைக் கருவிகளையெல்லாம் தட்டிப் பார்த்தனர். மீட்டிப் பார்த்தனர். மேளத்தை ஒருவருக்கு ஒருவர் தூக்கி எறிந்து விளையாடினர். இரைச்சல் போட்டுக்கொண்டு வானில் விட்டெறிந்து அதைப் பிடித்தனர். பிடிக்கும்போதே இரு கையாலும் அதன் பக்கங்களைத் தட்டினான். ஒருவன் வீணையைத் திருப்பி இன்னும் ஒருவனை விளையாட்டாகத் தாக்க முற்பட்டான்.

அதைப் பார்த்த வித்வான்களுக்கு அழுகை வந்தது. ஆனால் ஒன்றும் சொல்ல முடியவில்லை. இப்படிப்பட்ட கேவலத்தைக் கற்பனை செய்யவும் முடியாது. சீச்சீ! எத்தனையோ ஏற்றத்தாழ்வுகளை அனுபவத்தில் கண்டிருந்தும், கலைவாணியின் அம்சமான இந்த இசைக் கருவிகள் இந்தக் கொள்ளையர் கையில் பட்டபாடு மனதை நோகச் செய்தது.

வேறொரு சந்தர்ப்பம் என்றால் அந்த அசட்டுத்தனத்தை நந்தன் ரசித்திருப்பான். ஏன் கூட்டத்தினரின் கேலிக் கூத்தில் பங்கேற்றிருப்பான். ஆனால் அந்த நொடி அவளைப் பார்த்தபோது அவள் முகத்தில் வெடித்தன எள்ளும் கொள்ளும். தெய்வமாய் மதிக்கும் இசைக் கருவிகளை அவர்கள் தூசென மதித்து விளையாடியது அவள் கலையை அவமதித்தது என்று தோன்றியது. இதற்கெல்லாம் காரணம் இந்தக் குழுவின் தலைவன் என்று நந்தன் இருக்கும் திசையை நோக்கினாள். பார்வையால் எரிக்க முடியும் என்றால் நந்தன் அன்று பஸ்பமாயிருப்பான்.

முதலில் நந்தனுக்கு ஏன் என்று புலப்படவில்லை. அந்த மேளம்பட்ட அவதியைத் தனது சொந்த இடர்போல எண்ணுகிறாள் எனப் புரிந்தவுடன் அவனுக்குப் பதற்றம். இசை அவளுடைய உள்ளத்தைப் பூரணமாய் கவர்ந்திருந்தது எனப் புரிந்துகொண்டான்.

நந்தன் மறுபக்கம் திரும்பிப் பார்த்தான். கூட்டத்தினர் இடைவிடாத கூத்தும் கேலியும் செய்த வண்ணமிருந்தார்கள். அந்தப் பெண்ணின்

முகம் சினத்தில் சிவந்தது. கண்களிலும் நீர் ததும்பிற்று. ஓடி வந்து தன்னை அறையப் போகிறாளோ என்றுகூட பயம் ஒரு நிமிடம். அப்படிச் செய்தால் தன் கையை உயர்த்தக்கூட அவனிடம் சக்தியில்லையே!

சுவாதியின் அழகிய முகத்தில் கோபம் நொடிக்கு நொடி வலுப்பெற்று வந்தது. திரும்பி நந்தனை முறைத்தாள். இருவருடைய கண்களுக்கிடையில் யுத்தம் மூண்டது. வேல் விழியிலிருந்து வெற்றி பெறுவது அபூர்வந்தானே!

இந்த நிலையிலிருந்து விடுபடுவதற்காக என்ன செய்வதென்று தெரியாமல் இருந்த நந்தன் ஒரு தீர்மானத்துக்கு வந்தான். கூட்டத்தாரை அதட்டினாலொழிய மேற்படி விஷயம் முடியாது என்று அறிந்தான். பதற்றத்தில் காணாமல் போன அவன் குரல் திரும்ப வந்தது. 'நிறுத்துங்கள்' என்று ஒரு சப்தம் போட்டான்.

உடனே சுற்றுப்புறமெங்கும் எள் போட்டால் எள் விழுகிற சத்தம் கேட்கும் அளவுக்கு நிசப்தம் குடிகொண்டிருந்தது. அவன் குரலில் வெகு நாட்களாய் அவன் கூட்டத்தினர் கேட்டறியாத கோபமும் கண்டிப்பும் தொனித்தது.

'உடனே எல்லாவற்றையும் எடுத்த இடத்தில் திரும்ப வையுங்கள். போய் வேலையைப் பாருங்கள்' என்று கடுமையாக எச்சரித்தான்.

இசைக் கருவிகளைக் கையில் வைத்திருந்த அந்த வீரர்களுக்கும் மூஞ்சி சிவந்தது. ஒன்றும் பேசாமல் பவ்யமாக எடுத்துச் சென்று பயபக்தியுடன் வண்டிகளில் இருந்த இடத்தில் வைத்தனர். கொள்ளையர் முகங்கள் எல்லாம் வாட்டமுற்றது. நந்தனின் வினோத செயல்களுக்குப் பழகிப்போயிருந்தாலும் இன்று ஏன் இந்தச் சிறிய விஷயத்துக்குக் கோபம் கொள்கிறான் என்று புரியவில்லை.

இசைக் கருவிகள் எல்லாம் இருந்த இடத்தில் வைக்கப் பெற்றவுடன்தான் நந்தன் அந்தப் பெண்ணை நோக்கித் திருப்பினான். அவள் கண்களில் ஒரு நடனம்தனைக் கண்டான். அது நன்றியா? அன்பா? அவனுக்குப் புரியவில்லை.

ஆம் உண்மைதான். சுவாதியின் மனதில் ஆரம்பத்தில் இருந்த கொந்தளிப்பு என்பதே அடியோடு இல்லாமல் அவளுடைய கண்கள் அளவிலா வியப்பினால் விரிந்து நந்தனை நோக்கின. அவளுடைய அந்தரங்கக் கருத்துக்களையெல்லாம் கண் பாஷையில் அறியக் கூடியவனா இவன்? முதலில் மற்றவரைப்போல இந்தப் புது அனுபவத்தால் சுவாதிக்கும் பயம்தான். ஆனால் பயத்துடன் கலந்த உணர்வு ஒன்றும் எழுந்தது. இதுவரை அனுபவித்திராத உணர்வு.

தாமரை முகம் சமிக்ஞையினால் நன்றி கூறிக்கொண்டிருந்த சமயத்தில், அவள் செவ்விதழ் தானாக விரிந்தன. குறுநகை பிறந்தது. நகைப்பில் அவள் அணிந்திருந்த நகைகளெல்லாம் மங்கிப் போயின. மாந்தளிர் நிறம்கொண்ட முகம் முழு நிலவுபோலப் பிரகாசித்தது.

முக்கியமாக முன்பு அவள் விழிகளில் இருந்த மானின் மருட்சி போனது. இவனால் மட்டுமல்ல இவனிருக்கும் இடத்தில் தனக்கு ஆபத்து ஒன்றும் நேராது என நிம்மதி அடைந்தாள்.

நிசப்தம் நிலவியது. அடுத்து என்ன செய்வது என்று இரு குழுக்களும் மீண்டும் யோசித்தன.

நந்தன் இப்படிப் புரியாமல் கோபப்படுகிறான் என்றவுடன் கொள்ளையர் எல்லோரும் வண்டிகளிடமிருந்து அகன்றனர். நந்தனுக்கோ இதற்குமேல் இந்த விவகாரத்தை வளர்க்கக் கூடாது என்ற தீர்மானம்.

ஆனால் உடனே மனதுக்குள் போராட்டம். இவளை அருகிலேயே வைத்துக்கொண்டு கண் கொட்டாமல் ரசிக்கவேண்டும் என்று பெரும்பான்மையான மனம் சொன்னது. ஆனால் அவள் இங்கே இருந்தால் நம் மேல் அவளுக்கு இன்னமும் வெறுப்புதான் ஏற்படும் என்று ஒரு சிறிய பாகம் எச்சரித்தது.

முக்கிய முடிவெடுத்தான். தன்னைவிட்டுப் பிரிந்து எங்கேயாவது தொலைதூரத்துக்குப் போகப் போகிறாள் என்ற ஏக்கம் அவன் கண்ணில் தெரிந்தது. அவனுக்கு அவளைவிட மனமில்லைதான். உள்ளத்தில் ஓர் ஆசை உதயமாயிற்று. கடைசியாக அவளை நோக்கி ஒரு வார்த்தையாவது பேசிவிடவேண்டும் என்று. அவள் பெயரைக் கேட்டுவிடவேண்டும் என்று. ஆனால் அவனுக்கு தைரியம் வரவில்லை.

'நீ மனம் கலங்க வேண்டாம்' என்று சொல்லாமல் சொல்லும் பார்வையை அவள் மேல் செலுத்தி 'அவர்கள் செல்லட்டும். வழிவிடுங்கள்' என்று உத்தரவிட்டான். நந்தனின் கட்டளைகளுக்கு அடிபணிந்தே பழக்கப்பட்ட கூட்டத்தாரின் முகங்களில் ஆச்சரியம் இருந்ததே தவிர எதிர்ப்பேதும் இல்லை. அடுத்த நிமிஷம் மாடுகளைப் பிடித்தவர்கள் தலைவனே ஆக்ஞையிட்டிருந்தபடியால் பேசாமல் வண்டி மாடுகளின் கடிவாளத்தின் மேல் இருந்த கையை அகற்றினார்கள். மாடுகளுக்கும் இனி விடுதலை என்று புரிந்தது போல தலையை அசைத்தன. அந்த மணியோசை காட்டின் நிசப்தத்தைக் கிழித்தது.

அளவில்லா அதிசயத்துடன் அவன் போகச் சொன்னது உண்மையா என்று நம்பாமல் சுவாதி பார்த்தாள். பெரும் விபத்திலிருந்து காப்பாற்றிய விதியை மனதில் வாழ்த்தியபடி அவன் மனம் மாறும் முன் அந்த க்ஷணமே எல்லோரும் ஓடி தத்தம் வண்டிகளில் ஏறினர்.

அவள் மட்டும் நிதானமாக கால் சதங்கை 'கலீர் கலீர்' என்று சப்திக்க அன்னநடை நடந்து வண்டியில் ஏறிக்கொண்டாள். வண்டியில் ஏறியவுடன் அவனை ஒருமுறை பார்த்தாள். அவன் கண்களையே நோக்கினாள். நயன பாஷையினால் நன்றி சொல்லி விடைபெற்றுக் கொண்டாள்.

அடுத்த கணத்தில் ஊர்வலம் காற்றாய் பறந்து சென்றது. கண்கொட்டாத ஆர்வத்துடன் கண்ணுக்குப் புலப்படாத தூரம் செல்லும்வரை பார்த்திருந்தான். நந்தனுக்கு தன் பிராணனே தன்னைவிட்டுப் போவது போலிருந்தது. ஏதோ ஜென்மமெல்லாம் அவள் இவனுடன் நெருங்கிப் பழகியதுபோல் ஓர் உணர்வு. முக்கியமாக மீதி ஜென்மமெல்லாம் அவளுடன் இருக்கவேண்டும் போலிருந்தது அவனுக்கு.

களிப்பின் மெருகு எப்போதும் இருக்கும் கொள்ளையன் முகத்தில் இனம் தெரியாத சோகத்தின் ஒரு சாயலை விட்டுச் சென்றாள்.

பாரம் கொஞ்சமும் இறங்காமல் வண்டிகள் நகர்ந்தன. நந்தன் இதயத்திலே பெரியதொரு பாரத்துடன் விடை கொடுத்தான்.

•••

அத்தியாயம் பதினொன்று

ஜென்ம ஜென்மாந்திரமாய்

குறுகலான காட்டுப்பாதை கானகத்துக்கு வெளியே போகப்போக ஆள் நடமாட்டமும் அதிகரித்தது. தில்லைக்கு இன்னுமொரு மூன்று காத தூரத்துக்கு மேல் இராது என்றவுடன் இருந்த பயமெல்லாம் சடுதியில் நீங்கிற்று. ஆனால் ஆச்சரியம் அடங்கவில்லை. 'கொள்ளையன் படுபாதகமான எண்ணத்தில்தான் நம்மை எல்லாம் நிறுத்தினான். ஆனால் ஏனோ மனம் மாறி விட்டுவிட்டான்!' என்று திருவதிகையிலிருந்து கிளம்பி வந்தவர் வியந்தனர்.

'சந்தேகமே இல்லை. நிச்சயமாக அந்த நெருக்கடியான சமயத்தில் நடேசனே நம்மைக் காப்பாற்றினார். எல்லாம் ஆடல்வல்லான் மகிமை' என்று வண்டியினுள் வைக்கப்பெற்றிருந்த ஐம்பொன் நடேசனை மற்றவரெல்லாம் சேவித்தனர். ஆனால் சுவாதிக்கு மட்டும் ஒரு சிறு சந்தேகம். நடேசன் சத்ரு சம்ஹாரிதான். ஐயமில்லை... அவன் காத்தருள்வான் என்று அவளுக்கும் அடிமனதில் தெரியும். ஆனால் இந்தமுறை அந்த கொள்ளையனாகப் பார்த்துத்தான் விட்டுவிட்டான்.

அப்போதுதான் சுவாதிக்கே ஒரு திடுக்கிடும் உண்மை நினைவுக்கு வந்தது. அதிசயத்திலும் அதிசயம்தான். அந்தக் கஷ்ட நேரத்தில் மற்றவரெல்லாம் நடேசனையே பிரார்த்திக்க நாம் அவனை நினைக்கக்கூட இல்லையே? சிறு வயதிலிருந்து மனதிலிருந்து திடமாய் கொலுவீற்றிருந்த நடேசன் அந்தக் கொள்ளையனின் சமீபத்தில் அகன்று நின்றது ஏன் என்பது ஆச்சரியத்தைக் கொடுத்தது. தில்லைக்குச் சென்றால் தன் வாழ்க்கையில் எத்தனையோ ரசமான அனுபவங்கள் ஏற்படக் காத்திருந்தன என்று தெரியும். ஆனால் ஆரம்பமே இப்படியா!

மனதில் ஆயிரம் எண்ணங்கள் காற்றின் வேகத்தில் இங்கும் அங்குமாய் பாய்ந்தோட, தலைக்குள் சொல்ல முடியாத அல்லோல கல்லோலமாகி விட்டது. தன் மனநிலை மற்றவருக்குத் தெரிந்துவிடுமோ என்ற பயம்கூட எழுந்தது.

உப்பனாரைக் கடக்கும்முன் எல்லோரும் இளைப்பாற வண்டியிலிருந்து கீழே இறங்கினார்கள். சுற்றி நூற்றுக்கணக்கானவர் ஆற்றங்கரையில் இருந்ததால் பயமில்லை என்று தோன்றியது. சற்று நேரம் நடந்தவற்றை நினைக்காமல் இளைப்பாறினால் நல்லது என்று தோன்றியது. தனியாய் சென்று ஆற்றங்கரை மண்ணில் அமர்ந்தாள் சுவாதி. எல்லோரும் ஆங்காங்கே உட்கார்ந்தபடி நடந்தவற்றை எல்லாம் அலசிக்கொண்டிருந்தனர்.

'அந்தக் கொள்ளைக்காரன் இரக்கமற்ற ராட்சதனாயிருக்கலாம்; அவனது கருங்கல் இருதயத்துக்குள் நான் புகுத்திய ஒரு துளி ஈரத்தினால்தான் தப்பினோம்' என்று தம்பட்டம் அடித்துக்கொண்டார் தவில்காரர்.

'என்ன சுவாதி அப்படியா?' என்று ஒரு நைய்யாண்டி குரல் சுவாதியின் செவிக்கு அருகாமையில் கேட்டது. அவள் மனநிலையை துல்லியமாகக் கணக்கிட்டுவிட்டாள் தோழி சுகந்தி. சுவாதி திடுக்கிட்ட போதும் மௌனம் சாதித்தாள்.

'காட்டில் கொள்ளையர் பிடியிலிருந்து நாம் தப்பியதன் காரணம் என்னவென்று ஒருவேளை நீ ஊகித்திருப்பாய். அஞ்சா நெஞ்சங் கொண்ட வீரனை வேல்விழியால் உற்றுப் பார்த்தே கவிழ்த்து விட்டாய்' என்றாள் சுகந்தி.

'ச்சீ, அப்படியெல்லாம் இல்லை' என்று மறுப்பளித்தாள் சுவாதி.

ஆனால் சுவாதிக்கு மனதில் ஒரு நெருடல். இன்னும் அந்த கொள்ளையனின் பிம்பம் மனதைவிட்டு அகலவில்லையே? அவனது முகத்தை மீண்டும் மீண்டும் தன் கண் முன்னால் கொண்டு வந்தாள். அவனது அலட்சியப் பார்வை தன்னைப் பார்த்தவுடன் எப்படி மாறியது என்று அவள் கூர்மையான கண்கள் கவனிக்கத் தவறவில்லை. அவன் பார்வையிலும் ஆசை இருந்தது என்பதில் ஐயமில்லை.

ஆனால் கொள்ளையன் என்றாலும் ஆசையைக் கட்டுக்குள் வைத்துக் கொண்டிருந்தான். பார்வையை அவள் உடலின் வெவ்வேறு பாகங்களின் மேல் அலையவிடவில்லை. அவளை ஓயாமல் சுற்றித் திரியும் ஸ்த்ரீலோலர்களுக்கு இவன் எவ்வளவோ மேல் என்று தோன்றியது. சட்டென்று அவள் மனத்தில் ஏதோ ஓர் உண்மை

உதயமாகியது. 'திருடன் இப்படி திருட்டுத்தனமாக சடுதியில் மனதுக்குள் உள்ளே நுழைந்துவிட்டானே!' உடனே முகம் வேர்த்தது.

பதில் ஏதும் வரவில்லை என்றவுடன் சுகந்தி மீண்டும் சொன்னாள். 'கொள்ளையன் நல்ல அழகன்தானே?'

தன் மனதில் இருந்ததை சுகந்தி அறிந்துவிடாமல் இருக்க ஒரு பதிலைத் தயார் செய்தாள் சுவாதி. 'யார் அழகன்? நடேசனே சாமுத்ரிகா இலட்சணம் அனைத்தும் பொருந்தியவன்' என்று வாதிட்டாள். ஆனால் வாதிட்ட குரலில் அப்படி ஓர் அழுத்தம் இல்லை.

'எந்த லட்சணத்தில் அம்மா மனிதனுக்கு நான்கு கைகள் உண்டு?' என்றாள் கேலியாய் தோழி.

'போடி' என்று சொல்லி சுவாதி சிரித்தாள். அவளுடைய முகத்தில் மலர்ந்த புன்னகையில் நாணமும் கலந்திருந்தது.

சுவாதியின் மனதைப் பிடித்திருந்தவன் சாமானியன் அல்லன். ஏற்கெனவே மனதில் இருந்த நடேசனைப் பார்த்து 'சற்று தள்ளிக் கொள்கிறாயா? எனக்கும் கொஞ்சம் இடம் கொடு' என்று பேச்சுவார்த்தை நடத்தியவன். அவள் மனத்துள்ளேயே ஒப்பிட்டுப் பார்த்தாள். கொள்ளையனை நடனமாடும் கோலத்தில் நினைத்துப் பார்த்தாள். நடேசனைக் கொள்ளையனாக நினைத்துப் பார்த்தாள். முதலில் சிரிப்பு வந்தாலும் வருத்தமும் இருந்தது.

அவள் நினைவுகளைக் கலைத்தபடி தோழி சுகந்தி சொன்னாள். 'அவன் ஏதும் கொள்ளையடிக்கவில்லை என்று எல்லோரும் நினைக்கிறார்கள்.'

'என்ன சொல்கிறாய்? செல்வமெல்லாம் வந்துவிட்டதல்லவா?'

'முக்கியச் செல்வம் ஒன்று காட்டில் தானாகப் பின்தங்கிவிட்டது. அதற்கே அந்த கொள்ளையனைப் கழுமரத்தில் ஏற்றவேண்டும்!' என்றாள் தோழி. 'ஆனால் ஒன்று... அவன் மட்டும் உன்னைத் தேடி வரவில்லையென்றால் என்னுடைய புத்தியை விறகுக் கட்டையால் அடித்துக்கொள்ளுகிறேன்' என்று சங்கல்பம் செய்தாள் தோழி சுகந்தி.

சுவாதிக்கும், உள்ளுணர்வு சொன்னது. நிச்சயம் என்றாவது அவளைப் பின்தொடர்வான் என்று. அப்போது ஓர் ஆழ்ந்த பயமும் வந்தது. நடத்தை மாசற்றதாய் இருந்தால்தான் நடேசனுக்குத் தன்னை அர்ப்பணம் செய்துகொள்ள முடியும் என்று ஆண்களை மனதுக்குள் அண்டவிடாமல் இருந்தவள் இன்று அந்தக் கொள்ளையனை

மனதிலிருந்து அடித்து விரட்ட முற்பட்டாள். மனதுக்கு ஒரு வேலி போட முயன்றாள்.

சுகந்தி, சுவாதியைப் பார்த்தாள். அவளுக்கு சுவாதியின் கண்களைப் பார்த்தவுடன்தான் அதிசயம். கொள்ளையன் கண்களைக்கூட புரிந்து கொள்ள முடிந்தது. நெடுநாள் தோழியின் கண் பாஷை புரியவில்லையே?

காட்டிலோ மாட்டுவண்டி அவளைச் சுமந்தபடி நந்தன் கண்களிலில் இருந்து மறைந்தது. அவளும் பரிவாரங்களும் வெகு தூரம் போனபிறகு தான் அவ்விடத்திலிருந்து நந்தன் நகர்ந்தான். வண்டிகள் மறைந்தாலும் கன்னங்கள் குழியும்படி சிரித்த அந்த அழகிய முகத்தின் தோற்றம் மட்டும் கானகத்தில் பின் தங்கி இருந்தது - நந்தனின் மனதில். மெல்ல மெல்ல ஸ்மரணை வந்தவன் ஒன்றும் சொல்லாமல் தட்டுத் தடுமாறி நடந்துசென்றான். அன்றைய தினம் அவன் வாழ்க்கையில் ஒரு முக்கிய சம்பவம் நிகழ்ந்தது என யூகித்தான்.

வண்டியில் பல செல்வங்கள் இருப்பதாக அறிகுறிகள் இருந்தும் நடன கோஷ்டியை க்ஷேமலாபங்களை மட்டும் விசாரித்துவிட்டு வழியனுப்பியது என்பது எல்லோருக்கும் வியப்பை தந்தது. ‘ஏன் நந்தன் விட்டுவிடத் தீர்மானித்தான்’ என்று பரபரப்புடன் பேசிப் பழக்கமில்லை. நந்தன் பிடி என்றால் பிடிக்கவேண்டும். விடு என்றால் விட்டுவிடவேண்டும்.

ஆனால் அவன் காதுகளில் படாமல், ‘கலா ரசிகன் என்றால் இப்படியல்லவோ இருக்க வேணும்’ என்றான் ஒருவன்.

எல்லோரும் சிரித்தார்கள். யாருக்கும் அப்படி தலைபோகிற விஷயம் இது என்று தோன்றவில்லை. ஒரு வண்டி போனால் என்ன? நாளை இரண்டு வண்டிகள் வரும்.

ஆனால் அவர்கள் எல்லோரும் ஒன்றை எதிர்பார்க்கவில்லை. அன்றிலிருந்தே நந்தனிடம் பெரும் மாற்றம் ஏற்பட்டது. கொள்ளைக் காரனே கொள்ளையடிக்கப்பட்டிருந்தான். அதுதான் உண்மை.

வேறெந்தப் பெண்ணிடமும் அவன் அனுபவித்திராத இன்பம் ஒன்றைத் தந்துவிட்டுச் சென்றிருந்தாள். அதுவும் அவளுடன் பேசவில்லை. அவளருகில் சென்றுகூட பார்க்கவில்லை. பெயரும் தெரியாது. ஊரும் தெரியாது. ஆனால் பார்த்த மாத்திரத்திலேயே அவளுடன் ஜென்மாந்திரத் தொடர்புபோல இருந்தது. தனது சுயநினைவை இழக்கத் தொடங்கினான். இப்படி இருந்திருக்கக் கூடாதா... அப்படிப் பேசியிருக்கக் கூடாதா என்று நடவாததைப் பற்றியே கற்பனை செய்தான்.

இதுவரை எந்தப் பெண்ணும் தனக்கே வேண்டும் என்றும் தன்னை இன்னொருவரின் அடிமையாக்கவேண்டும் என்றும் ஆசைகள் இதுவரை வந்ததில்லையே? இப்படி அந்த நாட்டியக்காரி தெளிவில்லாத எண்ணங்களைக் கிளறிவிட்டுச் சென்றுவிட்டாளே.

அவள் வந்து சென்றதிலிருந்து ஆகாசத்தில் மிதப்பதுபோலொரு எண்ணம். உதய சூரியனையும், பூரண சந்திரனையும், பாடும் பறவைகளையும், பறக்கும் பட்டுப் பூச்சிகளையும் பார்க்கும்போது இதுவரை ஏற்படாத குதூகலம் அவனுக்கு உண்டாயிற்று. வானவெளியில் மினுமினுக்கும் கோடானுகோடி நட்சத்திரங்களைக் கண்டு தினந்தினம் ரசித்தான். பார்ப்பவருக்கெல்லாம் அவன் மெனக்கெட்டு அவற்றை எண்ணுவதுபோலக்கூட தோன்றியது.

நந்தனின் மனச்சோர்வை மற்றவரும் கவனித்தார்கள். அவனை உற்சாகப்படுத்தும் பொருட்டு பலவித வேலைகளைச் செய்து பார்த்தார்கள். கள்ளையும் உணவையும்கூட அவன் பெரிதாக மதிக்க வில்லை. பாழும் கிணற்றின் அருகே பல பெண்கள் வந்து ஏமாற்றத்துடன் சென்றார்கள். ஆனால் அவன் கால்சுவடுகள்கூட அதன் சுற்றுப்புறத்தில் பதியவில்லை. நாட்டியக்காரியின் நினைவு களைக் கலைக்கும் எந்த ஒரு காரியத்தையும் செய்ய அவன் துணிய வில்லை. செய்தால் அவள் சிலந்தி வலைபோல பின்னிவிட்டுச்சென்ற அருமையான நினைவுகள் கலைந்துவிடும் என்ற பயம் அவனுக்கு.

முக்கியமாக அவன் சம்மதம் இன்றி எந்த வண்டியையும் கொள்ளைய அடிப்பதில்லை என்ற தீர்மானம் காட்டில் இருந்தது. அது அவன் கூட்டத்தினரிடையே எழுதாத சட்டம். வண்டி சப்தம் கேட்கும் போதெல்லாம் ஏக்கமாய் அவனைக் கூட்டத்தார் பார்ப்பார்கள். தலையசைப்பான்... இல்லை வேறு பக்கம் திரும்பிக்கொள்வான்.

முதலில் யாரும் கவலைப்படவில்லை. தலைவன் எப்படியோ தொண்டரும் அப்படித்தான் என்று அவர்களும் ஆங்காங்கு மரங்களின் அடியில் உட்கார்ந்து ஆடுபுலி ஆட்டம் ஆடுவதும், கதை பேசுவதும், பாட்டுப் பாடி மகிழ்வதுமாய் காலத்தைக் கழித்துக் கொண்டிருந்தனர். ஆனால் எத்தனை நாள்தான் இப்படி ஓடும்? ஆனந்தன் கணக்கெடுத்தால் சேகரித்து வைத்திருந்த உணவுப் பொருள்களெல்லாம் குறைந்திருந்தன. காசுக்கு தட்டுப்பாடு என்றவுடன் கள் இறக்குபவனும் இந்தப் பக்கம் தலைவைத்துப் படுக்கவில்லை.

ஆனால் ஒருவகைத் தடையுமின்றி பல வணிகர் வண்டிகள் நந்தனின் நாட்டைக் கடந்தன. இன்னமும் எத்தனை நாள் இப்படி நீடிக்கும்

என்றும் தெரியாமல் தவித்தனர் கொள்ளையர். அடக்கிய குரல்களில் முணுமுணுப்புகள் கேட்கத் தொடங்கின. 'நந்தன் இந்தக் வேலைக்கு முழுக்குப் போட்டுவிட்டானோ? வேறெங்காவது போக எண்ணுகிறானோ?' என்ற பயம்கூட பலருக்கு.

கடைசியாக குழுவின் தலைவரிடம் பேசியாகவேண்டும் என்று முடிவெடுத்தனர். அதற்கு சிறு வயதிலிருந்து நந்தனுடன் பழகிய ஆனந்தனையே தேர்ந்தெடுத்தனர். ஆனந்தன் பலமுறை ஒத்திகை பார்த்துப் பேசவேண்டிய வார்த்தைகளைப் யோசித்து வைத்தான். பாறையின்மீது சாய்ந்தபடி வானத்தில் நகர்ந்த மேகங்களை ஆராய்ச்சி செய்துகொண்டிருந்த நந்தனிடம் மேல் ஆனந்தனின் நிழலானது படவே தன் முக்கியமான வேலை தடைப்பட்ட எரிச்சலுடன் 'என்ன? ஏதாவது சொல்ல வேண்டுமா?' என்றான்.

'நந்தா, நான் சொல்லி உனக்குத் தெரியவேண்டாம்...' என்று ஆரம்பித்தான். இந்த வார்த்தைகள் மரியாதை நிமித்தமாக. 'உனக்குத் தெரியவில்லை, அதனால்தானடா நான் சொல்ல வேண்டிய நிர்பந்தம்' என்பது இருவருக்கும் புரிந்த அர்த்தம்.

'நந்தா, கூட்டத்தினர் கஷ்டப்படுகிறார்கள். இப்படியே போகும் வண்டிகளையெல்லாம் விட்டுக் கொண்டேயிருந்தால் எல்லோருக்கும் பசி வயிற்றைக் கிள்ளும். எல்லோரும் வெவ்வேறு இடங்களுக்குப் போய்விடுவார்கள் என்று எனக்கு பயமாயிருக்கிறது. முருகையன் ஏற்படுத்திய கூட்டம் சிதறிப்போய்விட இடங்கொடுக்கமாட்டாய் அல்லவா?' என்று ஒரே மூச்சில் கூறினான்.

நந்தன் வெடிக்கப் போகிறான்... இந்தக் கூட்டம் எக்கேடோ கெட்டுப் போகட்டும் என்று கத்தப் போகிறான் என்று எதிர்பார்த்து தன்னை அறியாமல் கண்ணை மூடி பல்லைக் கடித்தான் ஆனந்தன்.

ஆனால் முருகையன் பெயரைக் கேட்டவுடன் நந்தன் மனம் இளகியது. தன் கஷ்டம் தன்னோடு. ஆனந்தனின் தோளின்மீது நேசக்கரம்தனைப் போட்டான்.

'அப்படியெல்லாம் ஒரு நாளும் நடவாது.'

நந்தன் ஆறுதலாய் பேசினான். 'அடுத்து யார் வந்தாலும் கொள்ளையடிக்கலாம். பாரபட்சமே கிடையாது' என்றான்.

•••

அத்தியாயம் பன்னிரண்டு

கைத்தடி பாம்பானது

நந்தன் மீண்டும் குலத்தொழிலைத் தொடர அனுமதி கொடுத்து விட்டான் என்று கொள்ளையர் கூட்டத்தைச் சேர்ந்தவரெல்லாம் ஆனந்தம் அடைந்தனர். கத்திகளைத் தீட்டினர். வழிமேல் விழியை வைத்துக் காத்திருந்தனர்.

காலை முழுவதும் யாரும் வரவில்லை. ஆனால் யார் வந்தாலும் இருப்பதைப் பிடுங்கிவிடவேண்டும் என்ற தீர்மானம் இருந்தது. கொஞ்ச நேரத்துக்கெல்லாம் பல நூறு பறவைகள் விருக்ஷங்களில் இருந்து வானத்துக்கு எழுந்தன. இவ்வளவு ஆர்ப்பாட்டம் பக்ஷிகள் செய்தால் அது நிச்சயமாகப் பெரும் கூட்டமாகத்தான் இருக்க வேண்டும் என்று எல்லோருக்கும் திருப்தி. ஆனால் பக்ஷிகள் இப்படி ஏமாற்றிவிட்டனவே? வந்தது ஒரே ஓர் ஆள்தான். அதுவும் புலித்தோல் தரித்துக்கொண்டு வந்தான்.

ருத்திராட்ச மாலை அணிந்து ஜடாமுடி கொண்டவன் முகத்தில் அபூர்வமான தேஜஸ் திகழ்ந்தது. ஆனால் ஏதோ குறும்பும் அவன் முகத்தில் விளையாடியது. பார்ப்பவருக்கு மற்ற சாமியார்போல முற்றும் துறந்த சிவயோகி இவனல்ல என்று தோன்றியது.

சிவனடியார் என்றவுடன் சிலர் பயபக்தியுடன் ஒதுங்கிவிட்டனர். அவர் கையில் கமண்டலம் இருந்தது. கமண்டலத்திலிருந்து கொஞ்சம் ஜலம் எடுத்து முகத்தில் தெளித்தால் ஆடு மாடாய் மாறி விடுவோமோ என்ற பயம். கூட்டத்தார், ஆடாய் இருப்பது முன்னாள் நண்பன் என்றுகூட பாராமல், கறி சோறு சமைத்துவிடுவார்கள். பெரும்பாலானவரோ நந்தன் மீண்டும் மனம் மாறிவிடுவான் என்று பயந்து அந்தச் சாமியாரிடம் இருப்பதைப் பிடுங்கிக்கொள்ளலாம் என்று முடிவெடுத்தனர்.

தனிமை நிறைந்த காட்டில் எதிர்பாராத நேரம் மரத்தின் பின்னாலிருந்து கிராதகர்கள் தாவினால் எவரும் பயத்தில் மிரட்சி கொண்ட மான்போலத் துள்ளுவார்கள். பார்க்க நகைச்சுவையாக இருக்கும். சாமியாரும் அப்படிச் செய்வதைக் காண எல்லோரும் ஆவலாய் காத்திருந்தனர். புலித்தோல் அவிழ்ந்து கீழே விழும், கமண்டலம் வேறு திக்கில் உருளும் என்றெல்லாம் கற்பனை செய்தார்கள்.

சாமியார் நெருங்கியவுடன் சப்தங்களைச் செய்துகொண்டு, வாள்களை வீசியபடி பலரும் அவர் வழியில் குதித்தனர். ஆனால் என்ன அதிசயம்! அந்தக் காவித் துணி கட்டியிருந்த சாமியாரோ சற்றும் அசரவில்லை. தன்னைத் துர்நோக்குடன் தடுத்து நிறுத்தியவர்களை அமைதியாய் பார்த்தார். கத்திக்கொண்டு குதித்தவர்களைப் பார்த்தால்தான் மற்றவருக்கு சிரிப்பு வந்தது.

எல்லோரும் சிவயோகியைச் சுற்றி வியூகம் அமைக்க, அந்தச் சாமியார் ஒரு விசித்திர வேலை செய்தார். ஏன் மூடத்தனமான வேலைகூட. கொள்ளையரை பயமுறுத்தும் நோக்கத்துடன் தன் கையில் இருந்த தடியை எடுத்துச் சுழற்றினார். பாறையின்மீது சாய்ந்தபடி அமர்ந்திருந்த நந்தனும் வெகுநாள் கழித்து வாய்விட்டுச் சிரித்தான். வேலுக்கும் வாளுக்கும் சற்றும் அஞ்சாத வீரர்கள் வெறும் மரக் கம்புக்கா பயம் கொள்வார்கள்?

அப்போது திடீரென கம்பில் ஒரு மாற்றம். நேராக இருந்த தடி நெளிவது போலொரு பிரமை. மின்வெட்டும் நேரத்தில் கண்களுக்கு நேரே அந்தக் கம்பு ஒரு பாம்பாய் மாறியது. திகைத்துப்போய் அவரவர் நின்ற இடங்களிலேயே நின்றுவிட்டனர்.

காட்டில் காணாத பாம்பா? கண்ணில் பட்டால் வெறும் காலால் மிதிப்பார்கள் கொள்ளையர். எனினும் கம்பு பாம்பாய் மாறுவதைக் கண்ணுக்கு முன் கண்டவுடன் எல்லோரும் மிரண்டனர். அசையக் கூட சக்தியற்று சிலைபோல் நின்றார்கள்...

பாம்பைக் கண்டால் படையும் அஞ்சும் என்று தெரிந்துகொண்டவர் இந்தச் சாமியார். ஆனால் அவர் கையில் பிடித்து நெளிந்த பாம்பு கொடுத்த அருவருப்பைவிட அதை அவர் வரவைத்த மாயாஜாலச் செயல் அதிபயங்கரத்தை அளித்தது.

அங்கங்களிலெல்லாம் ஸ்மரணை வந்தவுடன் கொள்ளையரெல்லாம் மெல்ல மெல்லப் பின்வாங்கிச் சென்றனர். சாமியாரைச் சுற்றிய காலியிடம் நொடிக்கு நொடி பெரிதாகிக் கொண்டேயிருந்தது. அவர் தன் வழியே சென்றாலும் இப்போது கேட்பாரில்லை.

ஆனால் அவர் செல்லவில்லை. காட்டில் காலடி வைத்தவுடனே விவகாரம் செய்யும் எண்ணத்துடன்தான் வந்திருக்கிறார் என்பதில் ஐயம் இல்லை.

தன் கையில் ஆளுயர நாக சர்ப்பத்தைக் கொண்டு பயமில்லாமல் நின்றார். பின் எச்சரிக்கையேதுமின்றி அந்தச் சாமியார் பாம்பை வெவ்வேறு திசையில் திருப்பித் திருப்பிக் கொள்ளையருக்கு பயம் காட்டிக் கொண்டிருந்தார்.

தத்தம் ஆயுளை அகாலத்தில் முடித்துக்கொள்ள பலரும் தயாரில்லை எனத் தெளிவாய் தெரிந்தது. பின்வாங்கியவரைக் கண்டு சாமியார் கலீர் என்று நகைத்தார். மரங்களுக்கிடையே அந்த நகைப்பின் பிரதித்வனியும் கேட்டது.

தங்களைவிட அதிக பலம் கொண்ட எதிரியாய் அவரை பாவித்து எல்லோரும் நடுக்கம் கொண்டனர். நந்தன் பழையபடி கொள்ளை அடிக்கலாம் என்றவுடன் ஆனந்தம் கொண்டவர்கள் இப்போது அதிர்ஷ்டக் குறைவினால் இவனா முதலில் வரவேண்டும்? என்று நினைத்தனர். இப்போது முதலுக்கே மோசமாகிவிடும்போல.

இதற்குள்ளாக எல்லோரும் பயந்து பத்து பதினைந்தடி தள்ளி நின்றனர். அவர்கள் மனதில் தேக்கி வைத்திருந்த அர்த்தமற்ற பயமெல்லாம் சாமியாரின் மாயாஜாலத்தைப் பார்த்தவுடன் பீறிக் கொண்டு வெளிவந்தது. மனதின்மீது விசித்திரக் கற்பனைகளை ஏவிவிடக்கூடிய பெரிய மந்திரவாதியா இவன்? இப்போது இந்த ஆளை எப்படியாவது காட்டைவிட்டு வெளியே அனுப்பிவிட வேண்டும் என்று தோன்றினாலும் எப்படி என்றுதான் தெரிய வில்லை. விட்டால் இங்கேயே குடித்தனம் மேற்கொண்டுவிடுவான் போலத் தோன்றியது.

எல்லோரையும் ஒரு பெருமையுடன் சுற்றிப் பார்த்தார் சாமியார். சுற்றிய பார்வை கடைசியாக நந்தனிடம் வந்து நின்றது. ஒய்யாரமாய் சாய்ந்திருந்த நந்தன் இப்போது நிமிர்ந்து உட்கார்ந்திருந்தான். சாமியார் தன்னை உற்றுப் பார்ப்பது சவால் விடுவதுபோல அவனுக்குத் தோன்றியது.

நந்தன் மனதில் ஒரு முடிவுக்கு வந்தான். இதையெல்லாம் பார்த்ததனால் கூட்டத்தாருக்கு உண்டான பிரமிப்பு நீங்குவதற்கு முன்னால் அந்தச் சாமியாரை எதிர்கொள்ளவேண்டும்.

'இந்த அற்பனுக்கும் தக்க புத்தி புகட்டிவிட்டுத்தான் மறுவேலை' என்று எண்ணி நந்தன் எழுந்தான். சாமியாரை நோக்கி நடக்கும்போதே பாம்பை உற்றுப் பார்த்தான். அதுவும் அடிக்கடி

இரட்டை நாக்கை நீட்டி நீட்டி தான் உயிருடன் இருப்பதை விளம்பரப்படுத்தியது.

மந்திரவாதிகள் என்று சொல்லிக்கொள்கிறவர்களில் முக்கால்வாசி பேர் வெறும் பொய்யர்கள் என்று இதுவரை சொல்லி வந்தவன் நந்தன். 'சாமியார் கையில் பாம்புடன் சலனமற்றிருப்பது எப்படி இருக்கிறது? மனத்தெம்பினால்தானே? அப்படியென்றால் நம்மாலும் அதே காரியம் முடியுமல்லவா? என்னவானாலும் சரி' என்று நடை தளராமல் தொடர்ந்தான்.

நந்தன் சாமியாரை எதிர்கொள்ள முடிவெடுத்ததில் முக்கியமானது அவன் கூட்டாளிகளின் அச்சமிக்க செயல்பாடு. இதுவரை அவன் காலால் இட்ட பணியைத் தலையால் செய்வதற்குக் காத்திருக் கிறார்கள் என்று நினைத்தான். இப்போது இந்தச் சாமியாருக்கு அருகே செல் என்றால்கூட அஞ்சுவார்கள். இப்போது தன் அதிகாரத்தைக் காட்டாவிட்டால் தன் கூட்டத்தினரிடயே என்றென்றும் தன் மேல் ஒரு களங்கம் நிலைகொள்ளும் என்று முடிவெடுத்தான். 'விசித்திர ஜால வித்தைகள் புரியும் இவர் கொட்டத்தை அடக்க வேண்டும். தற்பெருமை கொண்ட அந்தச் சாமியாரின் கர்வத்தை ஒடுக்கவேண்டும்' என்று ஒவ்வொரு காலடிக்கும் ஒரு காரணம் கற்பித்துக்கொண்டான்.

ஆனால் இப்போது அவன் அடைந்த அனுபவம் இதுவரை இல்லாதது. கண்ணுக்குத் தெரியாத ஒரு பிரம்மாண்டமான சிலந்திப் பூச்சியானது தன்னைச் சுற்றி மாயவலை ஒன்றை அமைக்கிறது என யூகித்தான். ஆனால் அந்த சாமியாரை வித்தை காட்டும்போது கையும் மெய்யுமாய் பிடித்துவிட வேண்டுமென்னும் புதிய தீரத்துவம் துளிர்த்து எழுந்தது. அவர் முன்னேபோய் நின்றான். யோசிக்காமல் கையை நீட்டினான். பற்களைக் கடித்துக்கொண்டு கண்களை மூடிக்கொண்டு சாமியாரின் கையிலிருந்து சர்ப்பத்தை இறுக்கிப் பிடித்தபடி பிடுங்கினான்.

பார்த்தவருக்கெல்லாம் பூமி சுழல்வதே நின்றதுபோல உணர்வு. பாம்பு நந்தன் கையில் நெளிந்தது. அவனுக்கு கைகளில் கொல கொல என்று உணர்வு இருந்தது. சீக்கிரத்தில் கையை வீசி பாம்பை எட்ட எறியவேண்டும் என்றால் முடியவில்லையே? பாம்பு கைகளோடு ஒட்டிக்கொண்டது போலொரு எண்ணம். அவனுடைய உடம்பில் ஓடிய இரத்தம் உறைந்துகொண்டேயிருக்கிறது.

அப்போது அங்கு இன்னொரு வியப்பான சம்பவம் ஏற்பட்டது. ஒரு நொடி கையில் பாம்பு நெளிந்தது. பின் மறுபடியும் அசைவற்றிருப்பதுபோலத் தோற்றமளித்தது. நந்தனின் அந்தச்

செயலால் கூட்டத்தினர் எல்லோரும் கட்டுண்ட மந்திர சக்தியில் இருந்து விடுபட்டனர். நந்தன் கையில் இருந்தது வெறும் கம்புதான் என்று கண்டனர். திடீரென கரகோஷமும் ஜெயகோஷமும் கேட்கவே கண்களைத் திறந்தான் நந்தன். கையில் இருந்த சர்ப்பத்தைப் பார்த்தான். மீண்டும் கைத்தடியாக மாறியிருந்தது.

இப்போது சாமியார் அவனைப் பார்க்கும் பார்வையில் சற்று மரியாதை தெரிந்தது. தன் மந்திர தந்திரங்களைக் சோதிக்க முற்பட்டவர் வரிசையில் இவன் முதலானவன் எனத் தெரிந்து விட்டது. அடுத்த கணத்திலேயே சிவனடியார் மறைந்து மாயமாய் போய்விடுவாரா என்றால் இல்லை.

தன்னை மாயாஜாலத்துடன் ஏமாற்றிய சாமியாரை கையை உயர்த்தி அறைய முயன்றான் நந்தன். ஓர் அறை சாமியாரின் முகத்தில் பளீரென்று விழுந்திருக்கவேண்டும். ஆனால் அதை எதிர்பார்த்த சாமியார் தன் தலையை வளைத்தார். மானிடரால் முடியாத கோணத்தில் கழுத்தைச் சுழற்றினார்.

அப்போது அவரது கழுத்தை நந்தன் பார்க்க நேர்ந்தது. அவரது கழுத்து மட்டும் கருநீல நிறத்தில் இருந்தது நந்தனுக்கு வித்தியாசமான உணர்வைக் கொடுத்தது. அவனது அறை வெறும் காற்றை தள்ளிக் கொண்டு வந்தது. சாமியார் உதைபடாமல் தப்பி விட்டாரே என்று கோபப்பட்டான் நந்தன். சாமியாரை இன்னும் ஒருமுறை அறையலாம் என்றால் எல்லோரும் அருகில் வந்து சூழ்ந்து கொண்டார்கள்.

சாமியாருக்கு சிறைவாசம் நிச்சயம் என்ற நிலை உருவானது. ஆனால் சாமியார் சலனப்படவில்லை. யோகியின் இதழ்களின் மேல் ஒரு முறுவல் தொடர்ந்து தவழ்ந்தோடியது. ஆனால் நந்தனின் அடுத்த வார்த்தைகளில் சிரிப்பு மறைந்தது.

‘ஏய்... இங்கே வாடா, சாமியின் பையை சோதனை போடு.’

மற்றவருக்கெல்லாம் அவன் செயல் மனத்துக்கு உகந்ததாயில்லை. ‘எதற்காக மாயாவியுடன் தொடர்ந்து மோதுகிறோம்?’ என்று எண்ணினார்கள். ஆனால் எல்லோருக்கும் பொதுவாக ஓர் எண்ணம். இன்று பாம்பு தோன்றிய படலத்தைவிட விசித்திரமாக ஏதோ நிகழப்போகிறது என்று.

தன்னிடம் இருக்கும் பொருள்களை சோதனைபோட கொள்ளையன் உத்தரவிட்டவுடன் அதற்கு மறுமொழியாக, ‘என்னிடம் என்னப்பா இருக்கப் போகிறது?’ என்றார் சிவனடியார்.

ஆனால் அந்தக் காவிப் பையை இறுகப் பிடித்துக்கொண்டது நந்தன் கண்களுக்குத் தப்பவில்லை. முகத்தைச் சுளித்துக்கொண்டு, ‘அதெல்லாம் எங்களுக்குத் தெரியும்’ என்றான்.

‘பைக்குள் ஒன்றும் இல்லையென்றால் ஏன் இவ்வளவு சிரமப்பட்டு மாயாஜாலமெல்லாம் காட்டவேண்டும். அவன் மடியில் கனமிருக்கிறது. வழியில் பயம் இருக்கும்’ என்று உறுதி கொண்டான்.

நந்தன் பேச்சைக் கேட்டு முன் வந்தவன், சாமியாரின் தோள் பட்டையில் தொங்கியிருந்த பையைப் பிடுங்கினான். அதனுள் இருந்த எல்லாவற்றையும் தரையில் அலட்சியமாய் கொட்டினான். இன்னும் ஒரு சிறிய பை அதற்குள்ளிருந்து கீழே விழுந்தது. கொள்ளையரின் கூரிய கழுகுப் பார்வை எல்லாம் அந்தப் பையின் மேல் சங்கமித்தன. ஓடிச் சென்று ஒருவன் அதைக் கையில் எடுத்து அதன் கட்டை அவிழ்த்தான். அழகிய பெண் சிரிப்பதுபோல ‘கிண் கிணி’ என்று சப்தம் செய்துகொண்டு பல பொற்காசுகள் தரையில் கொட்டின.

மரக்கிளைகளின் நடுவே வந்த சூரிய வெளிச்சத்தில் ஒவ்வொரு காசும் சின்னதொரு சூரியன்போலப் பிரகாசித்தது.

•••

அத்தியாயம் பதின்மூன்று

மாயக்கல்

காசுகள் தரையில் பளபளவென்று பரவலாக ஜொலிப்பதைக்கண்டு எல்லோருமே பரபரப்படைந்தார்கள். பாரம் தாங்கமாட்டாமல் திணறிச் செல்லும் பத்து வண்டி வணிகர் ஊர்வலத்தில்கூட இவ்வளவு பொற்காசுகள் கிடைக்காது. துணியும் நெல்லும் வெல்லமும் இருக்குமே தவிர பொன்னாய் இருக்காது.

ஆனால் எவ்வளவுதான் தனத்தின்மீது ஆசையிருந்தாலும் யாரும் பாய்ந்துசென்று அவற்றை எடுக்க முயற்சிக்கவில்லை. மாயாவி இவன். கையில் எடுத்தவுடன் பொற்காசு கொட்டும் தேளாய் மாறி கொட்டிவிடுமோ என்று சந்தேகித்தனர்.

நந்தன் மட்டும் குனிந்து ஒரு காசை எடுத்து உற்றுப் பார்த்தான். பின் திருப்பித் திருப்பி ஆராய்ந்தான். பொன்னைக் காணாதவன்போல நந்தன் ஆச்சரியப்பட ஒரு காரணம் இருந்தது. காசுகள் எல்லா வற்றிலும் சோழரின் சின்னமாம் வேங்கை சித்தரிக்கப்பட்டிருந்தது.

அருகில் வந்த ஆனந்தனும் ஆச்சரியப்பட்டான். ‘என்ன நந்தா? வேங்கைக் காசே இன்று கிடையாதே. பின் இவனிடம் எப்படி?’

புலிகள் பாய்வதுபோல பொன்னை உருக்கி லட்சோபலட்ச காசுகளை சோழர் செய்தனர். ஆனால் சோழர் அஸ்தமனமாகி நூறாண்டுகூட ஆகாத நிலையில் அவர்கள் காசுகளைப் புழக்கத்தில் பார்க்க முடியாது. கடைகளில் கைமாறுவதும், கடல் கடந்து செல்வதும், ஏன் கொள்ளையடித்த பொற்காசுகளிலெல்லாம் நூறாண்டுகளாக வடபெண்ணை வரையில் ஆட்சி செய்த பாண்டியரின் சின்னமான இரட்டை மீன்கள்தான் பொறிக்கப்பட்டிருக்கும்.

ஒரு காலத்தில் பாண்டியரின் பூர்வீக இராஜ்யம் சோழப் புலியின் வயிற்றுக்குள்ளே போனது. ஆனால் வெறியுடன் போராடி பாண்டியர் எதிரியின் பிரதேசங்களைப் பிடித்த பின் அவர்கள் கோபாவேசம் அத்துடன் அடங்கவில்லை. சோழரின் அடையாளங்களையே அழித்துவிடவேண்டும் என்று பாண்டியர் ஏகமனதாக முடிவு செய்தார்கள்.

இராஜேந்திரன் கட்டிய மாளிகைகளை யானைகளைக்கொண்டு முட்டி மோதி தரைமட்டமாக்கி, பின் அவையிருந்த இடங்களின்மீது கோவேறு கழுதைகொண்டு உழுது, விஷக்கடுகு நட்டு சரித்திரத்தில் சோழரென்ற அடையாளம் தெரியாமல் மாற்றினர். அதுபோலவே சோழர் காசுகளை எல்லாம் ஒன்றுவிடாமல் உருக்கி மீன் காசுகளாய் செய்துவிட்டனர் பாண்டியர்.

அதனால் ஓர் இடத்தில் மட்டும்தான் புலிக்காசுகள் இன்னமும் கிடைத்தன. பூமாதேவியின் காவலை நாடி சோழர் காலத்தில் யாரேனும் விட்டுச்சென்ற புதையல்களில் மட்டுமே புலிக்காசுகள் கிடைக்கும்.

'சாமியார் கையில் இவ்வளவு சோழர் காசுகளா! அப்படியென்றால் இது புதையல்தானா?' என்ற வினா நந்தனுக்கு எழுந்தது.

உறங்குபவன் திடீரென தூக்கிவாரிப் போட்டுக்கொண்டு கண் விழித்ததுபோல பழைய ஞாபகமும் வந்தது. தன்னை சொந்தப் பிள்ளைபோல் வளர்த்த முருகையன் பற்றிய நினைவு அது. கொள்ளையர் கூட்டத்தின் தலைவனான முருகையன் தினந்தினம் ஆற்றில் இறங்கிக் குளிக்கும்போது சிறுவனாயிருந்த நந்தன் கரையில் பொழுது போகாமல் ஒரு குச்சியால் ஆற்றங்கரையைக் குத்திக் குடைந்துகொண்டிருப்பான். ஒருநாள் குச்சி கிளறிய மண்ணில் சூரிய ஒளியில் ஏதோ ஒன்று மின்னியது. பொன்வண்டு அது என்று ஆர்வத்துடன் வெளியே எடுத்தவனுக்கு அது பாயும் புலி சித்தரிக்கப் பட்டிருந்த பொற்காசு என்று தெரிய வந்தது. உடனே அமர்க்களம் செய்து முருகையனை ஆற்றிலிருந்து வெளியே அழைத்தான்.

முதலில் வேங்கை பொறித்த காசைப்பற்றி முருகையனுக்கும் ஆச்சரியம்தான். 'எங்கிருந்து இந்தக் காசு வந்தது?' என்று நந்தன் வினவ, ஆற்றங்கரைக்கு அருகேயிருந்த குன்றை நோக்கினான் முருகையன்.

'மலையில் இருந்து ஏதாவது புதையலிலிருந்து மழை நீர் அடித்து வந்திருக்கும்' என்று சொல்லிவிட்டான். அப்போது சிறுவனை சந்தோஷப்படுத்த கோப்பெருஞ்சிங்கனின் கதையையும்

எடுத்துரைத்தான். சொல்லிவிட்டுப் பல நாள் ஏனடா இதைச் சொன்னோம் என்று வருத்தமும் பட்டான்.

அவ்வளவுதான். சிறுவனுக்குப் புதையல் பைத்தியம் பிடித்து விட்டது. மலைமேல் நந்தன் தினந்தினம் சென்று தீவிரமாகப் தேடினான். தனக்கென பிரத்யேகமாக கோப்பெருஞ்சிங்கன் செல்வத்தைப் புதைத்து வைத்துவிட்டுச் சென்றிருக்கிறான் என்று பூரணமாக நம்பினான். பல நாள் ஆகியும் புதையலும் கிடைத்த பாடில்லை. அவனும் விடுவதாய் இல்லை.

ஏமாற்றத்துடன் திரும்பும் சிறுவனைக் கண்டு எல்லோரும் கேலி செய்வார்கள். கோபம்கொண்ட முருகையன் நந்தனிடம் 'நாமெல்லாம் புதையல் புதைத்து வைக்கும் பரம்பரையடா! அதைத் தேடும் வேலை உனக்கெதற்கு?' என்று அதட்டிப் பார்த்தான்.

நந்தனையே தனக்குப் பின்னர் கொள்ளையர் கூட்டத்தின் தலைமையை ஏற்கப் பயிற்சி கொடுக்கவேண்டும் என்று எண்ணிய முருகையனுக்கு நந்தனின் சிந்தனைப் போக்கு சற்றும் பிடிக்கவில்லை. இப்படி நாட்களை வீணாகக் கழிக்கிறானே என்று வருந்தி ஒரு தீர்மானத்துக்கு வந்தவனாய்ச் சட்டென்று எழுந்தான். ஆற்றங்கரையில் இருந்த நந்தனைத் தேடிச் சென்றான். அவன் கையிலிருந்த பொற்காசைப் பிடுங்கி ஆற்றில் விட்டெறிந்தான். தன் கையில் பிரம்பை எடுத்தான். தன் முழு பலத்தையும் கொண்டு விளாசினான். சிறுவனின் உடலெங்கும் இரத்தம் கசியும்வரை அடித்தான். இன்றைக்கும் புதையல் என்ற வார்த்தையை கேட்டாலே ஆங்காங்கே உடல் வலிக்கும் நந்தனுக்கு.

சில நாள் பல்லைக் கடித்துக்கொண்டு ஆசையைக் கட்டுக்குள் வைத்திருக்க நினைத்த நந்தனுக்கு அந்த ஆசை மறந்தே போனது. இன்று அதே ஆசையை வெளிக் கொணர்ந்த புண்ணியம் இந்தக் புலித்தோல் உடுத்திய வேஷதாரியுடையது.

நந்தன் அவனை உற்றுப் பார்த்தான். விரக்தி மார்க்கத்தில் ஈடுபட்டவன் என்று நினைக்க முடியாதபடி தங்கத்தின்மீது ஆசை இன்னும் போகவில்லையே? ஆம். பொன்னுக்காக இந்தச் சாமியார் வேடம் தரித்திருந்தான். கோப்பெருஞ்சிங்கன் இந்தக் காட்டில் புதைத்து வைத்த செல்வத்தைத் தேடித்தான் வந்திருக்கிறான்...

சாமியாரை நோக்கி பரிகாசக் குரலில் 'எவ்வாறடா உன்னிடம் இவ்வளவு பொற்காசுகள்? தவ வலிமையில் வானத்திலிருந்து விழ வைத்தாயோ?'

'எனக்கு ஒருவர் கொடுத்தார். கோயில் திருப்பணிக்காக' என்றான்.

ஆனால் நந்தனுக்கு ஊர்ஜிதமானது. நிச்சயமாகப் புதையல் ஒன்றைக் கண்டுபிடித்த இவன் அதைவிடப் பெரும் புதையலைக் கண்டு பிடிக்கும் நோக்கத்துடன் வந்திருக்கிறான்.

திடீரென யோசனை தடைப்பட்டது. கூட்டத்தினரில் ஒருவன் சிதறிக் கிடந்த காசுகளைச் சேகரிக்கும் போது வேறு எதையோ கண்டுபிடித்து விட்டான். தரையிலிருந்து மங்கலான நிறத்தில் ஒரு கல்லைக் கையில் எடுத்து வந்தான்.

'நந்தா, இந்தக் கல்லும் இந்த சுருக்குப் பையிலிருந்துதான் உருண்டோடியிருக்கவேண்டும்' என்றான்.

கல்லைப் பார்த்தால் ஒன்றும் விசேஷமாக இல்லையே என்று நினைத்துக் கையில் வாங்கினான் நந்தன். அதே சமயத்தில் ஓரக் கண்ணால் சாமியாரைப் பார்த்தான். கல்லை நோக்கிய சாமியாரின் முகத்தில் முன்னைவிடக் கடுகடுப்பு அதிகமாயிற்று. இந்தப் பொன்னையெல்லாம்விட அந்தக் கல்லுக்கு அதிக மதிப்பை அவன் கொடுத்தான் என்று புரிந்தது. ஆனால் ஏன் என்றுதான் புரியவில்லை.

ஆனால் அவனுக்கு ஓர் அதிர்ச்சி. பொற்காசு வைத்திருந்த கையை நீட்டியே அந்தக் கல்லையும் வாங்கினான். அந்தச் சின்னக் கல்லினுள் மின்னல்போல, அரை நொடிக்கு ஜொலித்தது. அதுமட்டுமல்ல, புயல் குமுறும் வானத்தைப்போல் உறுமியது. கல் உயிர்பெற்றது என்று நினைக்கும் போதே உடம்பிலிருந்து ஒவ்வொரு ரோமமும் குத்திட்டு நின்றது.

'இது சாத்தியமில்லையே? தனக்குப் பைத்தியம்தான் பிடித்து விட்டது' என்று நந்தன் நினைத்தான்.

காசை ஆனந்தனிடம் கொடுத்துவிட்டுக் கல்லை மீண்டும் நன்றாய் ஆராய்ந்தான். என்ன அதிசயம்? கல் மீண்டும் மங்கலானது.

'ஆனந்தா, அந்தக் காசை அருகே கொண்டு வா' என்றான்.

ஆனந்தனும் அப்படிச் செய்ய மீண்டும் கல்லிலிருந்து ஒரு மின்னல் பாய்ந்து வந்து அவன் சுற்றுப்புறத்தை வெளிச்சப்படுத்தியது போலொரு உணர்வு. சுவர்ணத்தின் அருகே இருந்தால் மின்னல் போல மின்னி வேங்கைபோல உறுமல் சத்தமிடுகிறது அந்தக் கல். அகற்றினால் ஒளியும் அகல்கிறது. அப்படியென்றால் இந்தச் சாமியாருக்குப் புதையலை கண்டுபிடிக்கும் சக்தியை கொடுத்தே இந்தக் கல்தான்.

நந்தனின் ஆர்வத்தை வார்த்தைகளால் வர்ணிக்க முடியாது. வெட்டவெளி ஆகாசத்தில் தடையின்றி சிறகு விரித்துப் பறக்கும்

பறவையைப்போல நந்தனின் கற்பனை நகர்ந்தது. அன்று முருகையனால் தடைப்பட்டது இன்று இந்த சாமியாரால் நிறைவேறுமா?

தற்போது கை நிறைய பொன் இருந்தது. ஆனால் இதைவிட ஆயிரம் மடங்கு அதிகப் பொன்னைப் பெற வாய்ப்பும் இருந்தது. அதை நினைத்தபோது அவனுடைய நெஞ்சு படபடத்தது.

எல்லோருக்கும் புதைத்து வைக்கப்பட்ட பொக்கிஷத்தைக் கண்டு பிடிக்க ஆசையுண்டு. ஆனால் சிலருக்குப் பொக்கிஷம்தனைக் கண்டு பிடிக்கும் பிரத்யேகத் திறன் உண்டு. பொக்கிஷம் வைக்கும் இடத்தில் உதிர வாசம் வரும் என்றும் அல்லது ஒரு வகை முற்செடி மட்டுமே வளரும் என்றெல்லாம் வதந்திகள் உண்டு. இவனோ வித்தியாசமான வழியைக் கடைப்பிடிக்கிறானே? ஆனால் பலன் நிச்சயமாகக் கொடுக்கக்கூடிய வழி இதுதான்.

சிந்திக்கும் நந்தனை சாமியார் உற்றுப் பார்த்தான். அவனும் சாமியாரின் பார்வையைச் சந்தித்தான். அறிவு ஊறித் ததும்பும் கண்கள் கொண்டிருந்தான் சாமியார். அறிவு மட்டுமா, வேறேதோ இருந்தது. 'நான் உங்களையெல்லாம்விடப் பெரியவன்' என்ற அகந்தை இருந்தது. சாது என்றாலும் சாத்வீக குணத்துக்கு சற்று பற்றாக்குறை போலும்.

கல்லை மீண்டும் சோதித்துப் பார்க்கும் எண்ணம் நந்தனுக்கு வந்தது. 'இந்தக் கல்லைக்கொண்டு எப்பேர்ப்பட்ட பொன் இருப்பதையும் கண்டு பிடிக்குமா?'

தலையசைத்தான் சாது.

'சோதித்துப் பார்க்கலாமா?'

'சரி' என்பதுபோலத் தலையசைத்தான் சாது.

'நீர் திரும்பிக்கொள்ளுங்கள். ஒரு பொற்காசை இங்கிருக்கும் ஒருவனிடம் கொடுக்கிறேன், நீர் கண்டுபிடியுங்கள்' என்று கல்லை சாமியாரிடமே கொடுத்தான்.

சாமியார் திரும்பிக்கொள்ள, காசை கூட்டத்தில் ஒருவனிடம் நந்தன் கொடுக்க, அவனும் இடுப்புத் துணியில் அதை ஒளித்து வைத்துக் கொண்டான்.

'சரி திரும்புங்கள்' என்று சாமியாரிடம் உத்தரவிட்டான் நந்தன். 'முடிந்தால் யாரிடமிருக்கிறது என்று கண்டுபிடியுங்கள்.'

திரும்பிய சாமியார் மெல்ல எல்லோர் அருகிலும் நடந்து வந்தார். திடீரென ஒருவன் முன் நின்றார். அவராக நிற்கவில்லை. கையில் வைத்திருந்த கல் விளக்கேற்றியதுபோல மின்னியது.

அவனும் மடிப்பில் வைத்திருந்த பொன்னை எடுத்துக்கொடுத்தான். வெற்றியுடன் அதைக் கொண்டுவந்து நந்தனிடம் கொடுத்தார் சாமியார்.

பல ஆண்டுகள் மனதில் ஒளிந்திருந்துவிட்டு பூதாகார உருவத்தில் வெளியே வந்தது புதையலின்மீது ஆர்வம். அதற்குக் காரணம், கும்பிடப் போன தெய்வம் குறுக்கே வந்ததுபோல், புதையல் கண்டுபிடிக்க ஒரு நவீன வழி. இந்தக் கல்லின் மகிமை உண்மையாக இருக்கும் பட்சத்தில் இந்தப் பிராந்தியத்தில் உள்ள புதையல் எல்லாம் அவனுக்கே சொந்தம் என்று புரிந்தது. சாமியாரை வைத்து முதலில் சிறு பிள்ளைப் பிராயத்தில் தான் தேடிய பொக்கிஷத்தைக் கண்டுபிடிக்கவேண்டும் என்ற ஆசை.

இப்போது பார்த்தால் சற்று நேரத்துக்கு முன் நந்தன் முகத்திலே எள்ளும் கொள்ளும் வெடித்தன எனச் சொல்ல முடியாது. இவ்வளவு நேரம் நையாண்டியாக பேசிக்கொண்டிருந்தான். இப்போதோ இளகிய குரலில் 'நான் உனக்கு விடுதலை தருகிறேன். அதற்குப் பிரதியாக நீ எனக்குச் செய்யக் கூடியது ஒன்று இருக்கிறது' என்றான்.

தன்னை விடுதலை செய்ய ஒரு தேவையும் இல்லை என்று சாமியாரும் முரண்டு பிடிக்கவில்லை. 'அப்படியானால் உடனே அதைச் சொல்லு, எனக்குத் தில்லையில் வேலையிருக்கிறது.'

'என்னுடன் ஓர் இடத்துக்கு வாரும். அங்கு சொல்கிறேன்' என்று சொல்லிவிட்டு மற்றவரைப் பார்த்து 'நானும் இவரும் ஆற்றங்கரைக்கு அருகே சென்றுவிட்டு வருகிறோம்' என்றான்.

நந்தன் தனியாகச் சாமியாருடன் செல்கிறான் என்றவுடன் ஆட்சேபிக்கும் குரல்களும் கிளம்பின. 'இவருடன் தனியாகப் போக வேண்டாம்' என்று எல்லோரும் வலியுறுத்தினர்.

'இவனால் என்னை ஒன்றும் செய்ய முடியாது. இருக்கவே இருக்கிறது என் வாள்' என்றான்.

'ஆமாமப்பா, இவனை என்னால் ஒன்றும் செய்ய முடியாது' என்று கூட்டத்தாரைப் பார்த்து நையாண்டியாகக் கூறினான் சாமியார்.

•••

அத்தியாயம் பதினான்கு

கம்பூஜராஜனின் கல்

நந்தனும் சாமியாரும் தனியாக ஆற்றங்கரைக்குப் புறப்பட்டார்கள். போகும் வழியில் பேச்சுகூடக் கொடுக்கவில்லை நந்தன். சாமியாரோ எதைப்பற்றியும் கவலைப்படாமல் நடந்தான். சில சமயம் வழி தெரிந்தவன்போல நந்தனை முந்திக் கொண்டு செல்வான்.

ஆரண்யத்தின் நடுவிலே ஒரு மனோகரமான ஆறு ஓடியது. அந்த ஓடும் நீருக்குள்தான் முருகையன் விட்டெறிந்த அந்தக் காசு இன்னும் இருக்கவேண்டும். அந்தக் காசைக் கண்டுபிடித்ததுதான் அவன் வாழ்வில் முதல் சாதனை. அதற்குப் பின் மூட்டை மூட்டையாய்ப் பொன்னைக் கொள்ளையடித்தாயிற்று. அதை செலவும் செய்தாயிற்று. ஆனால் அந்த ஒரு காசுபோல வருமா?

சாமியாரிடம் திரும்பினான். ‘அய்யா இந்த இடத்தில்தான் நான் ஒரு பொற்காசைக் கண்டேன். அது ஒரு புதையலின் அங்கம் என்று தெரிந்து அதைத் தேடித் தேடிக் காலம் கழித்தேன். என் தந்தை சினங்கொண்டு அந்தக் காசை இந்த ஆற்றில்தான் விட்டெறிந்தார்’ என்று விளக்கினான்.

‘அதற்கென்ன, அந்தக் காசு உனக்கு வேண்டுமா? இந்தக் கல்லைக் கையில் வைத்துக்கொள். அந்த ஆற்றில் இறங்கு’ என்று உற்சாகப் படுத்தினார். மறுவார்த்தை பேசாமல் கல்லைக் கையில் வாங்கிக்கொண்டு ஆற்றில் இறங்கினான் நந்தன். ஆற்றுநீர் உடம்பின்மீது பட்டபோது குளிர்ந்தது. ஆர்வத்தில் உடல் எவ்வளவு உஷ்ணமாக இருக்கிறது என்று கண்டுகொண்டான்.

தண்ணீர் அவனையே இழுத்துச் செல்லப் பார்த்தது. இதுபோலவே வெகுகாலம் வேகமாய் ஓடிய ஆறு இது. இதில் முருகையன்

விட்டெறிந்த காசு இருபது ஆண்டுகளில் அதே இடத்திலா இருக்கும் என்ற சந்தேகம் இப்போது வந்தது.

இடுப்பளவுக்கு தண்ணீர் வந்தது. கல்லை இரு கைகளிலும் உயர்த்திப் பிடித்து நடந்தான். கழுத்துவரை நீர் வந்தபோது திடீரென கல் உறுமியது. மின்னல்போல வெளிச்சம் உள்ளிருந்து வந்தது. ஆற்றங்கரையில் நின்ற சாமியாரை திரும்பிப் பார்த்தான். சமிக்ஞை பாஷையினால் நீருக்குள் மூழ்கும்படிச் சொன்னார்.

கல்லை கெட்டியாகப் பிடித்து நீரில் தலை முழுகினான். கண்களைத் திறந்து உற்றுப் பார்த்தான்; குனிந்து மண்ணில் கையைவிட்டு ஆராய்ந்தான். திடீரென கல்லைத் தவிர இன்னமும் வேறு ஏதோ மின்னவே கையில் ஒரு பொற்காசு தட்டுப்பட்டது. பல வருஷங்களுக்கு முன் முருகையன் விட்டெறிந்த அதே பொற்காசு கிடைத்துவிட்டது. நந்தனுடைய பொற்காசு.

கையிலிருந்த ஒரு காசை உயர்த்திப் பிடித்துக்கொண்டே வெளிவந்தான். மலர்ந்த புன்னகையுடன் கூடிய அவன் கண்களில் ஒரு வெறி. அடுத்த வேலை என்னவென்று உணர்ந்தவன்போல் ஆற்றின் அருகிலிருந்த சிறிய குன்று ஒன்றை அண்ணாந்து பார்த்தான்.

நிச்சயமாக பாறைப் பிரதேசத்தில் ஒரு புதையல் இருக்கிறது. அதைத் தேடித் தேடி சிறுபிள்ளைக் காலத்தில் எவ்வளவு நாள் செலவழித்திருப்பான். இந்தக் கல் இருந்தால் ஜெயத்துக்கு மேல் ஜெயம் நிச்சயம்! குன்றில் திடுதிடுவென்று ஏறத் தொடங்கினான். அவனுக்கு சற்றுப் பின்னால் தன் கல் பறிபோய்விடுமோ என்று பயந்து சாமியாரும் ஓடினார்.

‘எங்கு செல்கிறாய்?’ என்றார் மூச்சிரைத்தபடி சாமியார்.

‘இந்தக் காசு அந்த மலையிலிருந்துதான் மழையில் அடித்து வந்திருக்கவேண்டும். நாம் அதையும் கண்டுபிடிப்போம்’ என்றான்.

சாமியார் காரியம் எவ்வளவு தவறானது என்பதை எடுத்துச்சொல்ல முற்பட்டார். ‘வேண்டாம். இது வேங்கையின் ரத்தவெறி போன்றது. உன்னை அப்புறம் விடாது.’

‘இல்லை... இல்லை. அந்தப் புதையலைக் கண்டுபிடித்தால் உமது காசுகளை உம்மிடமே கொடுத்துவிடுகிறேன்’ என்று உறுதியளித்தான்.

‘அப்படியென்றால் செல்’ என்றார் சாமியார் தன்னை மீறி வந்த சிரிப்பை அடக்கிக் கொண்டு.

கண்ணெல்லாம் கல்லின்மீதுதான். மரஞ்செடிகளிலும் புதர்களிலும் இடித்துக்கொண்டே பைத்தியம் பிடித்தவன்போல நந்தன் நடந்தான். பாதி மலைகூட ஏறியிருக்கமாட்டான், ஒரு புதரின் அருகே கல் உறுமியது. வாளை எடுத்தான். அதைக்கொண்டு புதரை அகற்றினான். கையளவில் ஒரு மண் பானை புதைந்திருந்தது. அதன் அளவு சற்று சிறியதாய் இருந்தது ஏமாற்றத்தைக் கொடுத்தது. சுற்றுப் புறமெங்கும் விரிசல்விட்டு ஓரிடத்தில் மட்டும் உடைந்திருந்தது. அந்த ஓட்டை வழியாகத்தான் தனியொரு காசு வெளியே வந்திருக்கவேண்டும்.

வாளைத் திருப்பிப் கைப்பிடியால் பானையை ஒரு போடு போட்டான். சிதறிக் கீழே தரையில் விழுந்த பொற்காசுகளை எண்ணினான். அதில் சரியாகப் பதினேழு பொற்காசுகள் இருந்தன. மீதிக் காசானது நனைந்து போய்க் கையில் இருந்தது.

வேறேதாவது பானை அங்கு இருக்குமா என்றால் கையிலிருந்த மாயக்கல் மங்கலாகவே இருந்தது. ஒளி ஒன்றும் இல்லை.

'ச்சீ... இதற்காகவா வாழ்வெல்லாம் இவ்வளவு சிரமப்பட்டோம்... அடி வாங்கினோம்' என்று நினைத்தவுடன் வெறுப்பாய் வந்தது. மனம் கசந்து போனது. ஆகாசக் கோட்டைகள் தகர்ந்துபோக உடைந்த பானைக்கு அருகே இடிந்துபோய் உட்கார்ந்தான் நந்தன்.

அவனருகில் அமர்ந்தார் சாமியார். அவனை நோக்கினார். 'கிடைத்த தங்கம் போதவில்லையா? இன்னும் கண்டு பிடிக்க வேண்டுமா?' என்று வினவினார்

வெந்த புண்ணில் வேலைப் பாய்ச்சுகிறார் என தோன்றியது அவனுக்கு. 'உமக்கே ஆசை இருக்கும் போது எனக்கு இருக்கக் கூடாதா?' என்றான்

'ஏனப்பா... தங்கத்துக்கு ஆசைப்படாதவர் யார்? சரி உனக்குத்தான் இந்தக் கானகத்தில் சுவர்ணத்துக்கு என்ன பயன்? பசியென்றால் அதை உண்ண முடியுமா?' என்று வினவினார்.

பதில் சொல்ல முடியாமல் நந்தன் ஒரு நொடி விழித்தான். சாமியார் சொல்வதிலும் உண்மையிருந்தது. ஒரு பொருளுக்கு நேரடி உபயோகமில்லாமல் இவ்வளவு மதிப்பிருப்பது சுவர்ணத்துக்கு மட்டும்தான்.

சாமியார் தொடர்ந்தார். 'உழைக்க சோம்பல் படுபவன்தான் புதையலைத் தேடுவான் என்று ஊருக்குள் உளறுவார்கள். ஆனால் பூமிக்குள்ளேயிருந்து புதையலை எடுப்பது உழைப்பதைவிட கஷ்டமப்பா. புதைப்பவன் காவல் இல்லாமல் புதைப்பானா?

ஏதாவது பூதத்துக்கு பலி கொடுத்து ஏவிவிட்டு காவல் வைப்பான். புதையலைத் தேடிக் கண்டுபிடிப்பவன் பாட்டுக்குப் பாவம்! பூதம் வந்து நெருப்பு பிழம்புபோல அகன்ற வாயைக் காட்டும்போது செத்தே போய்விடுவான். இல்லை பித்துப் பிடித்துவிடும்.'

நந்தன் கையில் இருந்த ஒரு பொற்காசை நெடுநாளாய்ப் பிரிந்திருந்த அதன் உறவினர்களுடன் சேர்த்தான். பதினெட்டு வேங்கைகள் சூரியனில் ஜொலித்தன. காசுகள் கொஞ்சம்தான், ஆயினும் அது அபூர்வமான சுகத்தை கைக்கும் விரல்களுக்கும் அளித்தது. கல்லின் மேலிருந்த கோபமும் குறைந்தது. ஆப்பையிலிருப்பதுதானே சட்டியில் வரும். இந்தக் கல் தங்கத்தை உற்பத்தி செய்யாது அல்லவே. கண்டுதான் பிடிக்கும்.

அவன் மனம் சாந்தமடைந்தாலும் சாமியார் விடுவதாய் இல்லை. 'புதையலைத் தேடி அலைவோரின் சித்தம் அவ்வளவு சுவாதீனத்தில் இல்லை என்றுதான் சொல்லவேண்டும். இதுவெல்லாம் மாயை' என்றார்.

நந்தனுக்கு வயிற்றெரிச்சல். ஆனால் கோப்பெருஞ்சிங்கனின் புதையல் இங்கு அருகாமையில் இருப்பது வாய்வழிச் செய்தி என அவனுக்குத் தெரியும். அதனால் கோபத்தை அடக்கிக்கொண்டு 'உன்னுடைய ஒத்தாசையிருந்தால் நானும் பொக்கிஷத்தைப் பிடித்து விடுவேன்' என்று நந்தன் கேட்டுவிட்டு ஆவலுடன் சாமியாரின் முகத்தைப் பார்த்தான்.

'திரும்பத் திரும்பச் சொல்கிறேன். புதையல் என்ற எண்ணத்தைவிடு. அநாதையாக இருக்கும் ஐஸ்வர்யம் அப்படியெல்லாம் எல்லோரிடமும் சென்று சங்கமித்துவிடாது. குபேரனின் தயாள குணத்தைப் பெற்றவராலே மட்டும்தான் புதையல் கிடைக்கும்.'

நந்தனுக்கு சாமியார் தட்டிக் கழிக்கிறார் என்றவுடன் கோபமும் ஆத்திரமும் பொங்கிக்கொண்டு வந்தன.

'சரி, இவ்வளவு நாளாய் இவ்வளவு ஆசையைத் தேக்கி வைத்திருந்தாயே? இந்தக் காட்டில் அப்பேர்ப்பட்ட புதையல் இருக்கிறதா என்ன?' என்று வினவினார் சாமியார்.

சாமியார் வாயைப் பிடுங்குகிறார். எனினும் சொன்னான். 'புராதன சோழர் குலம் நீடிப்பதற்கு வாய்ப்பில்லாமல் ஆக்கியவன் கோப்பெருஞ்சிங்கன். அவனது புதையல் இந்தக் காட்டில்தான் எங்கோ இருக்கிறது.'

'கோப்பெருஞ்சிங்கன் பெரும் சிவபக்தன். உனக்குத் தெரியுமா?' என்று வினவினார் சாமியார்.

‘அப்படியா?’

‘ஆம், தில்லையில் ஒரு கோபுரத்தை அவன்தான் கட்டினான். அவன் சேர்த்து வைத்த சொத்துகள் ஏராளம். அதில் கொஞ்சத்தை எடுத்து தில்லையில் ஒரு கோபுரம் கட்டினான். மீதியிருக்கும் சோழர் புதையலும் சிதம்பரம் கோயிலுக்காகத்தான் எங்கோ ஒளித்து வைத்திருக்கவேண்டும்’ என்றார் சாமியார்.

இப்போது நந்தனின் நம்பிக்கை இன்னும் வலுப்பட்டது. இந்த சாமியாரின் கைங்கரியத்தால் நந்தனுக்குள் சின்னஞ்சிறு ஆசை தீப்பொறி அதிவிரைவில் காட்டுத்தீபோலாகிவிட்டது.

‘குபேரனுடைய பொக்கிஷத்தையும் தோற்கடிக்கும் செல்வக் களஞ்சியம் இந்தக் காட்டில்தான் இருக்கிறது. அதைக் கண்டு பிடிக்கும் ஆயுதமும் நம் கையில் கிட்டிவிட்டது. உதவிக்கு இந்தச் சாமியாரும் இருக்கிறார். இதைவிட்டு எதற்காகக் கொள்ளையடிக்க வேண்டும்! ஆயுட்காலம்வரை அனைவரும் ஆனந்தமாய் இருக்கும் அளவுக்குப் பொன்னும் மணியும் கிடைக்கும். ஒருவர் வாயிலும் இருக்க வேண்டாம்’ என்றெல்லாம் யோசித்தான்.

அந்த கல்லை உற்றுப் பார்த்தான். பொற்காசுகளுக்கு நடுவே மின்னிக் கொண்டிருந்தது. அதைக் கண்டவுடன் தனக்கே உரியதாக்கிக் கொள்ளவேண்டும் என்ற ஆசை. சில நாட்களுக்குள் இரண்டு பொருள்களுக்கு அப்படியொரு ஆசை வந்துவிட்டது. அந்த நாட்டியக்காரியும் இந்தக் கல்லும்.

‘விந்தைதான். இப்படிப்பட்ட கற்களெல்லாம் இந்தக் கலி காலத்திலும் இருக்கின்றனவே?’

‘உண்டு அய்யனே. கங்கைகொண்ட சோழபுரத்தில் சந்திரகாந்தக் கல் கருவறைக்குள் இருக்கிறது. வெயில் காலத்தில் குளிர்ச்சியாகவும் மழைக் காலத்தில் சூடாகவும் அது மாறி ஈசனுக்கு நல்லதொரு சூழலை ஏற்படுத்தும்’ என்றார் சாமியார்.

காசுகளைப் பார்த்தான். ‘இவை குறைவாய் போனால் என்ன? இந்தக் கல் இருந்தால் எத்தகைய புதையலையும் கண்டு பிடித்துவிடுவேன். இதற்கென ஏதாவது மந்திரம் இருக்கிறதா என்று மட்டும் சொல்லுங்கள்.’

‘மந்திர தந்திரமெல்லாம் இல்லை. பொன்னைக் கண்டவுடன் இந்தக் கல் அதைப் பிரதிபலிக்கும். ஆனால் அதில்தான் ஒரு சிக்கல். இதைவிடப் பெரிய கல்லிருந்தால் மட்டுமே ஆழத்தில் புதைந்திருக்கும் பொன்னைக் கண்டுபிடிக்கும்.’

நந்தனுக்குத் தூக்கி வாரிப்போட்டது. இப்படி சிறு சிறு புதையலாய்த் தேடி என்று கரைசேருவது? முதுமை வந்துவிடும். பெரிய கல்லிருந்தால்தான் கோப்பெருஞ்சிங்கனின் புதையல் கைவசம் வருவது சாத்தியம். அந்த நம்பிக்கை மெய்யாகும் காலம் இப்போது நெருங்கி வந்தபோது தடங்கலா?

'இதைவிடப் பெரிய கல் எங்கிருக்கிறது?'

பெருமூச்சுவிட்டுவிட்டு, சாமியார் சொன்னார் 'தில்லையில் இருக்கிறது, ஆனால் அதை நெருங்குவது எளிதாயிருக்காது.'

'தில்லையில் எங்கே?'

'நடேசன் கோயில் கூரை தங்கமில்லையா? அதனடியில் கம்பூஜ நாட்டு ராஜன் பதித்து வைத்தான் இராஜேந்திரன் காலத்தில். அந்தப் பொன்னின் அருகாமையில் உறுமும் சப்தம் எப்போதும் ஒலிக்கும் என்று.'

இதுவரை நகர்ப்புறத்துடன் போக்குவரத்து ஏதும் கொள்ளையர் வைத்துக்கொள்ளவில்லை. அந்தப் புதையல் விஷயம் நந்தன் உறுதியைக் குலைத்துவிட்டது. தில்லைக்குச் சென்று அந்தக் கம்பூஜக் கல்லை அபகரிப்பது என்பது விசித்திரமான யோசனைதான்; ஆயினும் ஏன் கையாண்டு பார்க்கக் கூடாது என யோசித்தவனின் முகம் மலர்ந்தது. இன்னொரு விஷயமும் அவனுக்கு நினைவு வந்தது. அந்த நாட்டியக்காரி தில்லைக்குத்தான் செல்கிறேன் என்று சொன்னாளே!

நந்தன் கண்களில் தோன்றிய ஆசை வெறியை அளந்திட்டார் சாமியார்.

'பளிச்சென்று சொல்லி வைத்தாற்போல் அவன் மனதில் ஓர் எண்ணம் தோன்றியது. தேட வேண்டியது அந்தக் கல். போக வேண்டியது தில்லை. எடுத்து வந்து கோப்பெருஞ்சிங்கனின் புதையலைக் கண்டுபிடிக்கவேண்டும்.' அதை உரக்க வேறு தன்னையறியாமல் சொல்லிவிட்டான். 'நான் தில்லைக்குச் சென்று கொள்ளையடிக்கப் போகிறேன்' என்று தீர்மானமாய் சொன்னான் நந்தன்.

சாமியார் முகத்தில் உடனே புன்சிரிப்பு. தனக்கு மட்டும் கேட்கும் சப்தத்தில், 'போ, போ, நீ தில்லையைக் கொள்ளையடிக்கிறாயா? தில்லை உன்னைக் கொள்ளையடிக்கிறதா என்று பார்ப்போம்' என்று முணுமுணுத்தான் அந்த யோகி.

•••

அத்தியாயம் பதினைந்து

பைரவர் ஏமாற்றினார்

சைவத்தில் கோயில் என்று சொன்னாலே தில்லையைத்தான். அண்டசராசரத்தின் ஜனனத்தின்போது இருந்த ஆழ்ந்த அமைதியையும் அசைவற்ற நிலையையும் சிதறடித்து ஆடத் தொடங்கினான் நடேசன். அவன் மீண்டும் நடனத்தை நிறுத்தும் போது அந்த அசைவற்ற நிலை திரும்பும் என்று நம்பப்பட்டு வந்தது.

தமிழகக் கோயில்களில் காலையில் கடைசியாகத் திறப்பது தில்லைதான். இரவில் கடைசியாக மூடப்பெறுவதுவும் அதுதான். மற்ற கோயில்களில் எல்லாம் கடவுள்கள் சாய்ந்து கண்ணை மூடி சில நாழிகை கழித்தே நடேசனுக்கு அர்த்தஜாமம் நடைபெறும்.

சூரியன் கீழ்வானத்தில் நன்றாய் உயர்ந்த பின் தில்லை கோயில் கதவு திறந்தாலும் பொதுஜனம் வருவதற்கு முன் ஏகப்பட்ட சடங்குகள். ஆனால் எப்போதுமே பெயருக்குத்தான் திறப்பதெல்லாம். நடேசனுக்குப் பகலும் இரவும் உடனிருந்து காவல் காக்க வேண்டிய தில்லைவாழ் அந்தணர் சிலர் கோயிலுக்குள்ளே படுத்திருப்பார்கள்.

காலத்தின் தொடக்கம் முதல் சைவத்தின் மணிமகுடமாக விளங்கியது தில்லை. இந்த அற்புத ஷேத்திரத்தில் நித்ய நடனம் புரிந்த நடேசனை தரிசிக்க பலரும் வந்தனர். தேடி வந்தவர்களுக்கு நடனத்தின் நடுவிலும் மெய்ஞானமும், செல்வமும் ஏன், மீண்டும் ஒரு பிறப்பிலிருந்து விடுதலையையும் கொடுத்தான் நடேசன்.

பஞ்ச பூதங்களில் அளவிட முடியாத ஆகாசத்தைக் குறித்தது தில்லை. ஆனால் தில்லையின் மகிமைக்கெல்லாம் நடன அரசன் இங்கு நாட்டியத்தில் சுழலச் சுழல இப்பூவுலகத்தில் வாழும் மானிடருக் கெல்லாம் விமோசனம் கிட்டியது என்பதுதான். இன்னும் அவன்

நாட்டியம் ஆடிக் கொண்டிருக்கிறான் என்று நம்பப்பட்டது. இரவில் காவலுக்கு உறங்கும் தீக்ஷிதர்களுக்கு சதங்கை சப்தம் கேட்டது என்று பலரும் காலையில் சொல்லுவார்கள்.

இந்த கோயிலைக் கண்காணிக்கும் பொறுப்பு ஆண்டவனால் தில்லை மூவாயிரமவர் என்றழைக்கப்பெற்ற தீக்ஷிதர் குலத்துக்குக் கொடுக்கப் பட்டிருந்தது. ஒருமுறை சம்பந்தருக்கு தில்லைவாழ் அந்தணர்கள் சிவலோக பூதகணங்களாகக் காட்சி தந்தபோது தேவாரத்தில் 'நீலத்தார் கரிய மிடற்றார்' என்று அவர்களைப் பற்றிக் கூறுவார்.

தில்லைவாழ் அந்தணரும் ஆருயிர்போல நடராஜனைக் கவனித்து வந்தனர். எல்லோருக்கும் பொறுப்பு சரியாகக் கிட்டும் வண்ணம் முறைப்படி சேவைகளைப் பிரித்துக்கொண்டனர்.

நடேசனை கவனிக்க ஒருநாள் ஒவ்வொரு தீக்ஷிதருக்கு முறை. தில்லை மூவாயிரமவர் என்று அழைக்கப்பட்டாலும் தற்போது ஆயிரம் ஆண்கள் மட்டுமே மணமுடித்த காரணத்தால் நடேசனைத் தொட்டு சேவை செய்ய அருகதையுள்ளவர்கள். மூன்றாண்டுக்கு ஒருமுறை ஒரு தீக்ஷிதருக்கு அந்த அற்புத வாய்ப்பு கிடைக்கும். திருப்பள்ளியின்போது கதவைத் திறப்பதால் நடேசனே அன்றைக்கு அவர் முகத்தில் கண் விழிக்கும் பாக்கியம்.

நாள் முழுவதும் வரும் பல பூஜைகளும் அவரே செய்வார். ஸ்படிக லிங்கத்துக்கு ஆறு முறையும் ரத்தினத்தால் ஆன கையளவு ரத்தின சபாபதிக்கும் ஒருமுறை அபிஷேகம் செய்வார்.

இன்று முறை கொண்டிருந்த அந்தணர் சபாபதி. இளமையானவன் என்றாலும் அவனுக்கு இரண்டாவது முறை இந்த அற்புத வாய்ப்பு கிடைத்திருந்தது. அது வரும் நாளை மூன்றாண்டு காலமாகப் பரபரப்புடன் எதிர்பார்த்துக்கொண்டிருந்தான்.

கோயிலைச் சுற்றியிருந்த ஒரு மாட வீதியில் இருந்த அவனது வீட்டில் விஷேச பூஜைகள் நடந்தன. வீடே திருமணக் கோலம் கொண்டது. அவனோ சில நாட்களாகவே விரதம் பூண்டிருந்தான். அதிகாலையில் எழுந்து தலை ஸ்நானம் செய்தான். நீண்ட கூந்தலைக் காய வைத்து முன்குடுமியாய் சுற்றி அமைத்தான். நெற்றியில் திருநீறு இட்டு ருத்ராக்ஷ மாலையை அணிந்து பார்க்க சிவப்பழமாய் இருந்தான்.

பின் குடும்பத்தார் எல்லோருமாக வாழ்த்தி அனுப்பு மங்கல இசை செய்த கலைஞர்களுக்குப் பின் சபாபதி கோயிலுக்கு நடந்தான். தில்லை சாலையில் பார்த்தவரெல்லாம் அவனைக் கையெடுத்துக் கும்பிட்டும், காலில் விழுந்து நமஸ்கரித்தும் வழிபட்டனர்.

கோயிலின் வெளிப் பிரகாரத்தில் அமைந்த இராஜகோபுரத்தின் வழியாக சபாபதி நுழைந்தான். நான்கு மாட வீதிகளில் மூன்றுக்கு மட்டும் வானுயர்ந்த இராஜகோபுரங்கள் இருந்தன. வடக்கு கோபுரம் மட்டும் மொட்டையாய் இருந்தது. தமிழகத்தில் முக்கியமான கோயில்களுக்கு மட்டும் வெளிப் பிரகாரத்தில் இந்தக் கோபுரங்கள் அமைக்கும் பணி ஓரிரு நூற்றாண்டுகளாகத் தொடங்கியிருந்தது. தில்லைக்கு சோழன் ஒன்றும், பாண்டியன் ஒன்றும், காடவர் குலத்தோன் ஒருவனும் மூன்று கோபுரங்களைக் கட்டியிருந்தனர். தமிழகத்தில் பாண்டியர் ஆட்சி நடந்து வந்ததால் அவர்களே நான்காவது கோபுரத்தையும் கட்டுவார்கள் என்று பேச்சாய் இருந்தது.

தேரடிக்கு நேரே இருந்த கோயிலின் கிழக்கு வாசல் வழியாக நுழைந்தவுடன் நேரே சிவகங்கைக் குளத்துக்குச் சென்றான் சபாபதி. மீண்டும் தலை முழுகினான். இந்தக் குளத்தில் முதல் முதல் குளித்த ஹிரண்யவர்மன் வெளியே வரும்போது தங்கத் தோலுடன் வந்தானென்று காவியங்கள் சொல்லும். சபாபதிக்கு அப்படி நேரவில்லை. எனினும் இன்று அந்த அரசனுக்கும் தனக்கும் இருக்கும் ஒற்றுமையை நினைத்தான். லேசான சிரிப்பு வந்தது.

குளத்தின் கரையில் தாம்பாளத்தில் இருந்த புது ஆடை கோயிலில் இருந்து வந்தது. அதை அணிந்துகொண்டு பிரதான கோயிலின் கிழக்கு வாசல் வழியாக நுழைந்தான். வாசலுக்கு இருபுறமும் பாதி மனிதனாகவும் பாதி சிங்கமாகவும் இருந்த இரண்டு கல்லாலான புருஷாமிருகங்கள் காவல் காத்தன.

சபாபதிக்கு பரபரப்பு அடங்கவில்லை. யாரிடமாவது அவனுக்கு நேரப்போகும் அதிசயத்தைப் பற்றிப் பேசினால் தேவலை என்று தோன்றியது. ஆனால் அந்த இரகசியத்தை யாரிடமாவது சொன்னால் கோயிலைக் காக்கும் புருஷாமிருகங்கள் விஸ்வரூபமெடுத்துக் கொன்றுவிடும் என்று அவனுக்கு முறை வந்தபோது பெரியோர்கள் எச்சரித்தது ஞாபகம் வந்தது. உடனே வாயடைத்துப் போனான்.

படிகளில் கீழிறங்கி சபாபதி நடந்தான். இரு பக்கமிருந்த திண்ணைகளில் முந்தைய இரவு காவல் காத்த பல தீக்ஷிதர்கள் இன்னும் உறங்கிக் கொண்டிருந்தார்கள்.

'சபாபதி வந்தாச்சு. எழுந்திருங்கோ' என்று யாரோ குரல் கொடுக்க பலரும் துயில் கலைந்து எழுந்தனர். யாரிடமும் பேசாமல் சபாபதி நேராக உள்ளே நடந்தான்.

அடுத்து வந்த பெரிய கதவுகளை சபாபதிக்காகக் கோயில் சேவகர்கள் திறந்தார்கள். கோயிலின் மையப்பகுதியில் வானைப் பார்க்கும்

முற்றம் ஏகாந்த பிரதேசமாய் அமைந்திருந்தது. அதன் நடுவில் உயர்ந்த மேடையின்மீது நடேசன் இருக்கும் சிட்சபை. அதனையொட்டி கனகசபை. தங்கக்கூரை கொண்டு நித்ய நடனமாடும் நடேசனின் வீடு அதுதான்.

இரு சபைகளையும் கையெடுத்துக் கும்பிட்டான் சபாபதி. கோயிலுக்குள் சுற்றியிருந்த கட்டடங்கள் இன்னமும் சூரிய ஒளியை முற்றத்துக்குள்ளே அனுமதிக்கவில்லை. கதிர்களில் முதல் கிரணங்கள் பொற்கூரையின் மேல்பட்டால் ஜொலிப்பைப்பற்றிக் கேட்கவேண்டுமா? காணக் கண் கோடிவேண்டும்.

பொன்னம்பலத்தை தாங்கிப்பிடிக்க இருபத்து எட்டு தூண்கள் இருந்தன - இருபத்து எட்டு ஆகமங்களைப்போல். கூரையைத் தாங்கிப்பிடிக்க அறுபத்து நான்கு உத்திரங்கள் - கலைகள் அறுபத்து நான்கைப்போல. முக்கியமாக கூரையின்மேல் ஒரு சராசரி மனிதன் விடும் மூச்சுகளை எண்ணி இருபத்து ஓராயிரத்து அறுநூறு தங்கத் தகடுகள் இருந்தன. ஒவ்வொன்றிலும் 'சிவாயநம' என்று பொரிக்கப் பட்டிருந்து.

கனகசபை மேடை மேல் ஏறினான் சபாபதி. மேடையின் வடக்குப் பகுதியில் இன்னும் ஓர் உயர்ந்த மேடை- அதுதான் சித்சபை. அதற்குச் செல்ல பஞ்சாட்சரப் படிகள் எனும் ஐந்து வெள்ளி படிகள் ஏறிச் செல்லவேண்டும். அதைத் தாண்டி யாரும் மேலே செல்லக் கூடாது- தில்லை மூவாயிரமவரைத் தவிர.

ஒரு காலத்தில் சோழ அரசனுக்கே இந்தப் படிகளில் அமர வைத்துத்தான் அபிஷேகம் செய்து வெளியே கூட்டிச் சென்று ஆயிரம் கால் மண்டபத்தில் மகுடம் சூட்டுவர் தீக்ஷிதர்கள்.

பஞ்சாட்சரப் படியில் ஏறி நடேசனுக்கு முன் இருந்த கதவைத் திறந்தான் சபாபதி. உடனே அறைக்குள்ளிலிருந்து வெளியே அந்த மிருதுவான காற்றில் வெட்டிவேர் வாசனை அவனை முற்றும் சூழ்ந்துகொண்டது. நடேசன் மாலையும் சரி காலில் அணிந்த குஞ்சிதபாத மாலையும் சரி வெட்டிவேரால் ஆனது. சபாபதியின் பிடரியில் மயிர் கூச்சல் ஏற்பட்டது

இரவில் ஏற்றியிருந்த விளக்குகள் இன்னும் ஒன்றிரண்டு எரிந்துகொண்டிருந்தன. அந்த வெளிச்சத்தில் காலில் முயலகன் என்ற அரக்கனை நசுக்கியபடி நடனம் ஆடும் நிலையில் இருந்த நடேசனை நெருங்கி கையெடுத்துக் கும்பிட்டான்.

தீக்ஷிதர்கள் காலை நுழையும்போதே நடேசன் காலடியில் குவித்து கிடந்த மலர்கள் அறையெங்கும் சிதறிக் கிடந்ததைப்

பார்த்திருந்தார்கள் - நடேசன் இரவெல்லாம் துயிலாமல் நடனமாடிக் கொண்டிருந்ததற்கு அத்தாட்சியாக.

இன்று அப்படி ஒன்றும் இல்லை. ஆனால் சபாபதி அதற்கு வருத்தப்படவில்லை. இன்னும் ஒரு மாயம் இந்த அறையில் நடக்கப் போகிறது என்றும் அதைக் காணப் போகிறோம் என்ற பரபரப்பு அவனுக்கு.

உடனே அவன் கண்கள் தானாக அந்த அறையின் ஈசானியத்தில் இருந்த பைரவர் சிலையின் காலடியை நோக்கி திரும்பியது. 'பைரவரைப் பார்க்காதே. அதற்கு முன் நிறைய வேலைகள் இருக்கின்றன' என்று மனம் எச்சரித்தது. இதர பூஜைகளில் ஈடுபடத் தொடங்கினான் சபாபதி.

கடைசியாகக் காலையிலிருந்து, ஏன் மூன்றாண்டு காலமாகக் காத்திருந்த நேரம் வந்தது. நடேசனை வழிபட்டு சிவகாம சுந்தரியைக் கும்பிட்டுக் கருவறையின் ஈசானியத்தில் இருக்கும் சுவர்ண பைரவரை தரிசனம் செய்ய நேரம் வந்தது.

மற்ற கோயில்களில் பைரவரே கோயிலின் காவலாளி என்று கோயிலைப் பூட்டி சாவியை அவர் காலடியில் வைத்துச்செல்வது வழக்கம். ஆனால் தில்லையில் பைரவருக்குக் காவலைத் தவிர இதர தொழில் ஒன்றும் இருந்தது.

அதனால் பிரதான கருவறையில் அய்யனுக்கும் அம்மைக்கும் அடுத்து அவரையும் அவரது நாய் வாகனத்தையும் நிற்க வைத்திருந்தனர். அவருக்கு சிறப்புப் பெயரும் உண்டு- 'ஸ்வர்ண ஆகர்ஷண பைரவர்'. அந்தப் பெயர் தீக்ஷிதர்களுக்கு மட்டும் தெரியும். அதை உரக்கப் பேசமாட்டார்கள். பெயரில் அவர் செய்யும் மாயம் பற்றிக் குறிப்பிட்டதே அதற்குக் காரணம்.

சபாபதி பைரவரின் முன் தீபத்தைக் காட்டினான். பைரவர் அருகே நின்ற நாயுருவத்தின் நிழல் திடீரென சுவரின்மீது ஆஜானுபாகுவாக உருவெடுத்தது. விளக்கு அசைய அசைய அதுவும் உயிர்பெற்றது. பூதாகார நிழலைப் பார்த்து சபாபதி ஒரு நொடிக்கு பயந்தான். பின் பைரவரின் காலடியில் துழாவினான். அங்கு சதுரமாக ஒரு தகடு இருந்தது. தீபாராதனை செய்துவிட்டு அந்தத் தகட்டை எடுத்து அதே வெளிச்சத்தில் ஆராய்ந்தான். பிரமன் படைத்த மண்ணில் வேறெங்கும் நடவா மாயத்தை இரண்டாம் முறை காணப் போகிறான் என்ற பூரிப்பு சபாபதிக்கு.

நேற்றிரவு விசேஷ பூஜைகள் செய்து தாமிரத் தகட்டை பைரவரின் காலடியில் வைத்துவிட்டே கதவைச் சாத்தியிருப்பார்கள். பைரவரின்

அற்புத மகிமையால் தில்லை மூவாயிரமவரின் மேல் ஈசனுக்கு இருந்த தனிப் பரிவினால் ஓர் அதிசயம் அந்த இருள் நிறைந்த அறையில் நடந்திருக்கும்.

சபாபதியின் கைகள் நடுங்கின. தகட்டை ஒளியில் எடுத்துப் பார்த்தான். முகத்தில் யாரோ குத்தியதுபோல் ஓர் உணர்வு. திடுக்கிட்டான்.

அவ்வளவுதான். தகட்டை அப்படியே கீழே போட்டான். தீபாராதனைத் தட்டையும்தான். அந்த அமைதியில் அது பேரொலியாகக் கேட்டது. அறை மீண்டும் இருளுக்குத் திரும்பியது.

வாரிச் சுருட்டிக்கொண்டு பதற்றத்துடன் வெளியே ஓடி வந்தான். ஆயிரமாயிரமாண்டுகளாக கடவுள் அருளால் தாமிரத் தகடு ரசவாதம் என்ற அனுபவம் பெற்று தங்கமாய் ஓர் இரவில் மாறியிருக்கும்.

இன்று ஏனோ ஆகவில்லை!

•••

அத்தியாயம் பதினாறு

நடேசன் ஏன் சோதிக்கிறார்?

சரியாக அப்போதுதான் தில்லைவாழ் அந்தணருக்கு தலைவராம் ருத்திராபதி தீக்ஷிதர் கோயிலின் நடுமையமான முற்றத்துக்குள் நுழைந்துகொண்டிருந்தார்.

சபாபதி உள்ளே சென்றவுடன் இரவு காவலுக்கெனப் படுத்திருந்த தீக்ஷிதர்கள் பலர் மீண்டும் படுத்துவிட்டனர். பெரியவர் வந்தவுடன் எல்லோரும் முழுவதுமாய் துயிலெழுந்து அவர் கண்ணில் பட்டுவிடாமல் தூண்களுக்குப் பின் ஒளிந்துகொண்டனர்.

இப்போது கிழவருக்கு வயது அதிகமாகிவிட்டது. இருந்தாலும் தடியை ஊன்றிக்கொண்டு தினம் தினம் காலையில் பூஜை முடியும் வேளையில் சரியாக வந்துவிடுவார். அந்த தங்கத் தகட்டைப் பெற்றுக் கொள்வது அவரது கடமை. தங்கத் தகட்டைப் பெற்றுக்கொண்டு கடுமையான எச்சரிக்கையும் செய்வார். வெளியில் சொன்னால் தெய்வக் குற்றம் என்று. புருஷமிருகம் குதறிவிடும் என்று.

இந்த நிகழ்வில்தான் என்னவொரு இன்பம். எழுபது ஆண்டுகளில் இருபது இருபத்து ஐந்துமுறை இந்த வாய்ப்புக் கிடைத்திருந்தாலும் அவரது முறையை வேறு யாருக்கும் விட்டுக் கொடுப்பதில்லை. முழு நாளும் சபையின்மேல் இருப்பது இந்த வயதில் அவருக்குக் கஷ்டம்தான். எனினும் சித்சபையின் மேலே ஏறுவதும் அந்த ரசவாதக் காட்சியைப் பார்ப்பதும் பெரும் பரபரப்பை கொடுத்தன.

சரியாக அவர் சித்சபையின் படிகளில் மேல் ஏறி வந்த போது தகடு கீழே விழும் சப்தம் செவியில் விழுந்தது. அதைத் தொடர்ந்து தீபாராதனைத் தட்டும் கீழே விழ, காலை வேலையில் அபஸ்வரமாய்

கேட்டது அந்த ஒலி. ருத்திராபதிக்குத் தூக்கிவாரிப் போட்டது என்றால் அது மிகவும் குறைத்துச் சொன்னதேயாகும். உடனே அவரது உள்ளுணர்வு சொன்னது 'நடக்கக் கூடாதது ஏதோ நடந்து விட்டது.'

ஆனால் அடுத்த நொடி சித்சபையில் இருக்கவேண்டிய சபாபதி கீழே ஓடிவருவதைக் கண்டு திடுக்கிட்டார். பெரியவரைப் பார்த்து விட்டான் சபாபதி. ஓடி வந்து அவர் காலடியில் விழுந்தான். 'அய்யனே! என்னவோ தெரியவில்லை, தகடு மாறவில்லை' என்றான்.

'உளறாதே' என்று வன்மையாக அவர் கண்டித்தார். 'அது எப்படி சாத்தியம்? இரவில் பூஜை செய்து பைரவரின் காலடியில் வைக்கப் படும் செப்புத் தகடு காலையில் தங்கத் தகடாய் மாறியிருக்கும். அது பைரவரின் சக்தி. அதனால்தான் சுவர்ண ஆகர்ஷண பைரவர் என்று அவருக்குப் பெயர்.'

'இல்லை ஐயனே, என் இரு கண்களால் பார்த்தேன். நேற்றிரவு பைரவர் முன் வைத்த செப்பு செப்பாகவே இருக்கிறது. என்ன தெய்வகுற்றம் புரிந்தேனோ? எனக்கு ஏன் இப்படி நடக்கிறது?' என்று புலம்பினான்.

பெரியவருக்கோ அவனைத் தேற்ற நேரமில்லை. 'இருட்டில் உனக்குத் தெரிந்திருக்காது. நான் வருகிறேன்' என்று அவன் கையைப் பிடித்து பஞ்சாட்சரப் படிகளின்மீது தரதரவென்று இழுத்துச் சென்றார்.

அவர் நம்பிக்கையைக் கண்டு சபாபதிக்கும் அப்போது ஒரு நம்பிக்கை பிறந்தது. 'இருட்டில், பரபரப்பில் சரியாகப் பார்த்திருக்க மாட்டோமா? தெய்வகுற்றம் ஏதேனும் நடந்துவிட்டது என்று தேவையில்லாமல் பயந்துவிட்டோமா? ச்சீ... ஒரு நிமிடத்தில் என் உடம்பெல்லாம் சொட்ட நனைந்து போகும்படி வியர்த்துவிட்டதே. இனி பெரியவர் திட்டுவதை வாங்கிக்கொள்ளவேண்டும். மற்றவர் பரிகாசிப்பதையும் ஏற்கவேண்டும்' என்று தர்மசங்கடத்துடன் நினைத்துக்கொண்டான்.

சபாபதி சாந்தம் அடைந்தாலும் அவனது பரபரப்பு பெரியவர் மேல் பரவியது. அவர் படிகளில் ஏறும் போது கதவுக்கு நேரே இருந்த நடேசனைக்கூட ஏறிட்டுக் காணவில்லை. நேரே பைரவரிடம் சென்றார். கீழே கிடந்த தகட்டை இருட்டில் துழாவி எடுத்து விளக்கின் ஒளியில் உற்று கவனித்தார். இதயம் நிற்பதுபோலானது. சபாபதி சொன்னது உண்மைதான். நடேசனைப் பார்த்தபடி

பஞ்சாட்சரப் படியின் முன் இடிந்துபோய் உட்கார்ந்தார். சிறிது நேரம் திறந்த வாய் மூடாமல் அந்த செப்புத்தகட்டையே பார்த்துக் கொண்டிருந்தார்.

'ஆயிரமாயிரம் ஆண்டுகள் தவறாமல் நடக்கும் இந்த ரசவாத மகிமை எப்படி இன்று நிற்கும்?' என்று நடேசனைக் கேட்டார். பதில் ஏதும் வரவில்லை. வந்திருக்கலாம். ஆனால் அவருக்குப் புரியவில்லை.

ருத்திராபதி தீக்ஷிதர் நெடிய வாழ்க்கையில் ஒரு சோதனையையும் சந்தித்ததில்லை. இதற்கு முன் இந்தக் கோயிலில் வந்த பெரும் பிரச்னை சோழன் குலோத்துங்கன் காலத்தில் வைணவர் சைவர் சண்டைதான். அது அவர் பாட்டன் காலத்தில் நடந்தது. குலோத்துங்கன் இந்தக் கோயிலிலிருந்து வைணவரின் முக்கியக் கடவுளாம் கோவிந்தராஜரைக் கொண்டு கடலில் இட்டான். அதற்குப் பின் எல்லாம் அமைதியாய்த்தான் சென்றுகொண்டிருந்தது. இன்று இது புதுப் பிரச்னை.

அவர் பேயறைந்த முகத்தைப் பார்த்த சபாபதியோ கதறி அழுது கொண்டிருந்தான். அவனைப்போல அழவேண்டும் என்ற ஆவல் பெரியவருக்கும் அளவில்லாமல் எழுந்தது. அந்த விருப்பத்தை பலவந்தமாக அடக்கிக்கொண்டு ஒரு முடிவுக்கு வந்தார். சபாபதியை அழைத்தார்.

'இதைப்பற்றி வெளியில் யாரிடமும் பேசக்கூடாது' என்று எச்சரித்தார். 'கேட்கமாட்டார்கள். கேட்டாலும் யாரிடமும் சொல்லாதே. முதலில் முகத்தைக் கழுவு. மீண்டும் ஒருமுறை சிவகங்கைக் குளத்துக்குச் சென்று தலைமுழுகு.'

கோயிலின் வரவு செலவுகளுக்குப் பொறுப்பேற்றிருக்கும் தீக்ஷிதர் ருத்திராபதிதான். அடுத்த பொது தீக்ஷிதர் கூட்டத்தில்தான் தங்கத்தை ஒப்படைக்கவேண்டும். அப்போது பார்த்துக்கொள்ளலாம் என்று முடிவெடுத்தார். அதற்கு முக்கியக் காரணம் இருந்தது. உண்மை என்னவென்றால் இதை வெளியில் சொல்ல அவருக்கு அந்தரங்கத்தில் விருப்பம் கிடையாது. மீண்டும் நடேசன் அருளால் அவர்களுக்குப் பழைய நிலை திரும்பும் என்றும் எண்ணினார்.

தனக்குத்தானே சொல்லிக்கொண்டார். 'வீணாக பயம் கொண்டாயே! அவன் பெருமையை நீ உணரவில்லை. நடேசன் நம்மை ஏமாற்ற மாட்டான்.'

அவரது பழுத்த மூளையானது யூகங்கள் பலவும் செய்தது. 'திருடன் எவராவது நமது ரகசியம் தெரிந்து கோயிலுக்குள்

பிரவேசித்திருக்கிறானோ? முறை தீக்ஷிதருக்கு முன் வந்து தகடை எடுத்துவிடுகிறானா?'

தலையசைத்துக்கொண்டார். 'இருக்காது. அப்படியெல்லாம் பைரவர் விட்டுவிடுவாரா என்ன? அவரது நாய் வாகனம் அவனைக் குதறிவிட்டிருக்குமே? இல்லை இப்படியிருக்குமோ? இன்று காலை அதை எடுக்கச் சென்ற சபாபதியோ நேற்றிரவு தகட்டை வைத்தவனோ மனதாலோ உடலாலோ அசுத்தப்பட்டிருக்கலாம் அல்லவா? அதனால் பைரவர் கோபம் கொண்டிருக்கலாம் அல்லவா?'

உடனே சபாபதியிடம் விசாரித்தார். அவன் அவர் கைமேல் சத்தியமடித்துச் சொன்னான். 'இல்லை அய்யா. ஒரு மாதமாகவே விரதம் கடை பிடிக்கிறேன். மனதாலும் தவறான எண்ணங்களை நினைப்பதில்லை' என்று சங்கல்பம் செய்தான்.

'இல்லை, வேறு ஒரு முக்கியமான உண்மையை நடேசன் தங்களுக்கு உணரச் செய்கிறாரா?' என்று எண்ணத் தோன்றியது ருத்திராபதிக்கு.

தீக்ஷிதர்களைத் தவிர யாருக்கும் இந்தக் கோயிலின் ரகசியம் தெரியாது. ஏன் தீக்ஷிதர் குல மகளிருக்கே தெரியாது. செம்பை பொன்னாக்கும் ரசவாதம் என்பது கதை காவியத்தில்தான் வரும். பிறர் அறியா வண்ணம் பலவாயிரம் ஆண்டுகளாய் தில்லையில் மட்டும் தானாகவே நடந்த அதிசயமிது. தில்லையில் தங்கக்கூரை கட்டிய அரசர் சென்று ஆண்டுகள் பலவாயின. அதெல்லாம் பெயருக்கே. தில்லைக்குத் தங்கக்கூரை இருக்கிறதென்றால் அது அவ்விடத்திலேயே உற்பத்தியான தங்கமே. ஆனால் இப்போது ஆயிரமாயிரமாண்டாக நடைமுறையில் இருந்து வரும் மாயம் ஏன் திடீரென நிற்கவேண்டும் என்றுதான் புரியவில்லை.

'ரத்தினம் வைரம் வைடூரியம் கோமேதகம் என்று இந்த உலகத்தில் என்னென்ன செல்வம் உண்டோ அத்தனையும் அவனுக்கு அணிவித்து அழகு பார்க்கிறோமே? வாயகன்ற அண்டாவில் பாலும் சந்தனமும் தேனும் அபிஷேகம் செய்கிறோமே? வெட்டி வேர் மாலை கட்டி அவன் ஆனந்தப்படும் அளவுக்கு ஆராதிக்கிறோமே? தினந்தினம் கண் சோராது அவன் இருப்பிடத்தைக் காக்கிறோமே? பின் அவன் கோபப்பட என்ன விஷயம் இருக்கிறது?

இந்தச் சம்பவத்தைக் கண்ட மாத்திரத்தில் கதிகலங்கிப் போயிருந்தார். எனினும் அவரது வயதும் அனுபவமும் அவரைத் தேற்றியது. இப்போதும் ஒன்றும் மூழ்கிப் போய்விடவில்லை. கோயிலுக்கு துர்கதி என்று ஏன் எடுத்துக்கொள்ளவேண்டும். இன்னும் ஒரு நாள்

பார்க்கலாம். நாளை நம் கண்காணிப்பில் அர்த்தஜாம பூஜையையும் திருப்பள்ளியையும் கவனிப்போம்.

இந்த யோசனை ஒருவாறு மன ஆறுதல் அளித்தது. சற்றுத் துணிவு பிறந்தது. வருங்காலத்தைப்பற்றிக் கவலைப்படும் அளவுக்கு விபரீதம் ஒன்றுமில்லை என்று தோன்றியவுடன் வெளியே சென்றார். கையோடு சபாபதிக்கு எச்சரிக்கையும் செய்தார். 'பூஜையை ஒழுங்காகச் செய். இரவு அர்த்தஜாமத்துக்கு நானே வருகிறேன்' என்றார்.

அதற்குப் பின்னும் இரவு முழுவதும் இதைப்பற்றி அறியாதவர்கூட சிதம்பரத்தில் நிம்மதியாய் இல்லை. அன்று இரவு என்றும் இல்லாததுபோல் சிதம்பரம் சாலைகளில் நாய்களின் அட்டூழியம் தாங்கவில்லை. நள்ளிரவுக்குப் பின் கூட்டம் கூட்டமாக நின்று ஊளையிட்டதை நகரவாசிகள் கேட்டு கண் உறங்க முடியாமல் தவித்தனர்.

காலையில் கோயில் கதவைத் திறக்க நடேசனின் அறைக்கு வெளியே ருத்திராபதி நின்றார். உள்ளே சென்ற தீக்ஷிதர் கையிலிருந்து அதிர்ச்சியில் தகடு கீழே விழுந்தவுடன் அவருக்குப் புரிந்தது. செப்புத் தகடு செப்பாகவேதான் இருந்தது. தங்கமாய் மாறவில்லை.

இல்லை... இல்லை... நடேசன் நமக்கு ஏதேனும் முக்கிய செய்திச் சொல்ல நினைக்கிறானோ, என்னவோ? கண்டறிய வேண்டுமே என்றது உள்மனம். ஆனால் வந்திருக்கும் நிகழ்வு எப்பேர்ப்பட்டதென்பதை அவரால் அறியமுடியவில்லை. மனிதனாய் பிறந்தவனுக்குத்தான் நம்பிக்கை என்பது தொடர்ந்து எதையாவது சொல்லிக்கொண்டிருக்குமே. இன்னும் ஒருநாள் பார்த்துவிடவேண்டும் என்று முடிவெடுத்தார்.

தினம் தினம் வெளிவரும் அந்தணன் முகத்தை ஏக்கத்துடன் ஏறிட்டுப் பார்த்து, அது அச்சத்தில் வெளிறிப் போயிருப்பதைக் கண்டு 'நடேசனுக்கு நம் மேல் பரிவு இல்லாமல் போனதேன்?' என்று ஆதங்கப்படுவார். ஆனால் வெளியில் தெரியவேண்டாம் என்று முறைக்காரனிடம் தவறாமல் எச்சரிப்பார்.

ஆனால் காட்டுத் தீயைக் கட்டுப்படுத்த முடியுமா? இல்லை ஆழி அலையைத்தான் தடுக்க முடியுமா? அவரது எச்சரிக்கைகளை மீறி போகப் போக தீக்ஷிதர்களுக்கு விஷயம் பரவிவிட்டது என்று அடுத்த முறைக்காரரின் முகத்தைக் கண்டாலே அப்பட்டமாக அவருக்குத் தெரிந்துவிட்டது. பஞ்சாட்சரப் படிக்கு முன் ஒரு நிமிஷம் தயங்கினான். மெதுவாகப் படிகளின் மேல் ஏற அவன்

யத்தனிக்கையில், அவன் ருத்திராபதியைத் திரும்பிப் பார்த்தான். அவன் மனதிலுள்ளதைத் தெரிந்துகொண்டவர்போல, 'போய் வா' என்பதுபோல தலையசைத்தார்.

ஆனால் தோல்வியாயிருந்தாலும் ஏற்றுக்கொள்ளும் பக்குவம் இந்த மூன்று நான்கு நாட்களில் வந்துவிட்டது. ஐயோ! எப்படிப்பட்ட நாட்கள். தூக்கமோ உணவோயின்றி கவலைப்பட்ட நாட்கள்.

அவர் வெளியேறி முற்றத்தின் வாசலைக் கடக்கும்போது பல அந்தணர்கள் நின்றிருந்தனர். யாரும் முற்றத்துக்குள் வரக்கூடாது என்று கட்டளை பிறப்பித்திருந்தார். காவலுக்காகக் கோயிலுக்குள் தூங்குவோரெல்லாம் சீக்கிரமே எழுந்து வாசல் பக்கம் நின்றனர். வீடுகளிலிருந்து எல்லா தீக்ஷிதர்களும் கவலை கொண்ட முகத்துடன் வந்துவிட்டனர். சொல்லித் தெரியவேண்டியதில்லை. முகத்தில் துக்கமிகுதியினால் எல்லோருக்கும் சுருக்கங்கள் ஏற்பட்டிருந்தன.

பயம்தான். 'காலம் காலமாக செப்புத் தகடு தங்கமாய் மாற்றிய சுவர்ண பைரவர் இன்று அதை முடியாதென்று மறுத்தளித்துவிட்டார். தங்கத்தகடு கிடைப்பது அருமையாகிவிட்டால்?' என்றுதான் பலரும் நினைத்தனர். நாளடைவில் அவர்களுக்கும் வறுமை வந்துவிடும். நம்முடைய கதி என்னவாகும்?'

பல்லாயிரக்கணக்கான ஆண்டுகள் மாற்றமேதுமின்றி இருந்த ஒரு வாழ்க்கைமுறையே புயலொன்றில் ஆட்டம் கண்டது.

•••

அத்தியாயம் பதினேழு

திருவேட்களஜோசியர்

முதலில் தினந்தினம் காலைப் பொழுதின் வரவை ஆவலுடன் எதிர்பார்த்துக்கொண்டிருந்தார்கள் தீக்ஷிதர்கள். பின் தினந்தினம் ஏனடா விடிகிறது என்று ஆகிவிட்டது. இப்படி ஒவ்வொரு சூர்யோதயமும் அவர்கள் குலத்தின் அழிவுக்கு அடிக்கப்படும் அபாய முரசா என்று தோன்றியது.

இரவில் கோயிலுக்குள் காவலுக்காகப் படுப்பவர் யாரோ, 'இப்போதெல்லாம் பாதச் சிலம்பு ஒலிக்கவில்லை' என்று சொல்ல அந்தச் செய்தியும் காட்டுத்தீபோலப் பரவியது. தொங்கிப்போன முகங்கள் இன்னமும் தொய்வுகொண்டன.

தம் குல ஆடவர்களின் கவலை தோய்ந்த முகங்களைக் கண்டு அந்தணர் வீட்டுப் பெண்கள் வருந்தினர். இந்த சோகமானது அவர்கள் வீட்டுக் குழந்தைகளுக்கும் தொற்றிக்கொண்டது. மழலைகள் தெருவில் விளையாடுவதைக்கூடக் காண முடியவில்லை. ஊரே மயான அமைதி கொண்டது.

ஆனால் விசித்திரமான பல நிகழ்வுகள் ஊருக்குள் நடக்கத் தொடங்கின. இரவுக்கு இரவு ஊரில் இருந்த எல்லா நாய்களும் கும்பலாகச் சேர்ந்து மாடவீதிகளில் உலாவத் தொடங்கின. ஒன்றாய் சேர்ந்து ஊளையிட்டன. அதனால் இரவில் வெளியே யாரும் வருவதில்லை.

தில்லைவாழ் அந்தணர்கள் சோகம் கொள்வதற்கு முக்கியமான காரணங்கள் இருந்தன. நடேசனுடன் பிணைந்த வாழ்க்கை அவர்களது. இவர்கள் அவனுக்குச் சேவை செய்வதும் அவன் இவர்களுக்குப் படியளப்பதும் பல்லாயிரமாண்டாக

நடந்துகொண்டிருந்தது. அதில் ஒரு மாற்றம் என்றவுடன் நியாயமான அச்சம். ஏதோ பெரிய விபரீதம் வரப்போகிறது என்பதற்கு இது அறிகுறியாக இருக்கலாம் அல்லவா என்றுகூட பயந்தனர்.

அவர்களுக்கெல்லாம் ஆறுதல் சொல்லவேண்டிய கடமைகொண்ட ருத்திராபதி தீக்ஷிதர் இடிந்து போயிருந்தார். மிக்க அனுபவசாலி என்றாலும் இப்படி நடக்கும் என்று கற்பனைகூட செய்ததில்லை. எண்பது பிராயமான கிழவரின் முகத்தில் பிராயத்தின் முதிர்ச்சியோடு நினைவு தெரிந்த நாளாய் நடேசனை வழிபட்ட தேஜஸ் எப்போதும் கூட இருக்கும். தங்கம் வருவது நின்றவுடன் அன்றிலிருந்து முகம் எவ்வளவு வாட்டமடைந்திருக்கிறது என்று பார்ப்போர் வியந்தனர். ஒரு வாரமாக கண்கள் குழி விழுந்திருக்கின்றன.

தான் இவ்வளவு கலங்கிப் போனதைப் பார்த்து அவருக்கே ஆச்சரியம். எனினும் கோயிலில் தினந்தினம் வெவ்வேறு இடங்களில் அமர்ந்தபடி என்ன செய்வதென்று சிந்தித்தார். ஒருநாள் சிவகங்கை குளப்படிகளில் மீன்களுக்குப் பொரி போட்டபடி, ஒருநாள் ஆயிரங்கால் மண்டபத்தில் ஒரு தூணின்மீது சாய்ந்தபடி, ஒரு நாள் இராஜகோபுரத்தின் நிழலில் அமர்ந்தபடி.

அவருக்கோ என்னதான் நடக்கின்றது என்று ஆராய முடியவில்லை. எல்லா யோசனைகளும் ஓரிரு நிமிடங்களில் முட்டி மோதி நின்றன. முதலில் அந்த மாயம் எப்படி நடக்கிறது என்று தெரிந்தால்தானே ஏன் நின்றது என்று ஆராய முடியும்? இந்த மாயத்தைப் பயன் கொண்டதாக உபயோகிக்க தீக்ஷிதர் குலத்துக்கு யார் சொல்லிக் கொடுத்தார்கள் என்று தெரியாது. எப்போது என்றும் தெரியாது.

அதற்காக பைரவருக்குத் தனியாக சிறப்புகள் செய்தனர் தீக்ஷிதர். பைரவரை 'ஷேத்திரபாலகர்' என்று அழைத்துக் கோயிலின் செல்லப் பிள்ளை போன்ற மரியாதை கொடுத்தனர். சித்சபையில் சுவாமி அம்மன் அருகே ஈசானிய மூலையில் அவரும் அவர் வாகனமும் நின்றன. மற்ற கோயில்கள் மாதிரி அல்லாமல் காவலாளிக்குப் பிரதம அறையில் இடம். அவர் கொடுத்த தங்கத் தகட்டை வைத்தே தீக்ஷிதர்கள் வாழ்க்கைக்கு வழி செய்துகொண்டார்கள். மிச்சம் மீதியெல்லாம் கொண்டு நடேசனுக்குப் பொற்கூரை வேய்ந்தார்கள். மூன்று பிரதேசங்களும் ஒரே குடையின் கீழ் ஆண்ட சக்கரவர்த்திகள் தாங்கள்தான் தில்லைக்குப் பொன் வேய்ந்ததாகக் கல்வெட்டு வைத்தனர். அப்படியென்றால் ஆதியிலிருந்து எப்படி தங்கக்கூரை என்று தீக்ஷிதர் யாரும் கேள்வி எழுப்பவில்லை. அவர்கள் பரம ரகசியம் வெளிப்பட்டுவிடும் என்றுதான்.

ருத்திராபதி இந்தச் சம்பவங்களின் சரித்திரத்தை நினைவு கூர்ந்தார். இது எல்லோருக்கும் ரகசியமல்ல. இரவில் சித்சபையில் என்ன நடக்கிறது என்று சிலருக்குப் புரிந்து ஜாடைமாடையாய் சொல்லியிருந்தனர். ஞானக்குழந்தை சம்பந்தர் கூட -

'செல்வனெடுமாடம் சென்று சேன் ஓங்கி
செல்வமதி தோய செல்வம் உயர்கின்ற
செல்வர் வாழ் தில்லை சிற்றம்பலமேய
செல்வன் கழல் ஏத்தும் செல்வம் செல்வமே...'

என்று தில்லைக்கு வந்து பாடியபோது அதை நேரடியாகக் கேட்ட எல்லோருக்கும் பகீர் என்றிருந்திருக்கும். 'மற்ற தேவார ஓலைகளில் இந்த இரகசியம்பற்றி விலாவாரியாக ஏதாவது இருக்கும் என்றுதானோ அவை இருக்கும் இடத்தை சோழனிடம் சொல்ல மறுத்தனர்?' என்று சிந்தனை செய்தார்.

ஆனால் முழுதாகக் குட்டை உடைத்தவன் திருமூலன்தான். அந்த மாடு மேய்ப்பவன் தில்லைக்கு வந்து சித்சபையில் என்ன நடக்கின்றது என்று நொடியில் கண்டுபிடித்துவிட்டான்.

கருப்பங்கட்டியைப்போல் இனிக்க இனிக்கப் பாடல் பாடியவன். சுருக்கச் சுருக்க உலகில் உள்ள அர்த்தமெல்லாம் கூறியவன். நாலே வரியில் தில்லையில் நடப்பதை நேரடியாகச் சொன்னானாம். நமுட்டுச் சிரிப்புடன் அதே பாடலைத் திரும்பத் திரும்பப் பாடினானாம்.

'செம்பொன் ஆகும் சிவாயநம எனில்
செம்பொன் ஆகத்திரண்டது சிற்பரம்
செம்பொன் ஆகும் பூநீயும் கிரீயுமெனச்
செம்பொன ஆன திருஅம்பலமே.'

ஆனால் வேடிக்கை என்னவென்றால் அவனது மற்ற பாடல்களில் இருந்த சூட்சுமம்போல இதிலும் ஏதோ மறைந்திருக்கிறது என்று அதை உற்று கவனிக்கவில்லை யாரும்.

கங்குகரையில்லாத பிரேமையுடன் நடேசனின் பாதாரவிந்தமே கதி என்று நினைத்தவர்கள் தில்லைவாழ் அந்தணர். இந்த ஜென்மத்தில் மட்டுமல்ல, ஏழேழு ஜென்மத்திலும் நடேசன் மகிமையை மறக்க மாட்டேன் என்று சத்தியம் செய்து கொடுத்திருந்தார்கள். ஆனால் ஏனோ அவனுக்குக் கோபம்.

'இப்படி நடராஜர் பிடிவாதம் பிடிக்கும் பட்சத்தில் என்ன செய்வது? இதற்கு என்ன விமோசனம்? அவன் மனதில் என்னவிருக்கிறது

என்று பார்த்துத்தான் ஆகவேண்டும்’ என்று ருத்திராபதி ஒரு முடிவுக்கு வந்தார். தினமும் கடவுளுக்கு ஆராதனையும் அர்ச்சனையும் செய்தாலும் சிலையுடன் எவ்விதப் போக்குவரவும் ஆதிசைவர்களுக்கு இராது. அப்படி ஒரு நிலை தேவைப்பட்டால் உபயோகிக்கப்படும் வழி ஒன்று இருந்தது.

கோயிலில் இடி விழுந்தாலோ, சுவாமி சிலை உடைந்தாலோ என்ன சாந்தி செய்யவேண்டும் என்று கடவுளைத்தான் கேட்கவேண்டும். அதற்கு ஒரே வழி பிரசன்னம்தான். பிரசன்னம் போட்டுப் பார்த்தால் கோள்கள் மட்டுமல்ல கடவுளே பேசுவது அவர்களுக்குக் கேட்கும். இந்தத் தீர்மானத்துடன் கோயிலுக்குள் நடந்தார். நம்பிக்கையான ஓர் ஆளிடம் ‘திருவேட்களத்தில் தில்லைக் கோயிலின் ஆஸ்தான ஜோசியர் இருக்கிறார். அவருக்குச் செய்தி அனுப்பு’ என்றார்.

சிலருடைய வாக்கிலேயே ஏதோ விசேஷம் இருக்கிறது. அவர்கள் சொன்னது சொன்னபடி பலித்துவிடுகிறது. திருவேட்கள ஜோசியரிடமோ எல்லா சமயமும் அதிசயமாக உண்மையாகி விடுவதைப் பார்த்திருந்தார்.

செய்தி கேட்ட ஜோசியர் கிளம்பி உப்பனாரைப் படகில் கடந்தார். தில்லைக் கரையில் முப்பதுக்கும் மேற்பட்ட நாய்கள் அவருக்கென பிரத்யேகமாக காத்திருந்தன. குறைக்கக் கூடவில்லை. அதற்காக வாலை ஆட்டவும் இல்லை. அவர் பக்கத்திலேயும் பின்னுமாய் தில்லைக் கோயிலின் கிழக்கு வாசல் வரை தொடர்ந்தன.

ஜோசியருக்கோ முகத்தில் பயம். எனினும் மந்திரங்களை உச்சரித்தபடி வந்து சேர்ந்தார். ஆனால் அவர் மனதில் பட்டது, இதெல்லாம் ஏதோ பெரிய விஷயத்துக்கு அறிகுறி என்று.

ஜோசியர் நடேசனுக்கு நேரே தன் கடையை விரித்தார். இடதுபுறம் திரும்பிப் பார்த்தார். அங்கு ஒரு மொட்டை சுவரைப் பார்த்தபோது அவரை அறியாமல் ஒரு சிரிப்பு வந்தது.

‘ஒரு நூறாண்டு காலத்துக்கு முன் அந்தச் சுவர் இருந்த இடத்திற்குப் பின் வைணவக் கடவுளாம் கோவிந்தராஜர் இருந்தார். ஆதிசேஷன் மேல் படுத்துறங்கிய கடவுளை சைவ வெறியர்கள் எடுத்துச் சென்று கடலுக்குள் போட்டனர். ஒற்றுமையாய் இருந்த வெவ்வேறு கடவுள் களுக்கு இடையே விரிசலை ஏற்படுத்தினர் மனிதர்கள். இன்றைய பிரச்னைக்கு இதுகூட காரணமாக இருக்குமோ?’ என்று யோசித்தார்.

பிரசன்னம் போடும்போது எல்லோரையும் உள்ளே அனுமதிக்க வில்லை ருத்திராபதி. பலர் ஏக காலத்தில் தங்கள் அபிப்பிராயத்தைக்

கூறத்தொடங்கினால் கஷ்டம். சில மூத்த தீக்ஷிதர்கள் மட்டும் உடன் இருந்தார்கள்.

முதலில் ருத்திராபதி, நடேசனை மனதில் பிரார்த்தித்து 'நீ எங்களை என்ன செய்தாலும் சரிதான். உன் கையால் பெறுகிற தண்டனையைப் பெரிய பாக்கியமாகக் கருதுவேன். நடேசா, உன்னை மன்றாடிக் கேட்டுக்கொள்கிறேன். எந்தத் தவறு நாங்கள் செய்திருந்தாலும் மன்னிக்கவேண்டும். எம்மைத் தொடர்ந்து வரும் கஷ்டங்களிடம் அகப்படாமல் தப்புவதற்காக உதவவேண்டும்' என்று வேண்டிக் கொண்டார்.

ஜோசியர் கண்மூடி தியானம் செய்தார். சற்று நேரம் ஜெபித்துக் கொண்டிருந்தார். பின் கண்களைத் திறந்தார். கண்கள் சிவந்திருந்தன. ஆனால் அவர் பேசவில்லை. ஏதோ ஆழ்ந்த யோசனையில் இருந்தார்.

பின் சோழிகளை எடுத்து விட்டெறிந்தார். கணக்கெடுத்தார். முகம் இன்னமும் கவலை கொண்டது.

நாட்டை ஆளும் அரசன்கூட தில்லைவாழ் தீக்ஷிதர்களுக்கு பயந்தே இந்த இடத்துக்குள் வருவான். ஆயிரமாயிரமாண்டுகளாய் வளர்த்த ஆணவமெல்லாம் கொஞ்ச நாட்களாய் குறைந்து போயிருந்தது என்று அவர்களைப் பார்த்தவுடன் தெரிந்துகொண்டார் ஜோசியர்.

ஆனால் அதற்குக் காரணம் என்னவென்று இப்போதுதான் சோழிகளை ஆராய்ந்தபின் அவருக்குப் பூரணமாய் தெரிந்தது. அதில் அவருக்கே அதிர்ச்சி என்னவென்றால் 'அந்தணர்கள் நினைத்திருந்த கஷ்டமெல்லாம் ஊசிமுனை அளவுக்குத்தான்' என்று சொல்லும் விதம் இன்னும் ஒரு பெரிய கஷ்டம் காத்திருக்கிறதே. 'எப்படி அதைத் தாங்கப் போகிறார்கள்?' என்று யோசித்தவுடன் அவர் உடல் நடுக்கம் கொண்டது.

ஜோசியர் யோசித்த ஒவ்வொரு நொடியும் சுற்றியிருந்தவர்களின் உள்ளக்கடலில் பெருங்கொந்தளிப்பை உண்டாக்கின. ஏதோ ஒரு கெட்ட செய்தியைக் கேட்கப் போகிறோமென்ற உள்ளுணர்வு எல்லோருடைய நெஞ்சில் அலைமோதி எழுந்தது.

பெருமூச்சு விட்டுவிட்டு விஷயத்தைக் கூறத் தொடங்கினார். 'கேட்க வேண்டிய கேள்விகளைக் கேள்' என்றது ஜோசியர் வாயிலிருந்து வந்த குரல். பக்தர்கள் கேட்கும் கேள்விக்குக் கடவுளே பதில் சொல்லுவார் என்பது பிரசன்னத்தின் ஐதீகம்.

ருத்திராபதியின் முகத்தை மற்ற தீக்ஷிதர்கள் பார்க்கவே அவரே தொடங்கினார். ருத்திராபதி தன் மனதிலும் மற்ற எல்லோருடைய

மனதிலும் இருந்த முதன்மையான கேள்வியை உச்சரிக்க ஆயத்தமானார்.

‘தினந்தினம் ஒரு மாயம் இந்தக் கோயிலில் பல நாளாய் நடந்து வந்தது. அது சமீபத்தில் நின்றுவிட்டது. அதை மீண்டும் ஆரம்பிக்கும் முறையைப்பற்றி எங்கள் ஏடுகளிலும் இல்லை. எங்களுக்குச் சொல்லித் தரப்படவும் இல்லை. என்ன நடக்கிறது... ? நாங்கள் என்ன செய்யவேண்டும்...?’

ஜோசியக்காரன் என்ன கஷ்டம் என்று தானாகக் கண்டுபிடிக்கிறானா என்று பார்க்கவேண்டும் என்றே சூட்சமமாக அப்படிப் பேசினார்.

ஜோசியர் கண்மூடினார். ஒரு நொடிக்குத்தான். ‘ஆகா! மேய்ப்பன் திருமூலன் சொன்னதே பொய்யாகிறதே?’ என்று ஜோசியர் வியப்புடன் விசாரிப்பதுபோலவே பதிலளித்தார்.

பின் எல்லோரையும் ஜோசியர் ஒரு பார்வை பார்த்தார். திருமூலன் மட்டுமே திருமந்திரத்தில் இந்த செப்பு பொன்னாவதைப்பற்றி அப்பட்டமாகச் சொல்லியிருந்தான் என்பதால் அவர் எதைப்பற்றிப் பேசுகிறார் என்று புரிந்தது. அவரது திறன்மேல் இப்போது எல்லோருக்கும் பூரண மரியாதையும், ஒரு நம்பிக்கையும் ஏற்பட்டது. ஆனால் ஒரு நொடியில் நம்பிக்கையெல்லாம் காணாமல் போனது. ஏன் என்றால் ஜோசியர் தொடர்ந்தார்.

‘நடேசன் காலில் விழுந்து ஆயிரந்தடவை மன்னிப்பு கேட்கும் போதும், பழைய நிலை திரும்பாது. நின்றது நின்றதுதான்’ என்று தயக்கமின்றி சொன்னார்.

நிலைமை மீண்டும் சீராகும் என்ற நம்பிக்கையை சுக்குநூறாக உடைத்துப்போட்டு நடனமாடும் காலால் மிதி மிதி என்று நடேசன் மிதித்துவிட்டாரே என்று எல்லோருக்கும் கோபம்.

•••

அத்தியாயம் பதினெட்டு

கேள்வியும் பதிலும்

'கருணைக் கடலான பெருமான் ஏன் இத்தகைய சோதனைக்கு ஆளாக்கினார்?' என்று கேட்கும் போதே ருத்திராபதியின் கண்களிலிருந்து கலகலவென்று கண்ணீர் பொழிந்தது.

ருத்திராபதி அழுது இதற்குமுன் பாராத இன்னொரு அந்தணர் ஆதங்கத்தில் 'நடேசன் ஏன் இப்படிச் செய்கிறான்? எங்கள்மீது அவனுக்கென்ன ஆத்திரம்?' என்று கேட்டார்.

பலரும் பலவாறு பேசத் தொடங்கினார்கள்.

சப்தம் அடங்கும்வரை காத்திருந்துவிட்டு அதற்கு பதிலாக ஜோசியர், 'மாயம் நின்றது உமக்காக அல்ல... வேறொரு விஷயத்துக்காக' என்றார். 'இன்னும் மூன்று மாத காலத்தில் ஏற்படப் போகிற கிரக நட்சத்திரச் சேர்க்கை பத்தாயிரம் வருஷத்துக்கு ஒரு தடவைதான் ஏற்படும். அதனால் மிகவும் கஷ்டம் ஏற்படும்' என்று வரப்போவதற்கு தூபம் போட்டார் ஜோசியர்.

'நம்மைத் தேடி துஷ்ட மிருகம் ஒன்று வெகு தூரத்திலிருந்து வருகிறது. நம் கோயில் வாசலில் நிற்கும் புருஷாமிருகம்கூட நம்மை அவனிடமிருந்து காக்க முடியாது. இந்தப் புண்ணிய பூமியைக் குருதிக்கடல் மூழ்கடிக்கப் போகிறது. இங்குள்ள அனைத்துக் கோயில்களையும் அடியோடு அழித்து நாசமாக்க வேண்டுமென்பது அவன் விருப்பம்! சிதம்பரம் உட்பட... அவன் கையில் அழியும்' என்றார் ஜோசியர்.

'ஈரேழு பதினான்கு புவனங்களுக்கும் ஹிருதயமாக விளங்கும் தில்லை அழிவைச் சந்திக்கப் போகிறதா?' நம்ப முடியாமல் காதைப் பொத்திக்கொண்டார் ருத்திராபதி.

ருத்திராபதி இதை நிச்சயமாக எதிர்பார்க்கவில்லை. ஜோசியர் சொல்லும் நிவாரணங்களைச் செய்து பழைய நிலையைப் பெற்றிருக்க முடியும் என அவர் உள்ளத்தில் பலமான நம்பிக்கை.

'வேறு எதற்கோ கூப்பிட்டோம். இப்போது பார்த்தால் எதிர்பாராத நிகழ்ச்சிகள் என்னென்னவோ பற்றிச் சொல்கிறாரே?' ஜோசியரைப் பார்த்து ருத்திராபதி 'கெட்டது நடக்கும் என்று உமக்கு அபார நம்பிக்கை இருக்கிறதே? எங்களையெல்லாம் கதிகலங்க அடித்து விட்டீர்களே?' என்று கேட்கத் தோன்றியது. ஆனால் கடவுள் அருளால் நல்ல சமயத்தில் எச்சரிக்கப்பட்டோமா என்றும் நினைக்கச் சொன்னது அவரது நெடுநாள் அனுபவம்.

ஆனால் மற்றவர் மௌனம் காக்கவில்லை, 'இது என்ன பிதற்றல்? என்றும் 'இதற்கு அத்தாட்சி என்ன?' என்றும் பல குரல்கள் எழுந்தன.

ஜோசியர் வேறு இடமென்றால் நம்பாதவர் மத்தியில் ஒரு நொடிகூட கழித்திருக்கமாட்டார்.

'ஆண்டவனின் வார்த்தைகளை நீர் பேசுகிறீர். அவருடைய சித்தம் எதுவோ அதன்படி நடந்து கொள்கிறோம். விளக்கமாகச் சொல்லுங்கள்.' என்றார் ருத்திராபதி.

'வருகிறவன் கலிபுருஷனுடைய அவதாரம். பணம் படைத்த கோயில்களாகப் பார்த்து வேட்டையாடி வருகிறான். அவன் கையில் பூர்வீகமான இந்தக் கோயிலுக்கு சமீப காலத்தில் அழிவு நேர்ந்தாலும் நேரலாம்.'

விஷயம் இன்னவென்று அவர் உணர்வதற்கு சிறிது நேரம் பிடித்தது. ஒரு பெரும் படையெடுப்பு நிகழப்போகிறது.

ஜோசியர் தொடர்ந்தார், 'பெரிய அபாயம் நம்மைச் சூழ்ந்திருக்கிறது. அது என்னவென்றால் நடராஜரே எதிரியின் கையில் அகப்பட வாய்ப்புண்டு' என்றார்.

ருத்திராபதி தன் செவிகளைப் மீண்டும் பொத்திக்கொண்டு, 'சிவ சிவா! கேட்கச் சகிக்கவில்லை!' என்றார். 'இதை ஒருநாளும் நான் அனுமதிக்கமாட்டேன். நடராஜரை நம் மத விரோதிகள் அபகரிப்பது என்றால்... சூரியன் நிரந்தரமாக அஸ்தமிப்பான். சைவமே சர்வ நாசத்தை அடையும்.'

ஜோசியர் ஆமோதித்தார். 'ஆம், அதைத்தான் இந்தப் பிரசன்னமும் சொல்கிறது. நடேசன்மேல் மட்டும் அந்தக் கொடியோனின் கை பட்டால் சைவ மதமே அப்படியே அதல பாதாளத்தில் அமிழ்ந்து விடும். சைவத்தின் அரசனே நடேசன்தான். அவன் தூய்மை

அழிந்தால் பிறகு இந்த சைவ மதம் உயிரோடிருந்து என்ன பயன்? ஆனால் எந்த நாட்டிலாவது அவன் உள்ளவரைக்கும், அவன் திருப்பெயரும் சைவ மதமும் சிரஞ்சீவியாக நிலைத்து நிற்கும். அதன் பின் ஒரு காலத்திலும் அழிவு கிடையாது. உலகம் உள்ள வரையில் சைவ சாம்ராஜ்யமும் நிலைபெற்றிருக்கும்' என்றார்.

பின்தொடர்ந்தார் 'நடேசனின் சமீபம் அபாயம் ஒன்றும் நெருங்க முடியாது என்று நினைக்க நன்றாய்த்தான் இருந்தது. ஆனால் தமிழகத்தில் புராதனக் கோயில்களெல்லாம் படுகுழியில் விழாமல் காப்பாற்ற யாரால் முடியும்? அரக்கன்போல் எதிரி வருகிறான். நம் மதத்தின்மீது துவேஷம் கொள்ளுதல் எதிரியின் பண்பு. நம் மதத்தின் பேரில் எவ்வளவு வன்மம் வைத்திருக்கிறான் என்று நினைக்கும் அளவுக்கு அவன் கொடியவன்' என்று ஜோசியர் சொன்னபோது எல்லோர் அடிமனதிலும் நடேசனுக்கே ஒன்று என்றவுடன் தங்களுக்கும் ஆபத்து என்று நினைக்கத் தோன்றவில்லை. பொன் நின்றதைப்பற்றி சிந்திக்கக்கூட இல்லை.

அதற்கு பதிலாக உடனே நடேசனைத் தூக்கிச் செல்லவேண்டும். எங்காவது ஒளித்து வைக்கவேண்டும் என்ற எண்ணத்தில் சிரத்தை இருந்தது. எல்லோருக்கும் விமோசனம் தேடி மூளை வேலை செய்தது.

'கோயிலைச் சுற்றி சந்து பொந்துகள் ஏராளம். அவை ஒன்றில் இரகசியச் சுரங்க அறையை அமைத்து நடேசனைப் பாதுகாக்கலாம். இல்லை சிவகங்கைக் குளத்துக்குள் ஒளித்து வைக்கலாம்' என்ற யோசனைகள் எழுந்தன.

ஜோசியரோ தலையசைத்தார். 'ஒளித்து வைப்பது என்ற பேச்சே இல்லை. நடராஜர் தில்லையின் எல்லையைக் கடந்தேயாக வேண்டும் என்று சோழிகள் சொல்கின்றன.'

'அப்படியென்றால் நம்மில் யாரேனும் தப்பிப் பிழைத்து நடராஜரை தூர தேசத்துக்கு எடுத்துச் சென்றுவிடவேண்டும்' என்றனர்.

ஜோசியர் சிரித்தார். 'இறைவனுடைய அருளால் விமோசனம் கட்டாயம் வரத்தான் போகிறது. ஆனால் அந்த மகத்தான காரியம் உம்மாலெல்லாம் முடியாது. அதற்கென ஒருவன் தில்லைக்குக் கிளம்பி வந்துகொண்டிருக்கிறான். இப்போது வெளியேறினாலும் நடேசன் மீண்டும் தில்லைக்கு வருவார். கிருபை கூர்ந்து இவ்வூரை மீண்டும் வாழவைப்பார். ஆனால் இந்த ஆடல்வல்லானையே காப்பாற்றும் அந்தக் கர்மபலம் கொண்டவன் இந்த பூமியில் ஒருவன்தான் இருக்கிறான்' என்று தீர்மானத்துடன் சொன்னார்.

அப்பேர்பட்டவனை, நடேசனுக்கே காவல் தெய்வமாய் வருபவனைப்பற்றித் தெரிந்துகொள்ள ஆசை ருத்திராபதிக்கு.

'உங்களையெல்லாம் வேண்டாமென்று ஒருவனிடம் தன்னை ஒப்படைத்துக்கொள்ளப் போகிறார் நடேசன் என்றால் அவனது கர்மவினை எவ்வளவு உயர்ந்ததாக இருக்கவேண்டும்? நிச்சயமாக தில்லைவாழ் அந்தணரைவிட எல்லாம் சிறந்த பக்தனாய் அவன் இருக்கவேண்டும்' என்று நினைக்கும் போது அவருக்கு ஒருவிதப் பொறாமையே வந்தது.

ஜோசியரைப் பார்த்து 'உம்முடைய அகக்காட்சியில் தெரியும் அவன் அடையாளங்களைக் கூறுங்கள்' என்று ருத்திராபதி கேட்க, சற்று நேரம் கண்களை மூடிய வண்ணம் கிரகங்களுடன் ஆலோசனையில் இருந்தார் ஜோசியர். அகக்கண்ணில் அந்த மர்ம மனிதனைப் பார்த்தார்.

'கிரகங்கள் உதவியுடன் அவனை காண முடிகிறது. வரப்போகும் ஆபத்தைப்பற்றி அவன் அறியவில்லை. எனினும் தில்லைக்குக் கிளம்பி வருகிறான். வந்த பின் தன்னைக் காக்கும் வண்ணம் நடேசன்தான் அவனைத் தடுத்தாட்கொள்ளவேண்டும். ஆனால் அப்படி கூட்டத்தில் தனியாய் நிற்கும் அளவுக்கு அடையாளங்கள் இல்லை. சராசரி மனிதன்போலத்தான் இருக்கிறான்.'

'பின் எப்படி அவனைக் கண்டு பிடிப்பது?'

'ஒன்று மட்டும் இருக்கிறது. ஆனால் எனக்கும் என்னவென்று புரியவில்லை.'

எல்லோரும் ஆர்வமாய் அவர் குழம்பிய முகத்தை உற்றுப் பார்த்தனர்.

'அவன் நடக்கும்போது அவனது கால்கள் உதிரத்தில் சுவடுகளை விட்டுச் செல்வது தெளிவாய்த் தெரிகிறது.'

போகும் முன் நடேசன் முன் நின்று கண்மூடிப் பிரார்த்தனை செய்தார் ஜோசியர். பின் கோயிலைவிட்டு விரைந்தார். ருத்திராபதி கொடுத்த தக்ஷிணையைக்கூட மறுத்துவிட்டார். அவர் போகும் வேகத்தைப் பார்த்தால் திருவேட்கள ஜாகையைக் காலி செய்துகொண்டு எங்காவது போய்விடுவார் என்று தோன்றியது. தங்களுக்கு அந்த சுதந்திரம் இல்லையே என்று நினைக்க வருத்தமாய் இருந்தது ருத்திராபதிக்கு.

கோயிலுக்கு வெளியே பெரும் கூட்டம் நின்றிருந்தது. உள்ளே அனுமதிக்கப்படாத அந்தணர்கள் வெளியே நின்றனர். ஜோசியர்

வெளியேறியவுடன் என்ன சொன்னார்? என்று தெரிந்துகொள்ள ஆர்வத்துடன் உள்ளே எல்லோரும் ஓடி வந்தனர். ஆனால் ருத்திராபதியின் பல வருட அனுபவம் இதை எதிர்பார்த்தது. வைதீகக் காரியங்களில் மிகவும் சிரத்தையுடன் நடக்கும் கோயில் சிதம்பரம். முறை தீக்ஷிதரைத் தவிர அன்றைய தேதியில் நடேசனையே யாராலும் தொடக்கூடமுடியாது. அப்படியிருக்க வேற்று மனிதனிடம் நடேசனை ஒப்படைப்பதென்றால் ஒப்புக்கொள்வார்களா என்பது சந்தேகம்தான்.

எதுவும் முகத்தில் காட்டாமல் மற்றோரிடம் 'இன்னும் ஒரு மண்டலத்தில் மீண்டும் தங்கம் வரத்தொடங்குமாம். ஏதோ கிரகச் சேர்க்கையால் தங்கம் நின்றது' என்று தெரிவித்தார்.

பிரசன்னம் போட்டவுடன் தில்லை நகரில் பழைய நிலை திரும்பியது. ஊரில் நடந்துகொண்டிருந்த துர்சகுனங்கள் நின்றன. ஊரிலிருந்த நாய்களெல்லாம் வாலைச் சுருட்டி தத்தம் சந்து பொந்துகளுக்குச் சென்றன. இரவில் ஒன்று கூடுவதோ, ஊர்வலம் விடுவதோ இல்லை என்றவுடன் தில்லைக்கு இரவுகளில் அமைதி திரும்பியது.

தீக்ஷிதர்களும் நிவாரணம் கிடைத்தது என்று மிகுந்த குதூகலம் அடைந்தார்கள். கொஞ்ச காலமாக இல்லாத உற்சாகம் மிகுந்தது. கோயிலில் பூஜைகள் மிக விமரிசையாக நடக்கத் தொடங்கின.

ஆனால் பெரியவர் கோயில் திறந்திருக்கும் நேரமெல்லாம் சிற்றம்பலத்துக்கு நேரே இருந்த திண்ணையில் அமர்ந்தார். தினம் தினம் திரளாக சேவிக்க வரும் பக்தர்களை உற்றுப் பார்த்தார். இந்த லட்சோபலட்ச பக்தர்களுடன் வருபவன் ஒருவன்தான் நடேசன் மனோநிலையை அறிந்து செயல்படக் கூடியவனாக இருக்கிறான் என்று பிரசன்னம் சொன்னதே? இந்த முக்கியக் கடமையைத் தன் குலத்தோருக்குக் கொடுக்காமல் நடேசன் தம்மை மறந்திருந்தது அவருக்கு வியப்பாகவும், வருத்தமுமாயுமிருந்தது.

'சரி, அவன் எப்போது வருவான்? நாம் பார்க்காத நேரத்தில் வந்து விட்டால் எவ்விதப் பழி நேருமோ? எத்தனையோ அவசரக் காரியங்கள் அவன் செய்வதற்கு இருந்தன. நடேசனைத் தூக்கிக் கொண்டு இந்தப் பிரதேசத்தை அன்று இரவுக்கிரவே எப்படியாவது தாண்டிப் போய்விடவேண்டும். தூர தூர தேசங்களுக்குச் சென்று அங்கே புதியதொரு தில்லை அமைக்கவேண்டும். ஆனால் அந்த மர்ம மனிதன் வராமல் எப்படி?' ஆவலைக் கஷ்டப்பட்டு பொறுத்துக் கொண்டார்.

பின் 'ஏன் அவசரம் காட்டவேண்டும்? ஜோசியர் சொன்ன அடையாளம் கொண்டவன் வந்தால் ஜோசியர் சொன்னது முழுதாய்

நடக்கும். அவன் வரவில்லையென்றால் நடக்காது. காவலுக்கு மட்டும் வரவில்லை, ஆபத்தைப்பற்றி அறிவிக்கும் கட்டியங் காரனாகவும் வருகிறான் அந்த மர்ம மனிதன். அவன் வந்தவுடன் அவனிடம் நடக்கவேண்டிய வேலைகளைப்பற்றி ஆலோசித்து முடிவு செய்துகொள்ளலாம்' என்று மனசாந்தி அடைய முற்பட்டார்.

ஆனால் அந்த ஆபத்சகாயனின் அடையாளங்கள் என்னவென்று ஜோசியர் சொன்னார் என்று அவ்வப்போது நினைவுபடுத்திக் கொண்டார். இரத்தத்தில் பாதச்சுவடா? புரியவில்லை அவருக்கு.

தன்னையறியாமல் திரும்பினார் பொற்சபையை நோக்கி. 'என் அருகில் இருந்து என்னைப் பாதுகாத்துக்கொண்டிருப்பீர்கள் என்று நினைத்தேனே? இன்று உம்மைப் பாதுகாக்கும் கடமையை என் தலையில் போட்டுவிட்டீரே?' என்று அசையாமல் நின்ற ஆடல்வல்லானிடம் ஆதங்கப்பட்டார். உடனே கோயில் வாசலைத் தானாக நோக்கியது கண்கள். 'நடேசா... அவனையாவது சீக்கிரம் அனுப்பு' என்று மனமார வேண்டினார்.

இப்போது நினைத்துப் பார்த்தார். ஜோசியரிடம் கேட்டது நினைவுக்கு வந்தது. 'அவன் வருவானா?'

ஜோசியரோ அதில் பூரண நம்பிக்கை வைத்திருந்தார். 'கோள்கள் பொய் சொல்லாது. அரக்கனும் வருவான், ஆதரவாய் ஆபத் சகாயனும் வருவான்.'

பதில் சொல்லாத ருத்திராபதியிடம் மீண்டும் ஒருமுறை ஆணித்தரமாக சொன்னார் 'யார் தடுத்தாலும் வருவான்.'

•

'**ந**ந்தா, தில்லைக்குப் போக வேண்டாம்' என்று கூட்டத்தார் மன்றாடினர். சிலர் காலில் விழாத குறை. பெரியவர்கள் எல்லாம் வாய்த்தண்ணீர் வற்றும்வரை சொல்லிப் பார்த்தனர்.

ஆனால் திருவேட்கள ஜோசியர் சொன்னதுபோல நந்தன் செவி கொடுத்து கேட்பதாய் இல்லை.

•••

அத்தியாயம் பத்தொன்பது

தில்லை... தில்லை...

சாமியாரை ஆற்றங்கரையிலிருந்து அனுப்பிவிட்டுத் தனியாய் நந்தன் திரும்பியபோதே அவன் கண்ணில் ஒரு புரியாத ஒளி சுடர்விட்டது. எல்லோரும் அவனைச் சூழ்ந்துகொண்டனர்.

'சாமியார் எங்கே? தங்கம் எங்கே? கல் எங்கே?' என்றனர்.

'கொடுத்தனுப்பிவிட்டேன்' என்றான்.

அதை யாரும் விமர்சனம் செய்யவில்லை. 'ஒழிந்தான் சாமியார். அவனது மாய மந்திரக் காசுகள் யாருக்குவேண்டும்?' என்று ஒரு நிம்மதி.

ஆனால் நந்தன் தன் அடுத்தகட்ட முடிவைச் சொன்னவுடன் அதிர்ந்து போனார்கள். தான் காட்டைவிட்டு தில்லைக்குப்போய் அந்தக் மாயகல்லைப்போல இருக்கும் பெரியதொரு கல்லை எடுத்து வரப்போவதாகச் சொன்னான் நந்தன். 'எடுத்து வந்தால் கோப்பெருஞ்சிங்கனின் புதையலைக் கண்டுபிடித்துவிடலாம், இனி யாரையும் கொள்ளையடிக்காமல், யார் வாய் சாபத்தையும் பெறாமல் இருக்கலாம்' என்றும் சொன்னான்.

'நாட்டுக்குள் செல்வதும் ஒன்றுதான், நடுக்கடலில் விழுந்து உயிரை விடுவதும் ஒன்றுதான். உன்னை அடையாளம் காண அங்கு பல பேர். உன் முகம் மறக்கும்படியா நீ அவர்களிடம் நடந்துகொண்டாய்?' என்றனர்.

தில்லையில் இருக்கும் பாதி பிச்சைக்காரர்களை உருவாக்கியவனே இவன்தான். அப்படியிருக்க புலியின் வாய்க்குள்ளே வேண்டும் என்றே தலையை விடுவதா?

'நான்கு நாட்களில் நான் பத்திரமாகத் திரும்பிவிடுவேன்' என்றான்.

பலரும் கூட வருவேன் என்றனர். மறுத்துவிட்டான். அவன் மனதை மாற்ற முடியாது என்று அறிந்தவுடன் அறிவுரைகள் பல கூறினர். அதையெல்லாம் கேட்டுக்கொண்டு நந்தன் கடைசி நிமிடத்தில் ஓர் எச்சரிக்கை செய்தான். 'எவனாவது புத்திசாலிப் பேர்வழி என்று நினைத்துக்கொண்டு, என்னைப் பின்தொடர்ந்தால் பனைமரத்தில் கட்டிவைத்துத் தோலை உரித்துவிடுவேன்' என்று மிரட்டினான்.

நந்தனின் மனதில் பெரும் மாற்றங்கள் நிகழ்ந்து அவனைத் தடுமாறச் செய்துவிட்டதென்றே சொல்லவேண்டும். இதுநாள் வரை எளிதில் யாரும் பிரவேசிக்க முடியாதது அவன் இல்லமான கானகம் மட்டுமல்ல. அவனது இதயம் கூடத்தான். ஆசைகள் குறைவாக இருந்ததால்தான் அவனால் இந்த அபாயம் நிறைந்த தொழிலில் காலம் தள்ள முடிந்தது. என்றாவது ஒருநாள் பேராசை மட்டும் கொண்டிருந்தானென்றால், அன்றே சிறையிலோ கழுமரத்திலோ அவன் வாழ்க்கை முடிந்திருக்கும்.

மன்னாதி மன்னர்களுக்குக் கிட்டாத ஆனந்த வாழ்க்கையில் அந்த ஆட்டக்காரியும் சாமியாரும் வந்து போன பிறகு பல மாற்றங்கள். தன்னிடம் இல்லாததை சுட்டிக்காட்டிவிட்டுச் சென்றுவிட்டனர். அதுவும் ஒருவர் விஜயத்திலிருந்து மீளும்முன் அடுத்தவர் என்று சொல்லி வைத்தாற்போல் வந்துவிட்டுப் போனார்கள்.

இப்போது அவனுடைய வாழ்க்கையே சூனியமான வடிவம் பெற்றது. இவ்வளவு நாள் போட்ட ஆட்டம் பாட்டமெல்லாம் வீணாய் தெரிந்தது. நாட்டியக்காரியின் நினைவே அவனைத் தடுமாறச் செய்திருந்தபோது, அதற்குள்ளாக அந்தக் கம்பூஜக் கல்லின் காந்த சக்தி அவனைப் பற்றிக்கொண்டது. இந்தச் சூனியத்தை நிரப்பித் தன்னுடைய வாழ்க்கையை இன்பமயமாக்கக் கூடியதான காரியம் ஒன்றே ஒன்றுதான். தில்லை செல்வது என்று முடிவெடுத்தான். அடங்கா ஆர்வத்துக்கு அடிமையானான்.

முழுக் கூட்டமும் காட்டின் எல்லைவரையில் வந்து வழியனுப்பி விட்டுச் சென்றனர். அவன் வாக்கே தெய்வத்தின் வாக்கு என்று மதித்துவந்த கூட்டத்தினர் பின் தங்கிவிட்டனர். பலருக்கும் நந்தனைக் காண்பது இதுவே கடைசிமுறை என்றுகூட தோன்றியது. நீர் நிறைந்த கண்களுடன் அவன் உருவம் தெரியும்வரை பார்த்து விட்டு பின் கானகத்துக்குள் சென்றனர்.

அதிகாலையில் காட்டைவிட்டுக் கிளம்பியவன் சூரியன் தன் உச்சஸ்தானத்தை அடையும்போது தில்லையின் எல்லையை

அடைந்துவிட்டான். ஆனால் இதுவும் ஓர் இன்பகரமான பயணம்தான். காட்டைவிட்டு வெளியே வந்தவுடன் வெகுதூரத்துக்குத் தெரிந்த பசுமையான சமவெளி அவன் மனதை ஈர்த்தது. தில்லையைச் சுற்றிலும் நெடுந்தூரம் வரை வயல்கள்தான். அந்த மரகதக் கம்பளத்துக்கு நடுவே குடியானவர்கள் ஓடப் பாட்டும், வெள்ளப் பாட்டும், கும்மியும், சிந்தும் பாடினார்கள். உழைப்பின் சோர்வு தெரியாமல் அவர்கள் பாடிய பாட்டு அவன் பயணத்தின் களைப்பு தெரியாமலும் உதவி அவன் செவிகளில் தேனாய் பாய்ந்தன. காட்டில் குடித்துவிட்டுக் கும்மாளம் அடிக்கும்போது கேட்கும் அபஸ்வரத்துக்கு நேர்மாறாக இருந்தது.

தில்லை சாலையில் வளத்தையும் வண்மையையும் ரசித்துக் கொண்டே சென்றான். வரிசை வரிசையாய் நின்ற மரங்கள் நந்தனுக்கு ஓர் ஒழுக்கத்துக்குக் கட்டுப்பட்ட சமுதாயத்தைக் காணப்போகிறோம் என்று நினைவுபடுத்தின. காட்டில் எங்கெல்லாம் முடியுமோ அங்கெல்லாம் தாவரங்கள் தழைக்கும். காட்டில் நேர் வரிசை என்பதே இல்லை. அதில் குடியிருப்போரின் வாழ்க்கையும் அதனுடன் ஒப்பிடலாம். இந்தத் தோப்புக்கும் காட்டுக்கும் உள்ள வித்தியாசங்கள் நாட்டிலும் காட்டிலும் வாழும் மக்களின் வாழ்க்கை முறைகளையும் பிரதிபலிக்கும் என்று நினைக்கத் தோன்றியது. உடனே திரும்பி அன்னையைப்போல் அரவணைக்கும் கானகத்துக்கே சென்று விடலாமா என்றுகூட யோசித்தான்.

தன்னைத்தானே பலமுறை கேட்டுக்கொண்டான், 'எதற்காகப் புதையலைத் தொடர்ந்து ஓடுகிறோம். மாய மாரீசனைத் தொடர்ந்து இராமர் சென்ற கதைதான் புதையலைத் தேடுபவனின் கதையும் என்று அந்தச் சாமியார் சொல்லிவிட்டுச் சென்றுவிட்டான். அவனைக் கூட கூட்டி வந்திருக்கலாமோ?'

சில நாள் முன் பட்டிணத்துக்கு வருகிறாயா என்று யாரேனும் கேட்டிருந்தால் 'உனக்கென்ன பித்தா?' என்றல்லவா சொல்லி இருப்பான்.

இப்போது அவனை இந்த ஊருக்கு ஈர்த்தது என்ன?

பொன்னா... பெண்ணா?

உடனே அதற்கு ஒரு காரணமும் கற்பித்துக்கொண்டான். இந்தச் செல்வம் கிடைத்தால் இனி கொள்ளையடிக்க வேண்டாம். நிம்மதியான வாழ்க்கை வாழலாம் - யார் வாயிலும் இல்லாமல். அது போலவே அந்த நடனக்காரியை இன்னும் ஒருமுறை பார்த்து விட்டால் அவள் மேலிருந்த மோகமும் போய்விடும்.

பழையதுபோல் நண்பர்களுடன் குடித்துக் கும்மாளமடித்து வாழ்க்கை நடத்தலாம்.

சிதம்பரத்தின் இருபுறமும் ஆறுகள் ஓடின மரகத வயல்களுக்கு நடுவே சர்ப்பம் நெளிவதுபோல. இவ்விரண்டில் ஒன்றைக் கடந்துதான் தில்லைக்குள் அடி எடுத்து வைக்க முடியும். 'நடேசனைப் பார்க்க எண்ணுவோர் கால் நனையாமல் செல்லலாமா?' என்று இயற்கை செய்த ஏற்பாடு.

அதில் ஒன்றுதான் உப்பனார். எப்போதும் கலகலவென்று இருக்கும். அதைப் பயணிகள் கடக்க அமைக்கப் பெற்றிருந்த படகுத்துறை. உப்பனாரின் கரையில் பலர் படகுக்காகக் காத்திருந்தனர். சில இளவட்டங்கள் தம் இளமையின் வேகத்தில் ஓடமே வேண்டாம் என்று தங்கள் ஆடையை மடித்துக் கட்டிக்கொண்டு நீரில் நடந்தே செல்ல முற்பட்டனர். நீரின் அடியில் களிமண் வழுக்கிவிட்டவுடன் 'தொபேல்' என்று நீருக்குள் சென்றனர். வழுக்கி விழுந்தவர்களை நீரில் மூழ்கிவிடாமல் காப்பாற்றிக் கரை சேர்த்தனர் மற்றவர்கள். அசடு வழிய அவர்கள் வெளிவந்தபோது கரையில் நின்ற நண்பர்களின் கரகோஷத்தினால் பெரும் ஆரவாரமும் ஏற்பட்டது.

அவ்விடத்தில் எல்லோரும் கூட்டம் கூட்டமாக வந்திருந்தார்கள். பெண்டு பிள்ளைகளும் உற்றார் உறவினரும் ஒன்றுகூடி நின்றனர். இதில் தனியாய் வந்தவன் நந்தன் மட்டும்தான்.

நந்தன் வந்து தண்ணீர் கரையோரம் நின்றான். சுற்றும் முற்றும் பார்த்தான். தொலைதூரத்தில் தில்லைக் கோயிலின் மூன்று கோபுரங்கள் தெளிவாய் தெரிந்தன.

தன் உள்ளத்தை நிலைகுலையச் செய்த மங்கையும் அளவிலா செல்வம்தனைத் தேடித்தரும் கம்பூஜக் கல்லும் இந்த ஊரில்தான் இருக்கின்றன. இரண்டில் ஏதாவது ஒன்றை அடைந்துவிட்டால் தன் மனோரதம் பூர்த்தியாகும் என்ற எண்ணம் அவனுடைய மனத்தில் வேரூன்றி வளர்ந்திருக்கிறது.

தோணித்துறையில் ஒரு தோணியில் ஏறி ஆற்றைக் கடந்தான். இவன் கொடுத்த செப்புக் காசைத் திரும்பித் திரும்பிப் பார்த்துவிட்டு ஓடக்காரன் கடித்து வேறு பார்த்தான். நந்தனுக்கு சிரிப்பு. கரையேறியதும் மெல்ல கால்நடையாக அப்படியே ஊருக்குள் சென்றான்.

மூன்று உலகாண்ட இராஜராஜ சோழ சக்கரவர்த்தியின் திருமகனார், இராஜேந்திரன் ஒருமுறை தில்லை நடேசனைக் காணப் புறப்பட்ட போது கொள்ளிடத்தில் வெள்ளம் வந்து அவரை தடுக்கவே ஆற்றின்

வடகரையில் தான் புதியதொரு தலைநகரம் அமைக்கவேண்டும் என்ற முடிவுக்கும் வந்தார். இராஜேந்திரன் கங்கைகொண்ட சோழபுரத்தைக் கட்டியபோது தில்லை நகர் தமிழகத்தின் முக்கியப் பட்டினங்களில் ஒன்றாயிருந்தது. புதுத் தலைநகரின் கட்டுமான வேலை பூர்த்தியாகும்வரை சுமார் ஐந்தாண்டுகள் இங்குதான் தமிழகத்தின் தலைவிதி நிர்ணயிக்கப்பட்டது. அதுவும் எப்பேர்ப்பட்ட காலம்? தமிழகத்தின் பொற்காலம் என்று சொல்லலாம்.

ஊருக்குள் நந்தன் நடந்தான். கோயிலுக்கெதிரே கம்பீரமான தேர் நின்றது. தேரடியிலிருந்து நாலா பக்கத்திலும் பிரிந்து சென்ற விசாலமான இராஜ வீதிகளையும், வீதியின் இருபுறமும் காணப்பட்ட மாடமாளிகைகளையும் கண்டு பிரமித்தான். நந்தனுக்குத் தெரியாது, பலவாண்டுகளுக்கு முன் வந்த ஒரு ஞானக் குழந்தை இந்த ஊரின் செல்வத்தைப்பற்றி ஒரு தேவாரமே பாடியது. பாடிச் சென்று அறுனூறு ஆண்டுகள் ஆயின. ஆனால் இன்னும் அதே நிலைதான். செல்வம் கொழிக்கும் தில்லைதான்.

தினசரி ஏதோ ஒரு பெரிய முக்கியமான திருவிழாவை எதிர்பார்ப்பது போல ஜனங்களிடையே அபரிமிதமான உற்சாகம் காணப்பட்டது. தில்லை நகர் தினந்தினம் இப்படித்தான் இருக்குமா என்று அவன் வியக்கும் அளவுக்கு நகரம் ஒரு வித்தியாசமான தோற்றத்தை மேற்கொண்டது.

இளம் பிராயத்திலிருந்து எப்போது வேண்டுமானாலும் ஒருநாள் வந்து பார்த்திருக்கக் கூடிய இடமிது. ஆனால் ஏனோ ஊருக்குள் வருவதில்லை என சங்கல்பம் செய்தாற்போல் இருந்துவிட்டான். இன்றுகூட தில்லையில் வந்தவுடன் அவன் குணத்தில் ஒரு மாற்றம். யாரைப் பார்த்தாலும் தன்னிடம் வஞ்சிக்கப்பட்டவன் போலவே இருந்தது.

களைத்துப்போய் வந்த பிரயாணிகள் சென்று சிரமப்பரிகாரம் செய்து கொள்வதற்குப் பலர் அன்ன சத்திரம் அமைத்திருந்தனர். ஒருவர் அவனது தளர்ந்த நிலையைக் கண்டு, 'அய்யா பசியாயிருக்கிறது போலிருக்கிறீர்களே? இந்த எளியவன் வீட்டில் அமுது செய்து விட்டுச் செல்லலாமே' என்றான்.

அவனைப் பார்த்தால் நந்தனுக்குத் தானே அவனை என்றோ வழிமறித்துக்கொள்ளையடித்தது போலிருந்தது. வீட்டுக்குள் அழைத்துச் சென்று நாலு தர்மடி கொடுத்தாலும் கொடுப்பான்.

'வேண்டாம்... வேண்டாம்' என்று சொல்லி அவசரமாய் நந்தன் நகர்ந்தான்.

தில்லைக் கோயிலைச் சுற்றிய கடைகளிலெல்லாம் ஈ மொய்ப்பது போல் ஜனக்கூட்டம் நிறைந்திருந்தது. தைத்த இளம் ஆலம் இலையிலே போட்டிருந்த கம்பு அடையைக் கீரைக்குழம்புடன் ருசி பார்த்து சாப்பிட்டுக் கொண்டிருந்தார்கள். அதைக் கண்டவுடன் அவன் வயிற்றில் பசி வந்தது.

ஆனால் அவனுடைய மனது என்னமோ பரபரவென்று அலைந்து கொண்டிருந்தது. அடிக்கடி கோயில் மதில்களைத் தன் கண்களைச் சுழற்றி பார்த்துவிட்டு 'இரவில் ஏறிக் குதிக்க ஏதுவான இடம் எது?' என்று தேடலானான்.

முதலில் யார் கண்ணிலும் படாமல் இருந்தால் வந்த காரியம் நிறைவேறுவதற்கு அநுகூலமாயிருக்கும். அதனால் இரவு கோயிலின் மதில் ஏறிக் குதித்துச் செல்லலாம் என்றிருந்தான். ஆனால் இன்னும் ஒரு யோசனை வந்தது. இப்போதே கோயிலுக்கு வெளியே இவ்வளவு மக்களென்றால் உள்ளே எவ்வளவு பேர் இருப்பார்கள்! இதுவே உள்ளே செல்ல சரியான தருணம் என்று தோன்றிற்று.

கல்லைக் கைவசப்படுத்துவதென்றால் நடுநிசியில் சென்றால்தான் சரியாய் இருக்கும் என்று நினைத்தவன், அதற்கும் உள்ளே இந்த பக்தர்களோடு சென்று அது இருக்குமிடத்தை நோட்டம்விட்டால் இன்னும் நல்லது என யோசித்தான்.

முடிவெடுக்க முடியாமல் நாற்புறமும் பார்த்தவன் கோயிலின் கோபுரக்கலசத்தை நோக்கினான். கண் கொள்ளா காட்சி அளித்துக் கொண்டிருந்தது. அச்சமயம் சரியாகக் கோயிலில் சேமங்கலம் அடிக்கும் ஓசை கேட்கவே திடுக்கிட்டான். கோயில் மணி அடித்தது நெடுந்தூரத்திற்கு நெடுந்தூரம் உள்ளவர்களின் காது ரீங்காரம் அடிக்கும்படி முழங்கியது.

சேமங்கலத்தின் ஓசை அவனை 'உள்ளே வா... உள்ளே வா' என்று அழைத்தது போலிருந்தது.

•••

அத்தியாயம் இருபது

பார்க்கும் கண்கள்

புருஷர்களும் ஸ்திரீகளும் ஆடை ஆபரணங்களால் தங்களை அலங்கரித்துக்கொண்டு கோயிலுக்குள் சென்றும் வந்தும் கொண்டிருந்தனர். நந்தன் பலரையும் இடித்தே செல்ல வேண்டியிருந்தது.

கோபுரத்தைத் தாண்டியவுடன் பக்தர்கள் கூட்டமாய் நிற்க ஒரு காவி உடுத்திய பெரியவர் விளக்கிக் கொண்டிருந்தார். 'உலகில் உள்ள தேசங்களிலெல்லாம் பெரிய பெரிய கோயில்களும் கோபுரங்களும் வானளாவி எழுகின்றன. ஏன் தஞ்சையில்கூட வானைத் தொடும் கோயில் ஒன்றைக் கட்டிப் பெயர் வாங்கப் பார்த்தான் சோழன். ஆனால் வயற்காட்டில் கோயில் கட்டினால் எடுபடுமா? கடவுளே நடனமாடிய இத்தகைய அற்புதமான ஷேத்திரத்தில் அல்லவா கடவுளின் முழு கிருபையும் நிறைந்திருக்கும்?'

நந்தன் தன்னையறியாமல் அந்தக் கூட்டத்தில் ஒன்றி நின்றான். கோயிலைப்பற்றித் தாமாகக் கேட்டுத் தெரிந்து கொள்வதற்கு பதிலாக தானாக ஒருவர் சொல்கிறார். கிரஹித்துக்கொண்டால் உதவும் என்ற எண்ணம் அவனுக்கு.

'உலகெல்லாம் அமைதி லிங்கமாய் உருவம் கொண்ட சிவபெருமான் இந்த ஊரில் ஆடும் கோலத்தில் எழுந்தருளியிருந்தார்' என்று விளக்கினார் பெரியவர். அதை கேட்டுவிட்டு கோயிலுக்குள் செல்ல ஆயத்தமானது கூட்டம். அவர்களுடன் நந்தனும் சென்றான்.

சுண்ணாம்பும் சிவப்புக் காவியும் மாறிமாறி அடித்திருந்த கோயில் சுவர்களை ஒட்டி புஷ்பக் காடுகள் மலர்ந்து நாற்புறமும் சுகந்தத்தைப் பரப்பின. இராஜகோபுரத்தின் பக்கங்களில் மண்டபங்களில் சிற்பிகள்

பல வருஷங்களாக வேலை செய்ததாய்த் தெரிந்தது. நுணுக்கமாக பரதக்கலையின் பல கோணங்களைச் செதுக்கியிருந்தார்கள். மற்றவர் எல்லாம் அதை ரசிக்க நந்தனுக்கு அந்த நாட்டியக்காரியின் நினைவு வந்தது. ஆனால் அதெல்லாம் ஒரு நொடிக்குத்தான்.

இந்தச் சுவரை எப்படி இரவில் ஏறிக் கடக்கப் போகிறோம் என்றே பயந்தான். இதுவரை மிரட்டிப் பொருள் பறித்திருந்தானே தவிர, இப்படி இரவில் சுவர் ஏறிச் சென்று பொருளைத் திருடியதில்லை. இவ்வளவு நாள் கற்பனை ஓடத்தில் ஏறிப் பிரயாணம் செய்தாயிற்று. இனி நிஜமெனும் கரையில் இறங்கி ஆகவேண்டியதைப் பார்க்க வேண்டும்.

தீர்மானத்துக்கு வந்தவுடன் கூட்டத்திற்குள் பிரவேசித்தான். தன்மீது சந்தேகம் எழாமல் இருக்க இதர பக்தர்கள் செய்வதைத் தானும் செய்யவேண்டும் என்று முடிவெடுத்து அவர்களைத் தொடர்ந்தான்.

கோயில் வாசலை அணுகியபோது உச்சிவேளை நேரம் ஆகிவிட்டது. போகும் வழியெல்லாம் பாறாங்கற்களால் அமைக்கப்பட்ட தரை சுட்டெரித்தது. கால்கள் கொப்பளித்தன. பக்தர்களோடு பாதி ஓட்டமாயும் பாதி நடையுமாய் கோயில் வாசல்களைச் சென்று அடைந்தான்.

வாசலை தினந்தினம் திருவிழாபோல சிங்காரித்து வைத்திருந்தனர். கோயில் உற்சவங்கள் ஆரம்பித்துவிட்டது என்று நினைக்கும் அளவுக்குக் கோயிலே சோபை பெற்று விளங்கியது.

அதற்குக் காரணம் இருந்தது. அம்பலத்தாடும் நடேசப் பெருமானின் கோயில், கலையுலகின் தலைநகர். அதற்கு ஏற்ப நாற்புறமும் மேள வாத்தியங்கள் முழங்கின. சமஸ்கிருத கடிகைகளில் வேதகோஷங்கள் கேட்டன. தமிழ்ப் பாசுரங்கள் பாடப்பட்டன.

கோயிலுக்குள் சென்றவுடன் வெளிப்பிரகாரத்தில் யாழ், குழல், மேளம் முதலிய கருவிகள் சேர்ந்து ஒலிக்கின்றன. கலைஞர்களுக்கு சிதம்பரம் கோயில் ஜகப் பிரசித்தமன்றோ? உலகத்தின் நாலா பக்கங்களிலிருந்தும் சிற்பக் கலைஞர்களும், இசை வல்லார்களும், நடன சாஸ்திர மேதைகளும் வந்தது தில்லைக்குத்தான். பூலோகத்தில் கலை சிருஷ்டி ஆரம்பிக்கப்பட்ட இடமே இந்தப் பிரதேசம்தான். அதனால் கலையில் நாட்டம் கொண்டவரெல்லாம் இங்குதான் வந்தார்கள்.

நந்தனுக்கு ஆடல் பாடல் விநோதங்களைப் பார்த்துவிட்டு, உடனே அந்த நாட்டியக்காரியும் எங்காவது ஆடுகிறாளா என்று தேடித் தேடிப் பார்த்தான். ஆனால் இல்லை.

பல பிரகாரங்களைக் கடந்து கோயிலின் மத்திக்கு நந்தன் வந்தான். முதலில் கண்ணில்பட்டது உச்சி வெயில் அடிக்க ஒரு பெரும் பரப்பளவே கண் கூசும் அளவுக்கு ஜொலித்தது. தங்கத்தால் மூடப்பெற்ற இவ்வளவு பெரிய பொருளை அவன் இதுவரை பார்த்ததில்லை.

கூரையை மூடியது பொன்னா? அப்போது அவ்வளவு பெரிய கடவுளா நடேசன்? சைவம் அணிந்திருந்த சுவர்ண மணிமகுடமாய், சூரியனின் ஒளி பட்டவுடன் கோடி சூரியப் பிரகாசமாகக் கண்கள் கூசும்படி ஜொலிக்கிறது.

திடீரென கோயிலில் கால பூஜைக்குரிய மணி அடித்தது; அதை எதிர்பார்க்காத நந்தனுக்குத் தூக்கிவாரிப் போட்டது. கோயிலின் மணிகளோ தொடர்ந்து அடித்த வண்ணம் பக்தர்களின் நினைவுகள் நடேசனைவிட்டு அகலாமல் பார்த்துக்கொண்டது. ஆனால் மணியின் சக்தியெல்லாம் நந்தனிடம் பலிக்காது. நந்தன் அங்கு வெகுநேரம் நிற்கவில்லை. கோயிலைச் சுற்றிப் பார்த்தபடி நடந்தான்.

சபையில் நடுநாயகமாக வீற்றிருப்பதால் ‘சபாநாயகம்’ என்ற பெயர். எல்லோரும் மூன்றுமுறை சபையைச் சுற்றி வந்தனர். அதுபோலவே தானும் நடந்து அந்த மூன்று சுற்றுகளில் மேற்கூரையில் இருந்த கம்பூஜக் கல்லைப் பார்த்துவிடவேண்டும் என்ற நோக்கம் நந்தனுக்கு.

கருவறை சற்று உயர்ந்த மேடையின் மேல் இருந்தது. உள்ளே இருந்த நடராஜர் சிலையைப் பலவகைப் பூக்கள் அலங்கரித்தன. வெட்டிவேர் கொண்டு மாலைகள் சாற்றப்பெற்றன. சபையின் மேலே, தீப அலங்காரங்களுக் கிடையில் விளங்கிய நடேசனை நந்தன் முதல்முறையாகப் பார்த்தான். ஆனால் அவனுக்கு அதில் பெரிதாய் ஆர்வமில்லை. அவன் தேடி வந்ததே வேறு. நடராஜர் வெறும் சிலைதானே.

அப்போது ஒரு சிறிய தடங்கல்... உட்கூரையை பார்த்தபடியே நடந்ததால் மேடையின் ஓரத்தில் நீட்டிய சிற்பத்தின் மேல் நந்தன் கால் இடித்தது. ஒரு நொடிக்கு உயிர்போகும் வலி. உதிரம் வேறு அடிபட்ட இடத்திலிருந்து வரத்தொடங்கியது. வலியை பொறுத்துக் கொண்டு நடந்த நந்தனின் கண்ணோ கூரையின் உட்பக்கத்தில் மேலே பதிந்து இருந்தது. ஆனால் திடீரென வேறொருவரின் கண்கள் இவன் மேலே இருந்தது என்று உணர்ந்தான்.

காட்டில் சதா அபாயத்துக்கு நடுவே வாழ்ந்து வந்தவனுக்கு உணர்வுகள் அதிகம். கொடிய மிருகம் புதரின் மறைவில் பதுங்கித் தன்னையே பார்க்கிறது என்று அறியாதவன் காட்டில் ஓரிருநாள்கூட

உயிரைத் தக்கவைத்துக்கொள்ள முடியாது. அதுபோல தன்னை யாரோ முறைத்துப் பார்க்கிறார்கள் என்று புரிந்துகொண்டான். காலையிலிருந்து பயந்தது போலல்ல. இது நிஜம்.

அடர்த்தியான கூட்டத்தை சுற்றிப் பார்த்தான். எனினும் தன்னை யார் நோட்டம்விடுகிறார் என்று உடனே தெரிந்தது. தில்லைவாழ் அந்தணர்களுள் மூத்தவர் ஒருவர் சுற்றியிருந்த மண்டபத்தில் அமர்ந்தபடி அவனையே முறைத்துக்கொண்டிருந்தார்.

'அவர் முகம் மாறுகிறதே?'

அதைப் பார்க்க தைரியமின்றி கண்களைத் தாழ்த்தினான் நந்தன்.

கிழவனின் பார்வை இதர பயங்களையும் கிளறிவிட்டது. 'இவ்வளவு பேர் நம்பிக்கையுடன் கோயிலைச் சுற்றிச் சுற்றி வருகிறார்களே... உண்மையில் நடேசனுக்கு அப்பேர்ப்பட்ட சக்திகள் இருக்குமா என்ன?' என்று தன்னைத்தானே வினவினான் நந்தன். 'தன் நோக்கம் இவர்களுடைய நோக்கங்களிலிருந்து வேறுபட்டது என அவன் அறிவானா? நடராஜரைப் பார்த்தவுடன் பிறவிக் குருடன் கண் பெற்றதுபோல திடீர் ஞானோதயம் வருமா? இல்லை வானத்தில் இருந்து மின்னல் வந்து, திருட நினைக்கும் பொருளைப் பார்வையிட்ட கண்களைக் குருடாக்குமா? முக்கியமாக அதனால்தான் கால் இடறி சிறபத்தில் அடிபட்டதா?'

ஆனால் முதல் சுற்றின்போது வேறு பிரச்னை. அந்தக் கிழவன் திண்ணையில் அமர்ந்தபடி தன்னைப் பார்ப்பதாகவே தோன்றியது. காலையிலிருந்து எல்லோரும் தன்னையே பார்ப்பதுபோல் ஓர் உணர்வு நந்தனுக்கு இருந்தது. ஆனால் போகப்போக யாரும் அவனை துர்நோக்குடன் பார்க்கவில்லை என்றவுடன் அந்த எண்ணமே ஒரு பிரமை என்று முடிவெடுத்தான்.

இரண்டாவது சுற்றில் எல்லோரும் காணாத காட்சியைக் கண்டது போல நடேசனையே உற்றுப்பார்க்க அவன் மட்டும் பொற்கூரையின் உட்புறத்தைத் தேடினான். அவன் எதிர்பார்த்தது வீண் போகவில்லை. சற்று நேரத்துக்கெல்லாம் பொற்கூரையின் உட்புறத்தில் ஓர் ஒளியைக் கண்டான். வெளியில் அழகாக அலங்கரிக்கப்பட்ட பொற்கூரையின் உட்பக்கம் மர உத்திரங்களுக்கு மத்தியில் அந்தக் கையளவு இருந்த கல்லைப் பார்த்ததும் நந்தனுக்கு உற்சாகம் உண்டாயிற்று.

அதுவும் சுவர்ணத்துக்கு அருகே இருந்தபடியால் தன் கடமையைச் அது சரிவர செய்தது. சின்னதொரு சூரியன்போல ஜொலித்தது...

குட்டி சிங்கமொன்று கர்ஜனை செய்வதுபோல அது உறுமியது அவன் செவிகளுக்கு மட்டும் கேட்டது.

அவன் அதுவரையில் அம்மாதிரி கண் கூசும்படியான திவ்ய சௌந்தரியத்தைக் கண்டதில்லை. தான் அதைப்பற்றி அடிக்கடி கண்ட கனவின் நிறைவேற்றலுக்கு நேரம் வந்துவிட்டது. தன்னுடைய பயணம் முடிந்தது என்றவுடன் மனதில் எல்லையற்ற உவகையை அளித்தது.

கல்லைக் கண்டதும் அதை அபகரிக்க சரியான திட்டத்தை அவன் மனம் தீட்டத் தொடங்கியது. 'அப்படி ஒன்றும் நடக்காத காரியம் இல்லை... இரவில் வந்து ஒரு கம்பால் தட்டிவிட்டால் கீழே விழும். லாவகமாக பிடிக்கவேண்டும்' என்று முடிவெடுத்தான்.

பொற்கூரையின் உட்புறத்தில் சொருகியிருந்த அந்தக் கல்லைக் கண்டவுடன் நந்தனுக்கு பசி, தாகம் எல்லாம் பறந்து போய்விட்டன. அடங்கா ஆர்வத்துடன் அந்தக் கல்லையே பார்த்து வந்தான். தேடி வந்தது கிடைத்துவிட்டது. உலகில் வேறு யாரும் உரிமை கொண்டாட முடியாத அதிசயப் பொருளைத் தான் அடையும் காலம் நெருங்கிவிட்டதென்று பூரிப்பு. பாதத்தில் அடிபட்டதுகூட மறந்து... உதிரம் வழிவதும் மறந்து...

இதை யாரிடமாவது சொல்லவேண்டும் என்ற ஆர்வம். தன் மனத்தில் பொங்கி வந்த குதூகலத்தை யாரிடமும் பகிர்ந்துகொள்ள முடிய வில்லையே என்று மட்டும்தான் அவன் கவலையே.

கவலைப்படவே தேவையில்லை என்றது விதி.

அப்போது அவன் குதூகலத்தைப் பகிர்ந்துகொள்ள யாரோ வந்து விட்டனர். அவன் தோளின்மீது ஒரு கை விழுந்தது.

•

ஆபத்சகாயனை கண்டவுடன் தீக்ஷிதர் முகத்தில் ஒரு வார காலமாக சதா இருந்த சோகக்குறி மறைந்து. புன்னகைபோல ஒன்று ஏற்பட்டது. இதுவரை இருந்த முகவாட்டத்துக்குக் காரணம் இருந்தது. எந்தப் பொற்பாதத்தை எப்போதும் பார்த்திருக்கவேண்டும் என்று நினைத்தாரோ அது நிரந்தரமல்ல என்று பிரசன்னம் சொல்லிவிட்டுச் சென்றுவிட்டான் ஜோசியன். நடேசனைக் காக்க ஒருவன் வெளியிலிருந்து வருவான் என்று ஜோசியன் சொல்லி இருந்தானே? மனதின் ஒரு பக்கம் அவன் வராமல் இருக்க வேண்டுமே என்று கெஞ்சியது. அப்படியென்றால் ஜோசியம் பொய் என்று உறுதியாய் சொல்லிவிடலாம்.

இப்படியெல்லாம் நினைத்திருக்கையில் தீக்ஷிதர் பொன்னம்பலத்தை சுற்றிச் சுழன்று வந்துகொண்டிருந்த மனிதப் பிரவாகத்தையே கண்டு கொண்டிருந்தார். அப்போதுதான் அவர் கண் திடகாத்திரமான ஒரு வாலிபன்மீது பட்டது. மற்றவரெல்லாம் நடேசனைக் கண் குளிரப் பார்த்துவிட வேண்டுமே என்றிருக்க, இவன் மட்டும் ஓர் அவசரமும் இல்லாமல் நடந்து கோயிலைச் சுற்றி வருகிறான் - மிக்க பக்தி சிரத்தையோடு இருந்தவர்களுக்கு இடையே தற்செயலாகக் கோயிலுக்குள் வந்தவன் போல.

எல்லோரும் ஏக்கமாய் சபாபதியையே பார்த்திருக்க அவன் கண் மட்டும் நடேசனைப் பார்க்கவில்லை. வேறு எங்கோ பொற் கூரையைப் பார்த்துக்கொண்டிருந்தன. பொற்கூரையை வருவோர் எல்லாம் பார்த்து ஸ்தம்பிப்பது உண்டுதான். அதுவும் உச்சி வேளையில் தகதகவென்று இருக்கும். எனினும் இவன் அதன் உட்பாகத்தில் எதையோ தேடுவதுபோலத் தோன்றியது.

என்ன தோன்றியதோ? சட்டெென உடனே அவன் காலடிகளை உற்றுப் பார்த்தார். அந்த ஜோசியன் வருபவனின் அங்க அடையாளங்களைச் சொல்லியிருந்தான். ஆனால் அவர் மனதில் என்றும் மறக்க முடியாதபடி பதிந்திருந்தது 'ரத்த சுவடுகளை அவன் பாதம் விட்டுச் செல்லும்' என்பதுதான்.

என்ன அதிசயம்!

ஜோசியத்தில் அவ்வளவு விவரமாகச் சொல்ல முடியாது என்று நினைத்தால் அப்படியே இருக்கிறதே!

அவனது பாதங்கள் முற்றத்தின் தரையில் சிகப்பு நிற சுவடுகளை விட்டுச் சென்றன...

•••

அத்தியாயம் இருபத்து ஒன்று

தோளின்மீது ஒரு கை

இதுவரை வேறெதையும் கவனியாதிருந்த நந்தன் சட்டென்று திரும்பினான். இரண்டாவது சுற்றில் தன்னையே முறைத்துப் பார்த்த தீக்ஷிதர்தான் அது என்று தெரிந்தவுடன் அதிர்ச்சிதான். ஆனால் ஒன்றும் நடவாதது போல நடந்துவிடலாம் என்று திரும்பினான். ஆனால் அங்கும் குறுக்கே நின்று வழி மறித்தார்கள் வாட்ட சாட்டமாக ஆறு ஏழு ஆட்கள்.

பெரியவர் கண் அசைக்க நந்தனின் கை மணிக்கட்டுகளை இருவர் கெட்டியாகப் பிடித்துக்கொண்டனர். கொள்ளையடிக்கப்படும் பயணிகள் தன் சகாக்களைக் கண்டு எப்படியெல்லாம் பயந்திருப்பார்கள் என்று இப்போது நந்தனுக்கு தெரிந்தது.

ஆரம்பத் திகைப்பு ஒருவாறு மாறியதும் சுதாரித்துக்கொண்டு காரண காரியங்களை ஆராயத் தொடங்கினான். கிழவர் மனதைப் படிப்பதில் வெகு சமர்த்தர் போலிருக்கிறது! மற்ற எல்லாரையும்போல் கோயிலைப் பார்க்கவும் நடேசனை தரிசிக்கவும் வந்தவனல்ல இவன் என்று எப்படித் தெரிந்துகொண்டார்? அந்தச் சாமியார் ஒருவேளை வந்து இவன் அங்க அடையாளங்களை சொல்லிச் சென்றிருப்பாரோ?

அந்த ஏழெட்டு பேரையும் உதறித் தள்ளிவிட்டுப் பாய்ந்தோடிச் செல்வதும் அவனுக்கு முடியாத காரியமல்ல. ஆனால் என்றென்றும் தில்லைக்குள் மீண்டும் வரமுடியாது. அந்தக் கம்பூஜக் கல்லின் கவர்ச்சியிலிருந்து விடுவித்துக்கொண்டு போக எளிதில் மனம் வரவில்லை. என்னதான் நடக்கிறது என்று பார்ப்போம் என்று நினைத்தான். இன்னும் ஒருமுறை கூரையின் உட்புறத்தில் அந்தக் கல்லைப் பார்க்க ஆவல் அவனுக்கு. ஆனால் அடக்கிக் கொண்டான்.

கிழவர் குனிந்து அடிக்கடி அவன் அடிபட்ட காலை ஆராய்ந்தார். பின் மர்மமாய் சிரித்தார்.

இந்தக் கிழவர் இப்படிப் புரியாமல் என்ன செய்கிறார்? இல்லை... புரிந்துதான் செய்கிறாரோ?

கூட்டத்தில் நிசப்தம். பக்தரெல்லாம் பேச்சை நிறுத்தினார்கள். தேவாரம் சொன்னவர்கள் வாய்மூடினர். ஒரு நொடிக்குதான். பின் அவரவர் வேலையை தொடர்ந்தனர். யாரும் இவனை பலாத் காரமாய் பிடித்ததற்கு ஆட்சேபிக்கவில்லை. பக்தர்களெல்லாம் ஒதுங்கி அவனுக்கும் அவனைக் கைத்தாங்கலாய் அழைத்துச் சென்றவர்களுக்கும் நடுவில் வழி விட்டுவிட்டு இருபுறமும் ஒதுங்கி நின்றார்கள்.

நந்தனை யாரும் இல்லாத பிரகாரங்கள் வழியாக அழைத்துச் சென்றனர். முன் நடந்த தீக்ஷிதர் ஒரு வார்த்தையும் பேசவில்லை. அவர் மனதில் பல விஷயங்கள் ஓடிக் கொண்டிருந்தன.

'ஆபத்சகாயன் வந்துவிட்டான். இப்போது ஜோசியம் பலிக்கப் போகிறது.'

அவர் கண்களில் நீர் அருவி பெருக ஆயத்தமானது. ஆனால் மனோதிடத்துடன் செயல்பட வேண்டிய இடமிது. உள்மனது சொன்னது, 'இவன் இங்கே இச்சமயம் வந்திருப்பது அபசகுனம் இல்லை; நல்ல சகுனம். வந்தவன் மார்புடன் கட்டித் தழுவப்பட வேண்டியவன். ஏன் காலில் விழுந்து நமஸ்கரிக்கப்பட வேண்டியவன். நடராஜரை மானிடர் இடைவிடாமல் பிரார்த்தனை செய்யும் பொருட்டே இவனை அவரே அனுப்பி வைத்திருக்கிறார்.'

ஓரிடத்தில் வரிசையாக அறைகள் இருந்தன. கிழவர் ஓர் அறையை சுட்டிக்காட்ட, தீவர்த்தித் தடியன் ஒருவன் சென்று கதவைத் திறந்தான். உள்ளே நந்தன் தள்ளப்பட்டான். பின் தீக்ஷிதரும் உள்ளே சென்றார். கூடவே நான்கு தடியர்கள் குனிந்து நெளிந்து அறைக்குள் வந்தனர். நந்தனுக்கு அறை நிரம்பியது போலொரு எண்ணம். கதவு வெளியே தாளிடப்பட்டது. அறைக்குள் இருந்த தீக்ஷிதரும் நந்தனும் ஒருவரை ஒருவர் பார்வையால் அளவிட்டனர்.

'நீ யார் அப்பனே? எந்த ஊர்? எங்கு வந்தாய்?' என்று தீக்ஷிதர் கேட்க, முகத்தில் கோபம் கொதிக்க, 'இதுதான் உங்கள் ஊர் வழக்கமா? தில்லை அம்பலத்தில் நடராஜப் பெருமானை தரிசனம் செய்ய வந்தேன். அது தவறா? ஏனய்யா... கோயிலை சுற்றிப் பார்க்க எல்லோருக்கும் அனுமதி உண்டல்லவா?'

‘நீ ஒரு குற்றமும் செய்யவில்லை. ஆனால் நீ ஒரு காரியத்துக்காக எனக்குத் தேவைப்படுகிறாய்’ என்றார் அவர்.

இதையெல்லாம் கேட்டபோது நந்தனுக்கு குழப்பமும் ஏற்பட்டது. ‘இவர் என்ன பேசுகிறார்? இவர் சட்ட திட்டங்களுக்கு உட்பட்டவர் என்றால் நமது விடுதலைக்கு வாய்ப்புகள் பிரகாசமாய் இருக்கின்றன. ஆனால் இந்தக் கிழவன் பிதற்றுவதைப் பார்த்தால் வாய்ப்புகள் மங்கிவிட்டதாகத் தெரிகின்றன. கெஞ்சிப் பார்க்கலாம்’ என்று அவன் மனம் முறையிட்டது. ஆனால் அவனுடைய சுயகௌரவ உணர்ச்சி அதற்குக் குறுக்கே வந்து நின்றது.

எனினும் நிலைமை அபாயகரமாகப் போய்க்கொண்டிருப்பதை உணர்ந்தான். தெரியாமல் பிடித்தாலும் பின் விசாரித்தால் உண்மை வெளிவரும். யாராவது இவனால் பாதிக்கப்பட்டவர்கள் முன் வந்து இவனுக்கு எதிராக சாட்சி சொல்லலாம். திருடனுக்குக் கோயிலுக்குள் என்ன வேலை என்று எல்லோரும் கேட்கலாம். நந்தனுக்கு கழுமரத்தின் நினைவு வந்தது. உடல் சிலிர்த்தது.

‘அய்யா நான் வேறு யாரோ என்று நினைத்து என்னை சிறை பிடித்திருக்கிறீர். ஆகையால் என்னை நானே தெரிவித்துக் கொள்கிறேன், என்னை நந்தன் என்று அழைப்பார்கள்!’ என்று சொன்னான்.

‘அப்படியா?’ என்றார். ஆனால் அவருக்குச் சந்தேகம். அந்த கூத்தபிரானையே காப்பதற்கு ஒரு மானிடன் வருவான் என்று ஜோசியன் சொன்னவுடன் அவனை எதிர்கொண்டு காண அளவில்லாத ஆர்வம் கொண்டிருந்தார். ஆனால் இப்படி லேசில் அகப்பட்டுக் கொண்டானே? அந்த வலிமை இவனிடம் இருக்கிறதா? அப்படியொன்றும் வலிமை மிக்கவன் போலவோ மாயாவி போலவோ இவன் இல்லையே?

எத்தனை பேருக்கு முன் கைதிபோல இழுத்து வந்தனர். அதையெல்லாம் நினைக்கும்போது நந்தனுக்கு உள்ளமும் உடலும் குன்றிப் போயின. என்றைக்காவது இந்தக் கிழவர் காட்டுப் பக்கம் வரவேண்டும் என்று வேண்டிக்கொண்டான். அதற்கெல்லாம் வாய்ப்புகள் குறைவாகவே இருந்தன. ஆனால் அவன் ஒரு சங்கல்பம் செய்துகொண்டான். தப்பித்தால் இனி கம்பூஜக் கல்லை அடியோடு மறந்துவிடவேண்டும். இனி வாழ்நாளெல்லாம் தில்லைப் பக்கமே வரக்கூடாது என்றும் உப சங்கல்பம் செய்தான்.

ஆத்திரத்தில் வெடித்தான். ‘என்ன கோயில் இது? கருணைக்கு பதிலாக கொடூரமும் கள்ளத்தனமும் நிறைந்திருக்கிறது. எம்மை

வழிமறிக்கக் காரணம் என்ன? களவாடினேனா? இல்லை தகாத செயலேதும் செய்தேனா? என் உடலை சோதனை போடுங்கள்' என்றான் தைரியமாக.

சீரிய சிங்கம் போன்ற கோபத்தைப் பார்த்தவுடன் அவன்தான் இவன் என்று தீக்ஷிதர் புன்னகை புரிந்து, 'நீர் பயப்பட வேண்டாம். எனக்கும் அது தெரியும். ஆனால் உன் உதவியைத்தான் நான் கோருகிறேன்' என்றார்.

'அய்யா, இப்படியா உதவி கோருவார்கள்? இது அடாவடித்தனம்.'

'என் காரியம் முடியும்வரை இங்கே இரு. நன்றாய் நான் பார்த்துக் கொள்கிறேன்' என்றார்.

'ஆனால் எனக்கு வெளியில் அவசரக் காரியம் இருக்கிறது. அதற்கென்ன செய்வது?' என்றபோது குரலில் பயத்தின் சிறிது சாயல் தென்பட்டது. 'நான் இருக்க விருப்பப்படவில்லையென்றால் என்னை என்ன சங்கிலியால் கட்டிப்போடுவீரா?'

'முதலில் நான் சொல்வதைக் கேள்' தீக்ஷிதர் குரலில் முதல்முறை அதட்டல் தொனி இருந்தது.

தான் நடந்துகொள்ள வேண்டிய விதங்களைப்பற்றி யாரும் சொல்லி நந்தனுக்குப் பழக்கமில்லை. அதனால் தீக்ஷிதர் சொல்லச் சொல்ல அவனுக்குக் கோபமாய் வந்தது. அதுவும் புரியாத விஷயங்களைப் பற்றிப் பதற்றமாய் பேசுகிறார். எனினும் அவன் வெளியேற இதுவே ஒரே வழி என்று முடிவெடுத்தான்.

'சரி, என்ன உதவி?'

சொல்லலாமா வேண்டாமா என்று ஒருமுறை யோசித்துவிட்டு சுற்றிப் பார்த்தார். காவல்காரர்கள் நால்வரும் வெளியேறினார்கள். கதவு மீண்டும் தாளிடப்பட்டது.

கதவு சாத்தும்வரை காத்திருந்தாலும் அவர் உடனே ஆரம்பிக்க வில்லை. சற்று நேரத்தில் 'நான்தான் இந்த தீக்ஷிதர் மூவாயிரமவரின் தலைவன். நடராஜரைக் காக்கும் பொறுப்பு என்னுடையது. சோழ சாம்ராஜ்ஜியம் தலைதூக்கி இருந்திருந்தால் அதன் அரசனுக்குப் பட்டம் சூட்டும் உரிமையும் எனது.'

நந்தன் ஒரு நொடிக்கு அசந்து போனான். மரியாதையில் வாய் மூடினான்.

ஆனால் அவர் தற்பெருமைக்கெல்லாம் அதைச் சொல்லவில்லை.

மறுபடியும் மெல்லிய குரலில் கூறினார் ‘எனினும் இன்று உன்னைப் பிடித்துக் கெஞ்சும் நிலையில் இருக்கிறேன்.’

நந்தனுக்கு இருந்த கோபம் போனது. ஆனால் அது இருந்த இடத்தை இப்போது ஒரு பயம் ஆட்கொண்டது.

‘நான் சொல்லப் போவது முக்கியமான விஷயம். எனக்கு மட்டும் எப்படித் தெரியும், வெளியில் ஏதும் அறிகுறிகள் இல்லையே என்று கேட்காதே. வெகு விரைவில் இந்தத் தில்லை நகரின்மீது ஓர் அன்னியன் படையெடுக்கப் போகிறான். அதை இப்போதே வெளியில் சொல்ல முடியாத நிலை. வீணாக பதற்றம் ஏற்படும்’ என்றார்.

இவ்வாறு பெரியவர் உருக்கத்தோடு சொல்லி வந்தபோது, நந்தன் பலமுறை குறுக்கிட்டுப் பேச விரும்பினான். இதற்கும் எனக்கும் என்ன சம்பந்தம்? என்று கேட்க நினைத்தான். கேட்காமலேயே சொன்னார்.

‘கைலாய மகாராஜ்ஜியத்தில் சர்வசக்தி வாய்ந்தவன் நடராஜன். தில்லையில் அவனுக்கே ஆபத்து வரப்போகிறது. அவனை வெளியே எடுத்துச் சென்று பத்திரப்படுத்தக் கூடியவன் நீ ஒருவன்தான்.’

‘என்ன...!’ என்று உரக்க வியந்தான் நந்தன்.

‘ஆம், நடராஜரை நீ காப்பாற்றியதற்காக இந்த சைவ உலகமே உனக்கு நன்றிக் கடன்பட்டிருக்கப் போகிறது’ என்று சொன்னார்.

இத்தனை நேரம் கேட்டுக்கொண்டிருந்த நந்தனுக்குத் தலைசுற்றிற்று. இவர் என்னென்னவோ உளறுகிறாரே... பெரிய மர்மத்தில் மாட்டப் போகிறோமா என்ற பயம்.

அவர் சொல்வதை அவன் நம்பவில்லை என்று அவருக்குப் புரிந்தது. பெரியவர் பேசியது இன்றைக்கு இத்துடன் போதும் என்று முடிவுக்கு வந்தார். இலேசாக ஒரு பெருமூச்சு விட்டுவிட்டு, ‘நன்றாய் யோசித்துத் தூங்கு. நாளைக் காலை பார்க்கிறேன்.’

அவன் வியப்புக் கடலில் மூழ்கியிருந்தபோது சட்டென வெளியேறினார். கதவு தாளிடப்பட்ட பின்தான் பாய்ந்தெழுந்தான் நந்தன்.

கதவை ஓங்கித் தட்டினான். கத்தினான். பலன் ஏதுமில்லை. கதவைச் சாத்தியபின் அறைக்குள் கரும் சாயம் பூசியதுபோல இருள் படையெடுத்தது. இடுக்குகள் வழியாக பேச்சுக்குக்கூட வெளிச்சம் வரவில்லை. அறைக்குள் இருந்த நந்தனுக்குத் ஜலத்தில் மூழ்கிப் போராடுவது போலிருந்தது.

இருட்டறையில் அடைந்து கிடந்த பின் என்ன செய்வது? தட்டுத் தடுமாறி ஒரு சுவரின்மீது ஒய்யாரமாகச் சாய்ந்துகொண்டு நடந்தவை பற்றி அசைபோடத் தொடங்கினான்.

அவர் சொன்ன விஷயங்களைப் பற்றித்தான் யோசித்துக் கொண்டிருந்தான். எவ்வளவு கோபமாயிருந்தால் ஒருவனை இந்த இருட்டறையில் அடைத்து வைப்பார்கள். ஆனால் அவருக்குத் தன் மேல் எந்தக் கோபமும் இருப்பதாகத் தெரியவில்லை. தன் முகத்தைப் பார்த்தவுடன் கிழவருக்கு அடங்கிக் கிடந்த சித்த குழப்பம் ஏதேனும் கிளறி வெளி வந்திருக்கவேண்டும்.

'காலையிலே உன்னைப் பார்க்கிறேன் என்று சொல்லிச் சென்று விட்டாரே? நிச்சயம் வருவார். இன்னும் ஏதாவது உளறுவார்.'

இருளில் மனம் தெளிவாகச் சிந்தித்தது. 'கல்லைத் திருடுவது நடக்கிற காரியமில்லை என்று இப்போது தெள்ளத் தெளிவாகப் புரிகிறதே? அந்தக் கம்பூஜக்கல் உண்மையில் மாயமான்தானோ? காட்டில் இருக்கும்போது அவ்வளவு சுலபமாய் தெரிந்ததே?' என்று பெரும் கவலைக்குள்ளானான். இது என்ன? இப்படி ஓர் ஓட்டை நிறைந்த திட்டத்தை எப்படித் தீட்டினேன்? என்று நந்தன் ஆதங்கப்பட்டான்.

மேலும் கிழவனுக்கு எப்படித் தெரிந்தது? யாரேனும் சொல்லி இருப்பார்களோ? நடேசன் உயிர் பெற்று சொல்லியிருப்பானோ? உடனே ஆடல்வல்லான் மேல் அசாத்திய கோபம் வந்தது.

இந்த நேரம் அவன் ஊருக்குள் இருந்திருக்கவேண்டும். இரவு திரும்ப வருவதற்குத் திட்டம் தீட்டிக் கொண்டிருந்திருக்கவேண்டும். அதற்குள்ளாக அவன் ஆசைப்பட்டதுபோல பாவிகள் கோயிலுக்கு உள்ளேயே அடைத்துவிட்டனர்.

•••

அத்தியாயம் இருபத்து இரண்டு

இருட்டறையில் இருவர்

எப்போதும் அமரும் மேடையின்மீது தீக்ஷிதர் அமர்ந்து கோயிலின் அர்த்தஜாம நிகழ்வைப் பார்வையிட்டுக்கொண்டிருந்தார். கோயில்களில் கடைசியாய் இராக்காலத்தில் மூடும் கோயில் தில்லை. எல்லாக் கோயில்களின் தெய்வங்களும் இங்கு வந்து இரவு அடங்கக் காத்திருந்து காலம் தாழ்த்தியே கதவுகள் மூடப்படும்.

விழாவைப் பார்த்துக்கொண்டிருந்த தீக்ஷிதருக்கு மனமெல்லாம் அந்த இருட்டறையில்தான் இருந்தது. ஜோசியர் வாக்கில் சைவத்தையே காக்கும் அந்த வேலையை சாதிக்கக்கூடிய புத்திக் கூர்மையும் வீரமும் படைத்தவன் இவனையன்றி ஈரேழு பதினாலு உலகத்திலும் கிடையாது என்றார். அவர் எதிர்பார்த்தது வேறு ஒருவனை. போர்க்களத்தில் எத்தனையோ வேல் வீச்சுக்களை இறுமாந்து தாங்கியவனாய் இருப்பான் என்று நினைத்தார். அவனுக்கும் கடவுள் ஒரு செய்தி சொல்லி அனுப்பியிருப்பார் என்றும் தானாக முன் வந்து இந்தப் பெரும் செயலைத் தன் தோள்களின்மீது சுமந்துகொள்வான் என்று எதிர்பார்த்தார். ஆனால் அவனை குண்டுக்கட்டாய் தூக்கிச் சென்று இருட்டறையில் அடைத்து வேலைக்கு சம்மதிக்க வைக்க வேண்டியிருக்கிறதே என்று வருத்தம்தான்.

ஒருவேளை நடராஜரை அபகரித்துக்கொள்ள முயற்சிப்பவனைத் தடுக்கப் போகிறவன் இவன் இல்லையோ? என்ற சந்தேகமும் வந்தது.

அப்படியிருந்தால் என்ன? நடராஜர் எதிரியின் கைக்குப் போகாமல் பார்த்துக்கொள்வது முதன்மையானது. அதற்காக ஒருவருக்கு பதில் இருவரைப் பூட்டி வைக்கவும் அவர் தயார்.

ஆழ்ந்த யோசனையில் இருந்த தீக்ஷிதரிடம் அவர் உதவியாளன் கேட்டான். 'நம் வழிக்கு அவன் வருவானா?'

'நிச்சயம் நான் எதிர்பார்ப்பதைச் செய்வான்' என்று நம்பிக்கை தெரிவித்தார்.

'ஆம், மூன்று நாள் சோறு தண்ணியின்றி விட்டால் வந்துவிடுவான்.'

தலையசைத்தார் தீக்ஷிதர். 'அவனை அடைத்த அறை என்ன அறை நினைவிருக்கிறதா?'

அவனும் யோசித்தான். விளங்கியவுடன் சிரித்தான். 'ஆமாம் அந்த அறையின் மகிமைக்கே, நம் வழிக்கு வந்துவிடுவான்' என்று ஒப்புக் கொண்டான்.

அறைக்குள்ளே ஒரு காரியமுமின்றி அடைந்து கிடப்பது நந்தனுக்குப் பரம சங்கடத்தை அளித்தது. வெளியே செய்யவேண்டிய காரியங்களே ஆயிரம். ஆனால் எல்லாம் இந்தப் பூட்டிய கதவைத் தாண்டியே இருந்தன.

அரசனிடம் அகப்பட்டுக்கொள்வதைக் காட்டிலும் இந்தக் கிறுக்குக் கிழவனிடம் அகப்பட்டுக் கொள்வதில் அபாயம் அதிகம் இருக்கிறது. 'அய்யா சாமி! படையெடுப்பாம், நடராஜரை என்னிடம் ஒப்படைக்கின்றாராம். என்னவொரு கற்பனை! அவர் பேசும் விஷயம் எல்லாமே மர்மமாயிருக்கிறது. வயதான காரணத்தினால் புத்தி தடுமாறியிருக்குமோ?' என்றெல்லாம் யோசித்தவனுக்கு வெறும் சுவரிடம் தன் வாதத்தை முன்வைக்க வைத்துவிட்டனரே? என்று புலம்பினான்.

எவ்வளவு நேரம்தான் படுத்தே இருப்பது என்று நடக்கத் தொடங்கினான். ஓரிருமுறை இடித்துக்கொண்டபின் அறையின் நீள அகலம் மனப்பாடமானது. அறையைச் சுற்றிச் சுற்றி வந்தான். காலி செப்புப் பானையொன்று காலில் தட்டுப்பட்டது. அதை எட்டி உதைத்தான், பானை எல்லா சுவரிலும் பந்துபோல மோதி மோதி பெரும் சப்தத்தை ஏற்படுத்தியது. அந்தக் கூச்சலில் அவன் செவியே செவிடாய்விடும் போலிருந்தது. அதைக் கேட்டு உடனே பலரும் ஓடோடி வந்து கதவைத் திறந்து என்னவானது என்று பார்க்க வருவார்கள் என்று நினைத்தான். அந்தக் குழப்பத்தை ஆதாயமாக உபயோகித்து வெளியேறிவிடலாம் என்றுகூட ஒரு நப்பாசை. ஆனால் யாரும் வரவில்லை. ஏன் என்று கேட்பதற்கு ஆளில்லை.

ஆனால் ஒரு வெற்றி. தற்போது இருந்த உருவத்திற்கும் பானைக்கும் எந்தவொரு சம்பந்தமும் இருக்காது. நன்றாய் நெளிந்து

போயிருக்கும். இனி தீக்ஷிதருக்கு அது உதவாது. 'நன்றாய்வேண்டும்' என்று சொல்லிக்கொண்டான்.

இருட்டில் மனமே பேதலித்துப் போய்விடும் என்பதை அறிந்தான். நாளைக் காலை நடக்கப் போகும் நிகழ்வு என்னவென்பதைப் பார்த்துத் தெரிந்துகொள்ளும் ஆவலும் ஒரு பக்கம் பொங்கிக் கொண்டிருந்தது. ஆனால் அதைவிட அந்த தீக்ஷிதரும் தீவர்த்தித் தடியர்களும் வந்து கதவைக் காலையில் திறக்கும்போது அறை காலியாய் இருந்தால் அவர்கள் முகங்கள் எப்படியிருக்கும் என்று பார்க்கவும் ஆசைப்பட்டான்.

நேரம் செல்வதுகூட இருட்டில் உணர முடியவில்லை. ஆனால் வெளியே இரவு ஏற்பட்டிருக்க வேண்டும். திட்டத்தின்படி இந்தச் சமயத்தில்தான் கோயில் சுவரின் மேலேறிக் குதித்து, கம்பூஜக் கல்லைத் திருடுவது என முடிவெடுத்திருந்தான். முடியாமல் போனதே என்ற வருத்தம்.

இருட்டிய அறையை நந்தன் கால்களால் ஆராய்ந்தான். இருளில் நீட்டிய கைகளுடன் நடந்தான், முட்டிக் கொள்ளாமல் இருக்க. பின் சற்று நேரம் சுவர் ஓரமாகவே நடந்தான். சதுரமான அறை என்று தெரிந்தது. சுவர் ஓரமாக ஓர் இடத்தைத் தாண்டும்போது கால்களின் மீது குளிர்ந்த காற்று பட்டது. உடனே குனிந்து அந்த இடத்தைக் கையால் துழாவினான். அங்கு கையளவுக்கு ஒரு தூப்பாய் இருந்தது. அறையைக் கழுவிவிட்டால் நீர் வெளியேற வைத்திருந்தவர்கள் எலிகள் வந்துவிடாமல் கம்பி வைத்து அதை அடைத்திருந்தனர். அந்த அறையில் சுவாரசியம் கொடுக்கும் ஒரே அம்சமான அந்தத் தூப்பாயும் அவனுக்கு அலுத்துப் போக, மீண்டும் அமர்ந்தான்.

அந்த இருண்ட அறைக்குள்ளே அங்குமிங்கும் பயனின்றி அலைந்து உழன்ற பிறகு தூங்க முடிவெடுத்தான். தலைக்குக் கைகள் இரண்டையும் மடித்து வைத்துப் படுத்தான். இரண்டு கண்களையும் இறுக்க மூடிக்கொண்டான், அகண்ட காட்டில் இருந்தவனுக்கு இந்த அறையில் அடைபட்ட பின் எப்படித் தூக்கம் வரும்? எனினும் இரண்டாம் ஜாமம் முடிந்த போது தன்னை அறியாமல் நித்திராதேவி அவனை அரவணைத்தாள்.

அந்த நடுநிசி வேளையில், நிசப்தம் குடிகொண்டிருந்த அந்த அறையில் திடீரென்று கேட்ட ஒரு சப்தம் அவனைத் தூக்கிவாரிப் போட்டது. அது கதவு திறக்கப்படும் சப்தம் என்று தீர்மானித்தான்.

சிறிது வெளிச்சம் ஒரு பக்கத்தில் காணப்பட்டது. அறையின் கதவு லேசாக திறந்தது. உடனே எதிர்பாராத விதமாக அறையில் மக்கிய

பனை ஓலை வாசனை அடிக்கத் தொடங்கியது. அவனுக்கு அந்த வாசம் நன்கு தெரியும். காட்டில் எத்தனை முறை பனைமரத்துக்கு அடியில் அமர்ந்து கள் அருந்தியிருக்கிறான்.

கதவு திறந்தவுடன் 'ஆகா விடுதலை... !' என்று முதலில் நினைத்தான். ஆனால் அப்படிப்பட்ட அதிர்ஷ்டம் நமக்கில்லை. இருந்திருந்தால் அகப்பட்டுக்கொண்டேயிருக்க மாட்டோமல்லவா என்றும் நினைத்தான்.

அப்போது திடீரென கதவு முழுவதுமாய் திறந்தது. இருளைக் கிழித்துக்கொண்டு வெளியில் இருந்து வந்த பெரும் வெளிச்சம் கண்களைக் கூசியது. கண்களைச் சிறிது மூடிக்கொள்ள வேண்டிய கட்டாயம்.

திகில் கொண்ட உள்ளத்துடன் நந்தன் தன் சயன நிலையிலிருந்து எழுந்து உட்கார்ந்தான். சுற்றுப்புறத்தைப் பார்த்தவுடன் என்ன அதிசயம்! 'ச்சீ... இந்த இடத்திலா நாம் படுத்திருந்தோம்?' என்ற அருவருப்பு.

நேற்று இரவு காலியாய் இருந்த அறை இப்போது தரையெல்லாம் ஓலைச் சுவடிகளாகக் காட்சியளித்தது. ஓலைச் சுவடிகளில் கரையான் புத்துகள் வேறு. சுவரிலும் உட்கூரையிலும் சிலந்தி வலைகளுக்குக் குறைச்சலே இல்லை.

உள்ளே வந்தவர்கள் வாசலில் அடைபட்டிருந்த சிலந்தி வலையை அகற்றப் பெரும் பாடுபட்டனர். அவர்கள் வைத்திருந்த தீபம்தனில் சிலந்தி வலைகள் அவ்வப்போது தீப்பிடித்து மாய ஜாலம் காட்டியது.

'நேற்று நாம் அறைக்குள் வந்தபோது சிலந்தி வலை இல்லையே? அப்படி இருந்திருந்தாலும் மீண்டும் மீண்டும் அறையைக் காலால் அளவெடுத்தோமே? அப்போதும் கலையவில்லையே? ஓர் இரவுக்குள் மீண்டும் சிலந்தி வலை ஏற்படுத்துவதென்றால் அது ராட்சஸ சிலந்தியாக இருக்கவேண்டும்' என்று நினைத்தவனுக்கு மனதின் ஓரத்தில் ஒரு பயம் வந்தது.

காலடி சப்தம் மேலும் மேலும் நெருங்கி அவனுக்கு சமீபத்தில் வருவதாகத் தோன்றியது. அப்படி வருவது யார் என்று தெரிந்து கொள்ளவேண்டுமென்ற ஆவல் அவனைப் பீடித்தது.

பெரிய தீக்ஷிதர் என்றால் தள்ளிவிட்டு வெளியே ஓடிவிடவேண்டும் என்று எண்ணியவனுக்கு அதிசயம். ஒருவர் பின் ஒருவராய் இருவர் வந்தனர். முதலில் வந்தவர் ஓர் ராஜகளை பொருந்திய ஆஜானுபாகுவானவர். அதனால் அவரை நந்தன் நினைத்தாலும்

தள்ளிவிட்டிருக்க முடியாது. அவருக்குப் பின்னால் ஒரு தெய்வக்களை பொருந்திய சாமியாரும் வந்தார்.

'யாரிவர்கள்? என்னை விடுவிக்க வருகிறார்களா? அப்படித் தெரிய வில்லையே? வேறேதோ கவலை அவர்கள் முகத்தை வாட்டுகிறதே? அது என்ன? இன்றிரவு அதிசயங்கள் முடிந்தபாடில்லையே? ஆனால் ஒன்று. இருவரும் தன்னைக் கண்டு கொண்டதாகவே தெரிய வில்லையே?' அந்த எண்ணம் ஏதோ ஒருவிதக் காரணமில்லாத பயத்தை நந்தனுக்கு உண்டாக்கியது.

இருவரையும் உற்றுப் பார்த்தான். ராஜகளை கொண்டிருந்தவன் கிரீடத்தைத் தம் சிரசில் அணியவில்லை. ஆனால் உடலெங்கும் அணிந்த ஆபரணங்களும் ஜாஜ்வல்யமாய் சுடர்விட்டுப் பிரகாசித்தன. ஆனால் நந்தனுக்கு ஒன்று தெரிந்தது. அந்த ஆபரணங்கள் ஏதுமில்லாமல் வந்தாலும் அவனது கம்பீரம் அவனது புகழைக் கட்டியம் கூறும்.

அவன் பின்னால் நின்றவரோ ஒரு காவி உடுத்திய ஞானி. காட்டுக்கு வந்த கள்ளச் சாமியார் போலில்லை. கடவுளைக் கண்டவர் என்று பார்த்தவுடன் சொல்லலாம். காட்டுக்கு வந்தவன் போலி. நிச்சயமாக அவனுக்கு இந்த ஜென்மத்தில் சிவபெருமானின் காட்சி இல்லை என்பது உறுதி.

நந்தனுக்கு எழுந்து சென்று அவர்களிடம் உதவி கேட்கலாம் என்று தோன்றியது. அந்தப் பொல்லாத தீக்ஷிதரைப்பற்றி புகார் சொல்லலாம். என்னவாயிருந்தாலும் பிராந்தியத்தின் அரசனுக்குக் கட்டுப்பட்டுத்தான் ஆகவேண்டுமல்லவா? ஆனால் ஏதோ மந்திர சக்தியினால் கட்டுண்டு அடங்கியதுபோல் அவன் இருக்க வந்தவர்கள் அவனை கவனித்ததாகக்கூடத் தெரியவில்லை.

'யாரிவர்கள்? இந்த இருட்டிய கோயிலில் எப்படி நுழைந்தார்கள்?' அவர்கள் செய்ய உத்தேசித்த காரியம் இன்னதென்று நந்தனால் ஊகிக்க முடியவில்லை, ஓலைகளைக் கண்டவுடன் சாமியார் கரங்களைக் கூப்பி இறைவனை இறைஞ்சி வழிபட்டுக் கொண்டார்.

அந்த அரசன் கண்களில் நீர் பொழிந்தது. ஓலைகளைக் கரையான் சாப்பிட்டுவிட்டது என்று அழுவதாய் தெரிந்தது.

கால்கள் ஓலைகளின்மேல் பட்டுவிடக் கூடாது என்று பயபக்தியுடன் நுனிக்காலில் நடந்தனர். இந்த ஓலைகளின் தன்மையை அறிந்தவர்களும் அதைப் படித்துப் புரிந்துகொள்ள வல்லவர்களுமாக இருந்தார்கள். எடுத்துப் படித்தார்கள். ரசித்தார்கள்.

சாமியார் நந்தன் அருகே வந்தார். பின் குனிந்தார். தன்னைத் தொட்டுவிடப் போகிறார் என்று நந்தன் நினைத்தான். ஆனால் இவன் அருகிலிருந்த ஓலையை எடுத்தார். அவர் கண்களில் கண்ணீர் பொழிய அதில் இருந்த வாசகத்தைப் படித்தார். அதற்குப் போட்டியாக அரசன் இன்னும் ஒரு பாடலை அறையின் வேறொரு மூலையிலிருந்து படித்தான்.

பாடலின் வார்த்தைகள் இனிமையாய் இருந்தன. ஆனால் நந்தன் அதை கிரஹிக்கவேயில்லை.

விதி அவனைப் பம்பரம் சுற்றுவதுபோல சுழற்றிச் சுழற்றி அலைக்கழித்தது. வெகு சமீபத்தில் அவர்கள் வந்தாலும் அவனைப் பார்க்க முடியாதபடி அவனை அவர்களிடம் திரையிட்டு மறைத்தது. என்ன மந்திர மாயமா...! இல்லை காலமெனும் பரிமாணம்?

இதுவரை ஓலைகளில் இருந்த பாடல்களை மட்டுமே படித்தவர்கள் இருவரும் முதல்முறையாகப் பேசிக்கொண்டிருந்தனர். மேற்படி சம்பாஷணை முழுவதையும் கேட்டுக்கொண்டு சித்திரப் பதுமை போல் அமர்ந்திருந்தான் நந்தன்.

'நம்பியடிகளே, இது என்ன சோதனை?' என்றான் அரசன். 'போராடி இந்த அறையைக் கண்டுபிடித்து உள்ளே வந்து பார்த்தால் பாதி கூடத் தேறாதே? போனவையெல்லாம் உலகுக்குக் கிடைக்காதா? நமக்கு ஏற்பட்டது இதுதானா?' என்று அரசன் கூறியபோது அவருடைய குரல் உணர்ச்சியினால் தழுதழுத்தது. இருவரும் அழுதனர். மெல்லிய குரலில் பேசிக்கொண்டே வெளியேறினர்.

கரிய மேகங்கள் திரண்டு வந்து வானை மூடி நாலாபுறமும் இருள் சூழச் செய்துவிட்டதுபோல அந்த ஒரு கதவு மூடியபின் அவனுக்குத் தோன்றியது. எல்லா வெளிச்சமும் போனது. அந்தக் கதவு சாத்திய சப்தத்தில் நந்தன் எழுந்தான். கனவு கலைந்தது.

எல்லாம் கனவா... ? இல்லை நிஜமாக நடந்ததா?

•••

அத்தியாயம் இருபத்து மூன்று

விடுதலை

கண்டது மாயக்கனவா? ஒரு நாளும் இல்லை. ஆனால் அறையில் தடவிப் பார்த்தான். ஓலைகள் ஏதுமில்லை. சுத்தமாய் துடைத்து வழு வழு என்றிருந்தது அறை.

ஆனால் அந்த உருவங்களைப்பற்றி எவ்விதச் சந்தேகமும் ஏற்பட நியாயமில்லை. வந்தவர் இருவரிடம் அப்படியே உயிர் ததும்பியதே? நிச்சயமாக ஊரெல்லாம் புகழுறை பெற்றவர்கள்தான். ஆனால் யாரென்றுதான் அவன் அறிவுக்கு எட்டவில்லை.

நேரம் ஆக ஆக அந்த அற்புதக் கனவின் ஆதிக்கம் கலையவில்லை. வந்த அரசனின் முக கம்பீரமும் அந்த ஞானியின் முக தேஜஸுும் அகலுமா என்ன? ஓலைகள் கிடைத்ததற்கு சந்தோஷமும் பாதியைக் கரையான் சாப்பிட்டதற்கு சோகமும் ஒன்றாய் கலவையாய் திகழ்ந்தனவே? இதற்கு முன் விளங்காத பல மர்மங்களின் வரிசையில் இதுவும் சேர்ந்துவிட்டது.

அவர்கள் நிச்சயமாகத் தன் காலத்தில் வாழ்ந்தவர்கள் அல்ல. இந்தச் சம்பவங்களெல்லாம் முன்னொரு காலத்தில் இந்த அறையில் நடந்திருக்கவேண்டும்.

நிகழ்வுகள் மனதில் இனம் தெரியாத ஓர் உணர்வை உண்டு பண்ணியிருந்தது. பயமல்ல. அருவருப்பல்ல. ஏதோ தன் கண்ணுக்குப் புலப்பட்டதில் ஏதோ செய்தி இருந்தது.

அதற்கு பின் உறக்கம் மட்டும் வரவேயில்லை; பூட்டிய அறையில் வேறு யாரோ இருப்பதுபோலவே ஓர் எண்ணம். சற்று நேரத்துக் கெல்லாம் தூங்கும் முயற்சியையே விட்டுவிட்டுத் தன் அடுத்தகட்ட

நடவடிக்கையைப்பற்றிய சிந்தனையில் ஈடுபட்டான். சீக்கிரம் தப்பித்தே ஆகவேண்டும். இல்லையென்றால் தன் அறிவு தன்னை விட்டு அகன்றுவிடும் என்று ஒருவித உணர்ச்சியை உணர்ந்தான்.

பின் அந்த தீக்ஷிதர் நினைப்பு வந்தது. அந்தக் கிழவன் மனம் மாறும் என்று உறுதியில்லை. அடுத்தநாள் காலை தான் பிசகான காரியம் ஒன்றும் செய்யவில்லை என்று நிரூபித்தால் விட்டுவிடுவார்கள் என்று நிச்சயமும் இல்லை.

கோபம்தான் முதலில் வந்தது. 'சினம் வந்தால் ஆக்கபூர்வமான யோசனை தலைதெரித்து ஓடும்' என்று முருகையன் சின்ன வயதில் அவனுக்கு போதித்தது ஞாபகம் வந்தது.

முருகையன் நினைவு வந்தவுடன் பலநாள் பழக்கம் ஒன்றும் நினைவுக்கு வந்தது. முருகையன் மாண்டபின் கூட்டத்தின் தலைமை ஒரு கேள்வியின்றி நந்தனிடம்தான் வந்தது. ஆரம்ப காலத்தில் ஒரு முடிவெடுக்க வேண்டுமென்றால் நந்தன், முருகையன் இந்தச் சூழ்நிலையில் என்ன செய்திருப்பான் என்று தன்னைத்தானே கேட்டுக்கொள்வான். கண்களை மூடிக்கொண்டால் முருகையன் அவனுக்குக் கொடுத்த அறிவுரை கேட்பதுபோலவேயிருக்கும். கூட்டத்தார் மெச்சுவார்கள், 'முருகையன்போலவே செயல் படுகிறாயே' என்று. சிரித்துக்கொள்வான், 'முருகையன்தானடா முடிவெடுத்தான்' என்று.

இப்போது கண்மூடக்கூடத் தேவையில்லை. அறை அவ்வளவு இருட்டாக இருந்தது. முருகையனின் குரல் கேட்டது. 'முட்டாள் தனமாய் இங்கு வந்து அகப்பட்டுக்கொண்டாய்... எலும்புக்கூடாக நீ மாறும் வரை கதவைத் திறக்காவிட்டால் என்ன செய்வாய்?' என்று பயமுறுத்தியது: 'இங்கிருந்து, உடனே தப்பிச் சென்றால் பிழைத்தாய். இல்லாவிட்டால் அதோகதிதான்.'

உண்மைதான். அதுவும் வயிற்றுக்குள்ளே இப்போதே அவனுக்கு ஏதோ ஒரு பெரிய பள்ளம் இருப்பதுபோலத் தோன்றியது. பசியில் நாளை தீக்ஷிதர் சொன்னதை எதுவானாலும் செய்துவிடுவான். 'அது நிச்சயமாகக் கூடாது' என்ற உறுதியும் ஏற்பட்டது. அந்த அறையிலிருந்து வெளியேற எண்ணினான்...

தப்பிப்பதற்கான வழிகளை ஆராய்ந்தான். கட்டிப்போட்டால்கூட பாதகமில்லை. கட்டுக்களை அவிழ்த்துக்கொண்டு விடுதலை பெறுவது சுலபமே. ஆனால் அறையில் அடைத்துப் பூட்டிவிட்டனரே?

அறையின் ஓட்டைப் பிரித்துச் செல்லலாம் என்றால் அது கல் மண்டபம் என்று ஞாபகம் வந்தது. இரண்டே வழிகள்தான்

இருக்கின்றன என்று முடிவெடுத்தான். ஒன்று அறையின் கதவை உடைத்து வெளிச் செல்லலாம். இல்லை, வெளிச் சுவரின் கல் ஒன்றை நகர்த்தித் தப்பிக்கலாம். முதலில் கதவுதான் எளிதாய் தெரிந்தது. கதவை உடைத்தால் கோயிலின் உட்பிரகாரத்துக்குள்தான் செல்ல முடியும். அப்புறம் கோயிலின் மத்தியில் சென்று பொன்னம்பலத்தின் மேலேறி கம்பூஜக் கல்லைத் திருடி கோயிலுக்குள் ஒளிந்திருந்துவிட்டு காலை கதவு திறந்தவுடன் முதலில் வந்த பக்தர்கள் வெளியேறும் போது வெளிச் செல்லலாம். வந்த வேலை முடிந்துவிடும். தீக்ஷிதர் முகத்தில் கரியைப் பூசியதுபோலாகும் என்று தோன்றியது.

இருட்டில் நகர்ந்து சென்றான் சுவரைத் தொட்டபடியே. கையில் கதவு தென்பட்டது. கதவை தொட்டுப் பார்த்தவுடன் முடியாத காரியம் என்று புரிந்து. தடிமனான கதவைக் கையால் உடைப்பது கஷ்டம். அதுவும் நெடு நேரமாக சாப்பிடாமல் உடலின் சக்திகள் குறைவாய் இருந்தன.

அரைக்கால் நாழிகை நேரத்தில் முடிவெடுத்தான். தரையையொட்டி சுவரில் சிறியதொரு தூப்பாய் இருந்தது ஞாபகத்துக்கு வந்தது. வெளி உலகுக்கு ஒரே தொடர்பு அதுதான். தூப்பாயைப் பதிக்க ஒரு கல்லை உளி கொண்டு உடைத்திருந்தார்கள். அதனால் அதன் வலிமை சற்று குறைந்தே இருக்கும். உடலில் இன்னமும் வலிமையிருந்தது. இப்போதே அந்தக் கல்லைத் தாக்கினால்தான் உண்டு.

அறையில் எங்கும் இருள் என்னும் பூதம் வாயைப் பிளந்து கொண்டிருந்தது. கதவின் நேர் எதிர்ப்புறத்துக்கு சுவரைத் தடவியபடி சென்றான். பின் அமர்ந்தான். கையால் ஆராய்ந்தான். ‘கருங்கல் சுவர். சதுரமான கருங்கற்களை சாந்துகொண்டு ஒட்டி அமைந்தது. சாந்தானது கல்போல கெட்டியானாலும் காலமாகத் தளர்ந்து போகும் என்று அவனுக்குத் தெரியும். அந்த சாந்துப் பூச்சை எடுத்துவிட்டால் இந்தக் கல்லைத் தள்ளிவிடலாம். பின் அந்த துவாரம் வழியாய் வெளியேறவேண்டும்’ என்று முடிவுக்கு வந்தான்.

அந்த சாந்தைச் சுரண்டுவதற்கு ஏதேனும் ஆயுதம் இருந்தால் எவ்வளவு நன்றாய் இருக்கும் என்று நினைத்தபோது அவன் கோபத்தில் பந்தாடிய குடம் நினைவுக்கு வந்தது. மீண்டும் குருடன்போல தரையைத் தடவத் தொடங்கினான். முழு அறையையும் கைகளால் தடவிய பின்னே அந்தக் குடம் கிடைத்தது. அதாவது நேற்றுவரை குடமாய் இருந்தது கிடைத்தது.

இப்போது குடம் கிழிந்திருந்தது. முழு பலம் கொண்டு அதை முக்கோணமாய் மடித்தான். தரையில் வைத்து மிதித்தான். தட்டையானது. ஒரு முனை கூர்மையானது. மனத்திற்குள்

தீர்மானித்தபடி தூப்பாய் பதித்திருந்த கல்லைக் கண்டு பிடித்தான். தன் தேகத்தில் மிச்சமிருந்த வலிமையையெல்லாம் உபயோகித்து அந்தக் கல்லைச் சுற்றியிருந்த சுண்ணாம்பைச் சுரண்ட ஆரம்பித்தான். அதுவும் தூசாய் வெளி வந்து தும்மல் ஏற்பட்டது. கொஞ்ச நேரத்துக்கெல்லாம் மடித்த குடம் அதற்குள்ளே செல்ல மறுத்தது. ஆனால் அந்தக் கல் தனியாய் நிற்பது போலிருந்தது.

தன் கால்களை நீட்டியபடி தரையில் அமர்ந்து அதைத் தள்ளினான். முதலில் கல் அசையவில்லை. பின் லேசாக அசைவது போலிருந்தது.

தப்பிக்கவேண்டும் என்ற வெறியால் மதங்கொண்ட யானையின் பலத்தைக் கொண்டான். சப்தம் போட்டால்தான் யாரும் வரவில்லையே என்று தைரியமாகக் கத்தியபடி கல்லைக் கால்களால் தள்ளினான். திடீரென்று கல் வெளியே விழுந்தது. அந்தப் பக்கம் அவ்வளவு உயரமில்லை என்று கல் விழுந்தவுடன் கேட்ட சப்தம் விளக்கியது.

கல் விழுந்தவுடன் மறுகணமே அவனுடைய ஆவல் நிறைவேறியது. குளிர்ந்த காற்று முதலில் அறைக்குள் வந்தது. மங்கிய நிலவொளி வெளியிலிருந்து வருவதால் அறை கண்களுக்கு நன்றாய் தெரியத் தொடங்கியது.

வெளிச்சம் வந்தவுடன் அடுத்த கேள்வி எழுந்தது. 'இந்த ஓட்டையானது போதுமா? நெளிந்து வெளியே செல்லும்போது மாட்டிக்கொண்டால் என்னவாகும்?'

இரண்டாவது கல்லைத் நகர்த்தினால் சுலபமாய்த்தான் இருக்கும், எனினும் உடலில் சக்தி இல்லை. அதனால் நல்லதோ கெட்டதோ இந்த வழியாகவே சென்றுவிடவேண்டும் என்று முடிவெடுத்தான்.

கால்களை வெளியேவிட்டான். பின் புழுபோல நகர்ந்து வெளியேறினான். முகம் கல்லுக்கு அடியில் வந்தவுடன் மூச்சு முட்டியது. அவனுடைய நெஞ்சு 'படபட' என்று அடித்துக் கொண்டிருந்தது. உடம்பெல்லாம் வியர்வையினால் சொட்ட நனைந்து போயிருந்தது. எனினும் பெரு முயற்சி செய்து வெளியேறினான்.

நெளிந்து நெளிந்து சென்றவன் கீழே விழுந்துவிட்டான். ஆச்சரியம்... வலியிருந்தாலும் சப்தம் செய்யாமல் எழுந்தான். உடம்பெல்லாம் சிராய்ப்பு. ஆடைகள்கூட கிழிந்திருந்தன.

திரும்பிப் பார்த்தவனுக்குத் தன்னுடைய பெரிய தேகத்தை முழுவதும் எப்படி அந்த வழியே புகுத்தினான் என்று

தெரியவில்லை. தப்பிச் செல்ல அவனுக்கு இருந்த வெறியை அது எடுத்துக்காட்டியது.

வானத்தில் சுக்கிரனைப் பார்த்தான். விடிவெள்ளி பிரகாசமாய் வழிகாட்டியது. திறந்தவெளி வந்துவிட்டது. சற்றுத் தூரத்தில் வெளிமதில் தெரிகிறது. அதன் மேல் நந்தி மட்டும் காவல் காத்துக் கொண்டிருந்தது.

‘இந்தத் திறந்த வெளியில் நம்மைக் காண்பதும் ஓடிப் பிடிப்பதும் காவலர்களுக்கு சுலபம்’ என்று முடிவு செய்தான். மதில் சுவர் ஓரமாக ஓடத் தொடங்கினான்.

கோயில் பிரதான கோபுரம் இருந்த திசைக்கு எதிர்த் திசையில் வேகமாக ஓடத் தொடங்கி, வெளிமதிலுக்கும் பிரதானக் கோயிலுக்கும் இடையே இருந்த தூரத்தைக் கடந்தான். அவ்வப்போது பின்தொடர்ந்து யாரேனும் வருகிறார்களாவென்று திரும்பிப் பார்த்துக்கொண்டான்.

வெளிமதில் சுவரை ஒட்டி வந்துவிட்டவுடன் பூரண விடுதலைக்கும் அவனுக்கும் இடையே இந்தச் சுவர் மட்டும்தான் இருந்தது என்று புரிந்தது. ‘தில்லைக் கோயிலுடன் நமது தொடர்பு இன்றுடன் முடிந்துவிடவேண்டும். அப்பப்பா! கம்பூஜக் கல்லாவது… மண்ணாவது? நாளைக் காலைக்குள் கானகத்துக்குச் சென்றுவிட வேண்டும். அரவணைக்கும் அன்னைபோன்ற அந்தக் காட்டைவிட்டு வந்திருக்கவே கூடாது’ என்று அவசரமாய் மனது எடுத்துச் சொன்னது.

‘கூட்டத்தார் யார் கேட்டாலும் இந்தக் கதையைச் சொல்லக் கூடாது. முதலில் நம்பமாட்டார்கள். பின் கேலிக் கூத்தாய் போய்விடும்’ என்றும் தோன்றியது.

சுவரோரமாக ஒரு மரத்தைத் தேர்ந்தெடுத்து ஏறத்தொடங்கினான். அதிலிருந்து தாவி மதில் சுவரின் உச்சியில் நடந்தான். நந்திகள் வரிசையாய் அமர்ந்து வழி மறித்தன. ‘உங்களுக்கு ஒரு கும்பிடு, உங்கள் நடராஜனுக்கு ஒரு கும்பிடு’ என்று முணுமுணுத்தான். பின் வெளிப்புறமாக அமைந்த மரத்தைப் பிடித்த வண்ணம் இறங்கும் முன் ஒரு நொடி யோசித்தபடி நின்றான்.

மதில் மேல் இருந்தவன் திரும்பி கோயிலைப் பார்த்து பரிகசித்தான். நந்தனுக்கு ஓர் ஆசைதான். காலையில் தீக்ஷிதர் கதவைத் திறந்து விட்டவுடன் அவர் முகத்தில் இருந்த ஏமாற்றத்தைப் பார்க்க வேண்டும் என்று.

•

உண்மையில் விலை மதிக்க முடியாத காட்சிதான் அது. காலையில் தீக்ஷிதர் நடராஜரை சேவித்துவிட்டு ஆட்களுடன் அறைக்கு வந்து திறந்தார். ஸ்தம்பித்து நின்றார்.

கதவைத் திறந்தபோது எதிர்பாராதபடி அறை காலியாயிருந்தது. ஒரு நசுங்கிய பானையும் தரையில் கிடந்தது. தூப்பாய் இருந்த இடம் பெரிய ஓட்டையாய் காட்சி தந்தது. அந்தத் தூப்பாய் பதிந்த கல் வெளியே தள்ளப்பட்டிருந்தது.

'இந்த இடுக்கின் வழியாகத் தப்பித்துவிட்டானா?' என்று வியந்தார். ஆனால் நேற்று அவன் திறமையை சந்தேகித்தது தவறு. அவன்தான் நம் வேலைக்கு சரியான ஆள் என்று முடிவு கட்டினார்.

எனினும் அவன் தம் கையில் இல்லையே என்று அளவற்ற துயரமடைவார் என்றால் இல்லை. திரும்ப வருவான் என்ற நம்பிக்கைக்கு அவருடைய உள்ளத்தில் காரணமும் இருந்தது. 'அவனை எப்படிப்பட்ட அறையில் வைத்திருந்தேன்? திருமுறைகள் எல்லாம் வினாயகரே காட்டிய பின் இராஜராஜரும் நம்பியாண்டார் நம்பியும் கண்டுபிடித்த அறை அல்லவா? திருமுறை இருந்த அறையில் ஓர் இரவைக் கழித்தவன் மனம் மாறாமல் இருக்க முடியாது' என்றார் தனக்குத்தானே உறுதியாய்.

•••

அத்தியாயம் இருபத்து நான்கு

ஜன்னலுக்குள்ளே...

தில்லைக் கோயிலின் வெளிமதிலின் மேல் நின்ற நந்தன் பெருமூச்சுவிட்டான். அதிர்ஷ்ட தேவதையின் கருணையினால் கையில் சிராய்ப்புகளுடன் தப்பிவிட்டான். எனினும் இன்னும் கொஞ்ச நேரம் அதிர்ஷ்டம் இருக்கவேண்டுமே?

எனினும் ஒரு சபலத்துடன் திரும்பிப் பார்த்தான். 'அந்தக் கல் நமக்குக் கிடைக்காதா?' என்ற ஆசை அவன் மனத்தில் இன்னமும் கொஞ்சம் இருந்தது. ஆனால், 'எதற்கோ தெரியவில்லை! மக்களும் சேர்த்து சேர்த்துப் புதைத்து வைக்கிறார்கள். அதைத் தேடித் தேடி இதர மக்கள் உயிரையே பணயம் வைக்கிறார்கள்' என்று பொதுவாகத் திட்டிக் கொண்டு நந்தன் தில்லை நடராஜர் கோயிலிடம் விடைபெற்றுக் கொண்டான். இனி ஜென்மத்துக்கு இந்தப் பக்கம் வரக் கூடாது என்று முடிவெடுத்தான்.

'அந்தப் புதையல் மேல் இடி விழட்டும்!' என்று சொல்லியபடி மதில் சுவரிலிருந்து வெளியே வெண்மணலில் குதித்தான். பின் செங்குத்தாக இருந்த கோயில் சுவரின் நிழல் ஓரமாகவே நடந்தான்

உலகில் பிரசித்தி பெற்று விளங்கிய சிவாலயம் என்பதால் ஆண்டிப் பண்டாரங்களுக்கும் சாமியார்களுக்கும் குறைவே இல்லை. கோயில் சுவரோரம் வரிசையாய்ப் படுத்திருந்தார்கள். அவர்களை மிதித்துவிடக்கூடாது என்று ஜாக்கிரதையாக நடந்தான். மிதித்தால் 'ஐய்யோ!' என்று கத்தினாலும் சரி, 'சிவ சிவ' என்று கத்தினாலும் சரி அவனுக்கு ஆபத்துதான்.

ஒரு விசித்திர எண்ணம் அவனுக்குத் தோன்றியது. அந்தப் போலிச் சாமியார்கூட இந்த ஆண்டிப் பண்டாரங்களுக்கு இடையே குறட்டைவிட்டுத் தூங்கிக் கொண்டிருப்பானோ என்னவோ?

‘அந்தச் சாமியார் மட்டும் என் கையில் கிடைக்கட்டும், உதை என்றால் என்னவென்று அப்போதுதான் அவனுக்குத் தெரியும். அவனது தூண்டுதலினாலேதான் வந்து மாட்டிக்கொண்டோம்’ என்று நினைத்தவன் ‘அந்த துரோகியை இந்த இருட்டில் கண்டுபிடிப்பது முடியாத காரியம்’ என்று மேலே நடந்தான்.

உண்மையில் அந்தச் சாமியார் அங்குதான் படுத்துக்கொண்டிருந்தான். அவனுக்கும் நந்தனுக்கும் பூர்வ ஜென்ம தொடர்பு இருக்கும்போல. சொல்லி வைத்தாற்போல் நந்தன் சுவரிலிருந்து குதித்தவுடன் சட்டென எழுந்தான். இலேசாகக் கண்ணிமைகளை திறந்து நந்தனை இருட்டிலும் கண்டு பிடித்தான்.

நிஜமாகவே அவன் போலிச் சாமியார்தான். அதில் ஐயமில்லை. சாமியார் என்று சொல்லிக்கொள்ள சற்றும் அருகதையில்லாதவன். சம்ஸாரி. அதுவும் அவனுக்கு ஒன்றல்ல... இரண்டு சம்ஸாரங்கள். ஒருத்தியைத் தலையில் தூக்கி வைத்துக்கொண்டு இவன் சீராட்டியதையும் இன்னொருத்தியுடன் இதே தில்லை நகரில் அடித்த கூத்தையும் பற்றி அறிந்தவர்கள் அவன் வேஷதாரி என்று ஒப்புக் கொள்வார்கள். அந்த வேஷதாரி, நந்தன் ஜாக்கிரதையாக நடந்ததைக்கண்டு மௌனமாக நகைத்தான். பின் ‘நமக்கென்ன?’ என்று படுத்துக்கொண்டான். எனினும் மூன்று கண்களையும் மூடி அவன் தூங்கச் சென்ற போது அவன் அருகில் படுத்திருந்த இரு ஆண்டிப் பண்டாரங்கள், தாங்கள் ஏழேழு ஜென்மங்களுக்குச் செய்த புண்ணியத்தை அறியாமல் உறங்கிக் கொண்டிருந்தனர் என்றுதான் சொல்லவேண்டும்.

தில்லை நகரத்தின் பிரதான நாலு வீதிகளுக்கு நடுவே கோயில். சிதம்பரம் மாடவீதிகளில் இந்த இருட்டிய வேளையில் ஆளே இல்லை. நந்தன் எந்தப் பக்கம் செல்வதென்று தெரியாமல் முழித்தான். பின் எப்போதாவது வழியைக் கண்டுபிடிக்கவேண்டும் என்று வரும்போதே பல அடையாளங்களைக் ஞாபகத்தில் செலுத்தி வைத்திருந்தான். ஆனால் காலையில் இருந்த அடையாளங்கள் ஏதும் இப்போது தெரியவில்லை. மனதில் இருந்த பாதி விஷயங்களை அழித்துவிட்டது போலொரு எண்ணம். காலையில் வந்தபோது ஒரு மாடவீதியில் அலங்கரிப்புக்கு உட்பட்டுக் கொண்டிருந்த தேர் தெரிந்தது. இந்தச் சாலையில் அது இல்லையே? இதில் வழி கண்டுபிடித்துச் செல்வது என்பது சுலபமான காரியமில்லைதான்.

இனந்தெரியாத ஒரு துக்கம் வந்து நெஞ்சை அடைத்தது. காலைக்குள் வழி கண்டுபிடிக்கவில்லை என்றால் மீண்டும் பிடிபடுவது உறுதி. அப்படி பிடிபட்டால் நிச்சயம் திருடன் என்று பட்டம்கட்டி சிறையில்

அடைத்துவிடுவார்கள். அதற்குக் காரணம் காலை வந்தபோது சாதாரண வழிப்போக்கன் போலிருந்தான். தனியாகத் தெரிய வில்லை. இப்போது கல்லை உடைத்து சிறியதொரு ஓட்டைக்குள் தேகத்தைப் புகுத்தி எப்போதுமே முடியாது போலிருந்த இந்த இரவில் அவனுக்கு ஏற்பட்ட அனுபவங்களின் பயனால் கோரமாக இருந்தான். அவனைப் பார்த்த மாத்திரத்தில் பொதுமக்களே பிடித்துச் சென்று ஒப்படைத்துவிடுவார்கள்.

இதுவரையில் பயமென்பதையே இன்னதென்று அறியாத வீரன் எவ்வித அபாயம் தன்னை விரட்டுகிறது என்று தெரியாமல் திரும்பித் திரும்பிப் பார்த்தபடியே நடந்தான். மனிதருடன் போராடலாம். அதற்கு மேல் ஒரு சக்தியுடன் எப்படி மல்லுக்கட்டுவது!

தான் தப்பித்த விஷயம் தெரிந்தவுடன் தீக்ஷிதரின் ஆட்கள் தன்னை நாலாபக்கத்திலும் தேடிக் கொண்டிருப்பார்கள் என்பதிலும் ஐயமில்லை. தப்பிக்காமல் சிக்கிக்கொண்டிருந்தால், தன்னுடைய கதி என்னவாகியிருக்குமோ... அதே நிலைதான் இன்னமும் தொடர்ந்தது என்று புரிந்துகொண்டான்.

தில்லையில் அரசர்களின் ஆட்சிகூட இல்லையாம். தீக்ஷிதர் சொல்வதுதான் சட்டமாம். அதுதான் நேற்றுப் பார்த்தோமே... ஒருவனாவது ஏன் என்று கேட்டானா? ஏதேதோ இல்லாத காரணங்களையெல்லாம் கற்பித்து அடைத்து வைக்கப் பார்க்கிறார் அந்தப் பெரியவர் என்று நினைத்தவுடன் அவனுக்கு எல்லாம் பைத்தியக்காரத்தனமாக இருந்தது. 'ஏன் நம்மைத் துரத்துகிறார்கள்? ஏதோ விஷயம் மிக முக்கியமானது என்று தெரிகிறது. ஆனால் நமக்கும் அதற்கும் சம்பந்தமில்லையே?'

தில்லையின் மாடவீதிகள் ஏகாந்தப் பிரதேசம். காலையில் பெரும் கூட்டம் கூடினாலும் நிரம்பாத இடம், ஜன சூன்யமானவுடன் எப்படி இருக்கும்? ஒரு சமயம் நிலவு தெரிந்தது. தெருவெங்கும் வெண் கோலம் போட்டது. ஆனால் அதை அவன் தவிர்த்தான். நிழலாய் பார்த்து நடந்து யார் கண்ணிலும் படாமல் கடம்பூர் வழியை இலகுவாய் பிடித்துவிடவேண்டும் என்று நினைத்தவனுக்குக் கால்களும் அச்சமயம் கெஞ்ச ஆரம்பித்துவிட்டது. தன்னுடைய நிலைமை ஞாபகத்துக்கு வந்தது. அந்தக் கெஞ்சலை நிராகரித்தான்.

அவன் காலடி சத்தத்தைக் கேட்டு நாய் குரைத்தது. தில்லையின் காவல் தெய்வம் கால பைரவரும் அவரது நாயும்தான் என்று நினைவுக்கு வந்தவுடன் ஒரு நடுக்கம் கொண்டான். உடனே அங்கே காணப்பட்ட ஒரு சந்தில் திரும்பி ஓடத்தொடங்கினான். சற்று நேரம்

திரும்பிப் பார்க்காமல் ஓடிய பிறகு மறுபடியும் ஒரு விசாலமான பெரிய வீதியில் தான் வந்திருப்பதைக் கண்டான். தெருவின் ஓரத்தில் ஒதுங்கினான். வீடுகளுக்கு நடுவே வந்தாயிற்று என்பதை ஊகித்துணர்ந்ததும் ஓடுவதை நிறுத்தி மெதுவாக நடக்கலானான். இனி ஓடினால் வேறு யாராவது நகர்ப்புறக் காவலர்கள் பிடித்துக்கொள்வார்கள்.

சற்று தூரத்தில் மாடவீதிகளில் பெரும் சீமான்கள் வாழும் அரண்மனைகளும் தெரிந்தன. ஜனநடமாட்டமே இல்லாமல் எங்கும் நிசப்தமாக இருந்த வீதியில் சற்றும் எதிர்பாராதவிதமாக ஒரு வீட்டில் மட்டும் வெளிச்சம் தெரிந்தது. ஆனால் அந்த வீட்டை நோக்கிச் செல்லத் தயங்கினான். 'நம் ராசிக்கு அது அந்த தீக்ஷிதர் வீடாகவே இருக்கும்' என்று நினைத்ததுதான் காரணம். 'ஞான திருஷ்டி கொண்ட அவர் நான் தப்பித்து வருவேன் என்று தெரிந்து விழித்திருக்கிறாரோ என்னவோ?' என்று மனம் அச்சுறுத்தியது.

எனினும் அவனுடைய களைப்புற்ற கால்கள் கேட்கவில்லை. அவனை அந்த வீட்டை நோக்கியே இழுத்துச் சென்றன. வேறு வழியில்லை. ஏற்கெனவே நாளெல்லாம் சாப்பிடாமல் இருந்ததால் களைத்துப் போயிருந்தான். இப்போது தப்பி ஓடி வந்ததனால் அவனுடைய களைப்பு மிகுதியாகியிருந்தது. சற்று உட்கார்ந்து இளைப்பாறாமல் மேலே நடக்க முடியாது என்றும் தோன்றியது. வீதி ஓரத்தில் காணப்பட்ட திண்ணைக்குச் சென்று அதன் மேல் உட்கார யத்தனித்தான். திண்ணையின் தூணை கெட்டியாகப் பிடித்துக் கொண்டிருந்ததால் அவன் தலைசுற்றியபோதிலும் கீழே விழாமல் தப்பிக்க முடிந்தது.

அப்போது அவன் சிறிதும் எதிர்பாராத காரியம் ஒன்று நிகழ்ந்தது. புல்லாங்குழல் குயில்போல கூவும் சத்தமும் மேளம் இசைக்கும் சத்தமும் வேறு பலவகை வாத்திய சத்தமும் கேட்டன. இவ்வளவு சத்தங்களுக்கு மத்தியில் 'கணீர்' என்று கேட்ட சலங்கையின் சத்தத்திலேதான் அவனுடைய கவனம் நின்றது.

ஜன்னலை நெருங்கியதும் அவனுக்கு எதிரே தோன்றிய காட்சியினால் ஸ்தம்பித்தான். இந்த விசித்திர இரவில் அதிசயங்கள் மட்டும்தான் நடக்கும்போல என்ற முடிவுக்கு வந்த நந்தனுக்கு ஆடுகிறது யார் என்று பார்க்காமலேயே தெரிந்தது.

வேறு யாராக இருக்க முடியும்?

ஜன்னல் வழி பார்த்த காட்சி நெஞ்சின் ஆழத்தில் மகிழ்ச்சியை உண்டு பண்ணியது. இரவில்கூட பல தீபங்களின் ஒளியில் தகதகவென்று

பிரகாசித்துக்கொண்டிருந்த அறையில் தூக்கம்தனை விட்டொழித்து பெண் ஒருத்தி நளினமாக ஒத்திகை பார்த்துக்கொண்டிருந்தாள்.

ஸ்திரீ சௌந்தரியத்தைப் பற்றி நந்தனுக்கு சொல்லித் தெரிய வேண்டியதில்லை. அதில் கைதேர்ந்தவன். எனினும் இரண்டாம் முறை அவளைப் பார்க்கும்போது உதடுகள் துடித்தன. உடல் நடுங்கிற்று. அய்யகோ... மூச்சுக்காற்று அனலாக வந்தது. பம்பரத்தைப்போல் ஒரு சுற்று சுற்றித் திரும்பித் திரும்பி ஆடுகிறாள். கால்களும் கைகளும் மட்டுமா ஆடின? அவளுடைய வேல்விழிகளும் அல்லவா ஜதிக்கு ஏற்ப ஆடின? அவள் ஆட்டத்தை நிறுத்தி ஓரிரு நிமிடம் ஓய்வெடுக்க நேர்ந்தால் குளிர்பானமும் வெண்சாமரங்களும் காத்திருந்தன. தோழிகள் அதற்காக அரைத் தூக்கத்தில் அருகில் நின்றிருந்தார்கள்.

அன்னநடை பயிலும்போதே மயங்கியவன் மயில்போல நடனமாடினால் கேட்க வேண்டுமா? அவள் நடனத்தை ஆவலுடன் பார்த்துக்கொண்டிருந்தான். ஆனால் அவனுடைய உள்ளத்தில் ஏதேதோ பழைய ஞாபகங்களை எழுப்பி அவனைக் கடந்த கால லோகத்துக்கு கொண்டு போயிற்று. இந்த நிலையில் நம்மைக் கண்டால் என்ன செய்வாள்? மனதில் இருக்கும் வெறுப்பை எல்லாம் திரட்டிக் காறி உமிழமாட்டாளா? என்ற பயம் இருந்தது. நமக்குக் கிட்டியது அவ்வளவுதான் என்று எண்ணியவனுக்கு எக்காரணத்தினாலோ மகிழ்ச்சியைக் காட்டிலும் எதையோ தான் இழந்ததுபோலவே ஓர் எண்ணம் ஏற்பட்டது.

அந்தச் சலங்கை சப்தம் அவன் சதா மனதில் வைத்திருந்த ஏதோ விஷயத்தை மறக்கடித்தது. காட்டுக்குப் போகவேண்டும் என்ற ஆசை அந்த நடனத்தைப் பார்த்தபிறகு அடியோடு போய்விட்டது. அவன் முகத்தில் இருந்த திகில் நீங்கியது. அதற்கு பதிலாக வேறொரு உணர்வு ஆக்கிரமித்தது. ‘இந்த நிலையில் ஓர் அடிகூட என்னால் எடுத்து வைக்க முடியாது’ என்று நினைத்தான். அவனுடைய உடம்பின் களைப்பும் கால்களின் சலிப்பும் தலையின் கிறுகிறுப்பும் அதற்குக் குறுக்கே நின்றன. இந்த விசித்திர இரவின் மிக அபாயமான நிகழ்வு இதுதான்.

அவள் ஆடும் விசித்திரத்தைப் பார்த்துக்கொண்டேயிருக்கையில், அவனுடைய கால்கள் இரண்டும் சேற்றில் புதைவதுபோல மெல்ல மெல்ல செயல் இழந்தன. முதலில் பாதங்கள், பிறகு கணுக்கால், பின் முழங்கால் வரையில் சக்தி காணாமல் போனது. நந்தனால் நிற்க முடியவில்லை. ‘தடா’லென்று தரையில் புரண்டு விழுந்தான்.

•••

அத்தியாயம் இருபத்து ஐந்து

வாசலில் யார்?

தில்லைக்கு வந்து நடேசன் கோயிலில் தாசியாய் சேருவது என்ற சுவாதியின் மனதிடத்தைப் பாராட்டிய தில்லை தீக்ஷிதர்கள் அதை ஆமோதித்தார்கள்.

அக்கால கோயில்கள் வெறும் பிரார்த்தனை ஸ்தலங்களாய் மட்டும் இருக்கமாட்டா. கோயில்களைச் சுற்றி ஆடல் பாடல் கலைகள் மிகச் செழிப்படைந்திருந்தன. முக்கியமாக நடனத்துக்கும், தில்லைக்கும் தொடர்பு இருந்ததால் இவ்விடத்தில் அதன் மதிப்பே தனி.

தில்லையில் தாசியாய் சேருவது சுலபம் அல்ல. எல்லோருக்கும் வாய்ப்புக் கிடைக்காது. அப்படி அனுமதி கிடைத்தவர்கள் பரதக் கலையிலும் ஈசன்மேல் இருந்த ஈடுபாட்டிலும் மேலோங்கி இருக்க வேண்டும். அப்படித் தேர்ந்தெடுக்கப்பட்டவளை ஒரு சுபமுகூர்த்த நன்நாளில் நடராஜன் சந்நிதிக்கு வரவழைப்பார்கள். கோயில் தீக்ஷிதர்கள் சுவாமிக்கு தீபாராதனை செய்து, ஒரு வெள்ளித் தட்டிலே கனியும் பூவும், நடராஜர் சிவகாமசுந்தரியின் விபூதி, குங்குமம் ஆகிய பிரஸாதங்களுடனே, திருமணத்துக்குரிய திருமாங்கல்யமும் அவளிடம் கொடுப்பார்கள். அந்தத் திருமாங்கல்யத்தையும் புஷ்ப ஹாரத்தையும் பக்தியுடனே பெற்று, சுவாதி தன் கழுத்தில் தானே அணிந்துகொள்ளவேண்டும். பின்னர் நடராஜனாகிய இறைவனுடைய சொந்தம் அவள். அன்றே நடராஜனுக்கு முன் நடன சபையில் ஆடுவாள் என்றும் ஏற்பாடு.

‘நாள் கிழமை பார்க்காமல் இவ்வளவு பெரிய விசேஷமா?’ என்று சொல்லி ஓரிரு மாதம் தள்ளிப் போட்டுவிட்டனர் தீக்ஷிதர்கள். அதுவரை தங்குவதற்கு நல்லதொரு வீட்டையும் சேவையாட்களையும் அவளது குடும்பத்துக்கு ஒதுக்கிவிட்டனர்.

நடேசன் முன் அவளது ஆடல் அரங்கேற்றத்துக்கு எல்லா ஆயத்தமும் ஆகிக் கொண்டிருந்தபோது சுவாதி நேரத்தை வீணாய் கழிப்பதற்கு பதிலாக, உபயோகமாக நடனப் பயிற்சி செய்து கொண்டிருந்தாள். தில்லை நகர் சிறப்பாக நடனக் கலைஞர்கள் பலரைத் தோற்று வித்திருந்தது. அவர்களையெல்லாம் தோல்வியடையச் செய்து 'நடேசன் என்றால் சுவாதிதான் ஈடு' என்ற பெயர் எடுக்கவேண்டும் என்று வந்திருக்கிறோம் என்று நினைவில் கொண்டாள்.

தினந்தினம் சுவாதியும் அபிநயம் பிடித்தாள். நட்டுவாங்கக்காரரின் கரதாளத்துக்கும், பெண் ஒருத்தி பாடிய ஸ்வர ஜதிகளுக்கும் இணங்க அவள் ஆடினாள். அதனுடன் மத்தள வித்வானும், தவில் வித்வானும் புல்லாங்குழல் வித்வானும் வாசித்தார்கள். வாத்திய ஒலியும் தாளச் சத்தமும் ஏற்படுத்திய இந்தக் கான மழையின் நடுவே சதங்கை ஒலி 'கல் கல்' என்று சப்திக்க நிருத்தம் ஆடினாள்.

காலை வேளையில் நடக்கும் ஒத்திகையைப் பார்க்க தில்லையில் பலரும் வந்தனர். புதிதாய் வந்தவர்கள் அவள் துள்ளித் துள்ளி மான்போல நடனமிட்டதைப் பார்த்த பின் ஆஹாகாரம் செய்தார்கள்.

ஆனால் அவள் சிறு பிராயத்திலிருந்து நடனம் பயின்றதைப் பார்ப்போருக்கு நிச்சயமாக ஆட்டத்தில் ஒரு வித்தியாசம் தெரிந்தது. அவர்கள் வியக்கும் அளவுக்கு ஒத்திகையில்தான் எத்தனை பிசகுகள்? தினம் தினம் கால்கள் தடுமாறின. ஜதிக்கு ஏற்ப சுவாதியின் உடல் வளைய மறுத்தது. நடேசன் நினைவாகவே அபிநயம் செய்தால் ஒரு தவறும் வராது. அவளது மனம் தடம் புரளுகிறது என்பதை தெரிந்துகொள்ள முடிந்தது.

முதலில் ஏதோ தேக அசௌக்கியம் நேர்ந்துவிட்டது போலும் என்று நினைத்தவருக்கு பின் புரிந்தது பாதி மனதுடன் சுவாதி நடனமாடிக் கொண்டிருந்தாள் என்று. ஆனால் மீதி மனம் எதில் லயித்திருந்தது என்று அவர்களுக்கு இன்னமும் புலப்படவில்லை.

நித்தம் நடேசனையே நினைத்து நினைத்து நிருத்தம் ஆடி வந்தவளுக்குக் காட்டில் அந்த கொள்ளையனைக் கண்டவுடன் மனதில் லேசான சலனம். தில்லைக்கு வந்தபின் ஒரு முயற்சி செய்து மனதிலிருந்து அவனை விரட்டி அடித்தாள். தன் வாழ்வின் நோக்கம் இதுதான். 'இறைவனுக்கே என்னை அர்ப்பணிக்க வந்த எனக்கு இந்தச் சோதனையா? இறைவனை இறைஞ்சி மன்றாடினால் மானிடர் மேலிருக்கும் பாசம் அகலும்' என்றும் முடிவு கட்டினாள். தில்லைக்கு வந்து சில நாட்களில் கொள்ளைக்காரன் கொள்ளை அடித்துச் சென்ற தன் கவனத்தை மீண்டும் பெற்றுவிட்டாள்.

ஆனால் நடனம் இன்னமும் பிழைகள் நிறைந்ததாக இருந்தது. 'இந்த நடனத்தில் ஏன் இன்னமும் தடுமாற்றம்!' என்று அவளே வியந்தாள். அதற்கு அவளைச் சொல்லியும் குற்றமில்லை. எல்லாவற்றிற்கும் காரணம் அந்த நடேசனின் போக்குதான்.

மிகச் சிறிய குழந்தையாக இருந்தபோதே அவள் குல வழக்கத்தின்படி சுவாதிக்கு பரதம் கற்றுத் தரப்பட்டது. தனக்கு விவரம் தெரிந்த நாளாய் சுவாதியுடைய கருத்தினை முழுவதுமாய் நடராஜரே பெற்றுக்கொண்டார். வேறு யாருக்கும் அவளுடைய உள்ளத்தில் இடமிருக்கவில்லை.

தில்லைக்கு வரும்வரை நடராஜருடன் தன் முதல் சந்திப்பை ஒரு விதமாயக் கற்பனை செய்திருந்தாள் சுவாதி. தன் வரவைப் பார்த்து நடராஜர் பரவசப்படுவார் என்று நினைத்தவளுக்கு அவரிடம் ஒரு கண் அசைவுகூட இல்லை. ஒரு பாதச் சிலம்பு ஒலி கூடக் கேட்க வில்லை என்பது ஏமாற்றம்.

'கனகசபை மேடையில் ஏறி பஞ்சாட்சரப் படியின் அருகே நின்று வேண்டினால் கேட்பதெல்லாம் கிடைக்கும் என்று சொல்வார்களே? என் வாழ்நாளெல்லாம் நீ எனக்கே சொந்தமாகவேண்டும்' என்று மனமார வேண்டினாள். அதற்கும் அவன் அங்கங்கள் அசைய வில்லை.

உற்றுப் பார்த்தவளுக்கு அவருடைய முகத்தோற்றமானது காதலையோ பரிவையோ கனிவையோ காட்டவில்லை. நடேசன் எல்லோரையும் பார்த்ததுபோலத்தான் அவளையும் பார்த்தார்.

'மனதை முழுவதையும் கைப்பற்றி வாழ்நாள் எல்லாம் அரசாண்டு கொண்டிருந்தவன் அவளைக் கண்டு கொள்ளவில்லை' என்று சுவாதிக்குப் புரிந்தது. அவளுக்கு அந்த தரிசனம் ஒருவித சலிப்பை ஊட்டுவதாயிருந்தது. 'இதற்காகவா நாம் இவ்வளவு நாள் காத்திருந்தோம்?' என்று நினைக்கத் தோன்றியது.

ஆண்டாளை மாதவன் அரவணைத்ததுபோல, அவளது பரிசுத்தமான இளம் உள்ளத்திலே நடராஜர் சித்சபையிலிருந்து கீழிறங்கி வந்து அவளை ஆலிங்கனம் செய்துகொள்வார் என்றெல்லாம் நினைப்பு வெகு நாளாய் இருந்தது. தான் கரம் பிடித்து மணந்திருக்கக்கூடிய மனிதனாய் நடராஜன் இல்லை என வருத்தப்பட்டவளுக்கு என்ன செய்வதென்றே புரியவில்லை.

தன் மனத்தாங்கலைத் தோழி சுகந்தியிடம் சொன்னாள். 'எனக்கு என்னவோ ஏமாற்றமாக இருக்கிறது. நான் வந்தவுடன் நடேசனிடம்

ஏதும் அசைவுகூட இல்லையே? பின் நான் செய்து வைத்ததெல்லாம் கற்பனையா?'

'என்ன நினைத்து வந்தாய்?' என்று வினவினாள் தோழி.

'நான் கனகசபையில் ஏறியவுடன் நடராஜர் சிலை ஓர் அசைவாவது கொள்ளும், சிலம்பொலி எனக்கு மட்டுமாவது கேட்கும் என்றுதான்.'

பரிகாச சிரிப்புடன் 'உன்னுடைய நம்பிக்கையை வியக்கிறேன்' என்றாள் தோழி.

தனது விருப்பம் எவ்வளவு சாத்தியமில்லாதது என்று புரிந்தது சுவாதிக்கு. 'அவர் எல்லாம் வல்ல கடவுள். நானோ மானிடப்பிறவி, எங்களுக்குள் காதல் எப்படி நடக்கும்?' என்று புரிந்தது அவளுக்கு. உடனே நடராஜரின் மேல் வளர்ந்திருந்த அந்த அபூர்வமான காதலுக்கு மத்தியில் திடீரென்று ஒரு திரை விழுந்துவிட்டது போலிருந்தது.

அம்மாவின் ஆசைப்படி நடந்திருந்தால், ஏதாவது சீமானுக்கும் தனக்கும் வைபோகமாகக் கல்யாணம் நடந்திருக்கும். சுற்றியிருந்த இந்தக் கூட்டமே செல்வச் செழிப்பில் திளைத்திருக்கும். ஆனால் அவளுக்கு அதில் இஷ்டம் இல்லை. நடராஜர்மேல் சின்ன வயதிலிருந்து மோகம் வந்ததனால் அல்லவா அவ்விதம் நடவாமல் போயிற்று?

'தான் எடுத்த முடிவு இன்றைய உலகுக்கு சரிப்பட்டு வராது என்று அறிவுரைகள் சொன்னார்களே... எல்லோரும் சொன்னது உண்மைதானா?' என்ற சந்தேகங்கள் எழுந்தன. மனதில் இருந்த உறுதி மெல்ல மெல்ல விலக ஒரு சூனியமான இடம் ஏற்பட்டது. அந்த வெற்றிடத்தை மீண்டும் ஓடி வந்து தனக்கென கைப்பற்றிக் கொண்டான் அந்தக் கொள்ளைக்காரன்.

எப்போதும்போலவே இன்றிரவும் அவள் தனது கலையில் முழு கவனத்தையும் செலுத்த முயன்று கொண்டிருந்தபோதும் மனதில் ஏதோ சட்டென நெருடல் - நெருங்கியவர் யாருக்கோ ஆபத்து ஏற்பட்டதுபோல. உடனே பாதி முத்திரையில் நின்றுவிட்டாள். நின்றது கவனியாமல் மேளக்காரரும் தவில்காரரும் தொடர்ந்து, பின் சலங்கை தங்கள் இசையுடன் சங்கமித்துக் கேட்கவில்லை என்று புரிந்தவுடன் வியப்புடன் அவளை நோக்கினர்.

எல்லா இசைக் கருவிகளும் ஒன்று சேர நின்றவுடன் அச்சமயத்தில் வெளியில் யாரோ தரையில் விழும் சப்தம் காதில் விழுந்தது. ஒரு நொடிகூட யோசிக்கவில்லை சுவாதி. மனதின் நெருடலுக்கும்

வெளியில் கேட்கும் சப்தத்துக்கும் சம்பந்தம் உண்டு என்று உணர்ந்தவள் வாசற்படியைத் தாண்டி வெளியே வந்து பார்த்தாள்.

அவள் வீட்டுத் திண்ணை அருகே வாலிபன் ஒருவன் சுருண்டு படுத்துக் கிடப்பதைக் கண்டு அதிர்ந்தாள். முதலில் யாரென்று தெரியவில்லை. பின் மயங்கிக் கிடந்த அவன் முகத்தில் தீபம் காட்டப்பட்டது.

அதுவரை வெளியில் இருந்த இருட்டு அவன் முகத்தை மறைத்தது. விளக்கின் ஒளி வந்த பின் சுவாதியின் விசால நயனங்கள் இன்னமும் விசாலமானது.

முகம் தெளிவாய் தெரிந்தவுடன் பேயறைந்தது போலானார்கள் மற்றவர் எல்லோரும். மற்றவர் முகங்களோ கடுகடு என்றிருக்க, அவளது பவள நிற இதழ்களில் புன்னகையின் ரேகை தோன்றியது. மனதுக்குள் ஒரு துள்ளல். 'இவனா?'

'ஆ...!' என்றார் மேள வித்வான். 'சுவாதி, இது யார் என்று தெரிகிறதா?' என்றார்.

தலையசைத்தாள். ஆனால் ஒரு மாதத்துக்கு முன்பு அவள் கண்ட காட்சிக்கும் இப்போது காணும் காட்சிக்கும் உள்ள வித்தியாசம் அவளை ஒரு கணம் தூக்கி வாரிப்போட்டது.

தில்லைக்கு வரும் வழியெல்லாம் அவளுக்கும் அவன் நினைவுதான். கண்ணாடியில் பிரதிபலித்த தன் அழகிய உருவத்தைப் பார்த்துப் பரவசமடைவார்கள் அழகிகள். ஆனால் தன்னைக் கண்ணால் விழுங்கிவிடும் எண்ணத்துடன் ஆண்கள் பார்க்கும்போது விழிகளில் ஒரு ஜுவாலை தெரியுமே, அதுதான் உண்மையான அழகின் பிரதிபலிப்பு என்று சுவாதிக்குத் தெரியும். கானகத்தில் இவன் கண்களில் அது தெரிந்தது நினைவுக்கு வந்தது.

சுவாதி உடனே நினைத்துக்கொண்டாள். 'இவன் காட்டில் என்னைக் கண்டவுடனே என் ரசிகனானான். ஆரண்ய மத்தியிலுள்ள அவன் எப்படியும் இங்கே வருவானென்று அடிமனது சொன்னதுபோல வந்துவிட்டானே?'

மீண்டும் நந்தனை உற்றுப் பார்த்தாள். கானகத்துக்கு அரசன் போலிருந்தவன் இன்று ஓர் அநாதைபோலவும் திக்கற்றவன் போலவும் இருந்தது அவளுக்குத் தூக்கிவாரிப் போட்டது. அவனிருந்த நிலையைக் கண்டு கண்ணீர் பெருகியது. அவனைப் பார்த்தால் மது பானம் குடித்தவன் போலும் இல்லை. ஏதோ களைப்புக்கொண்டிருந்தான். பசி மயக்கமாய்கூட இருக்கலாம்.

உடனே மனம் இளகியது. சிறிது நேரம் திறந்த வாய் மூடாமல் நின்ற வாத்தியக்காரர்களைப் பார்த்து ‘அண்ணா, அவரைத் தூக்குங்கள். உள்ளே அழைத்துச் செல்லவேண்டும்.’

‘என்ன...?’ சந்தேகத்துடன் அவளை எல்லோரும் திரும்பிப் பார்த்தனர், தங்கள் செவிகள் கேட்டது சரிதானா என்று.

மீண்டும் ஓர் அதட்டும் குரலில், ‘உள்ளே தூக்கிச் செல்லுங்கள்’ என்றாள்.

இருந்ததில் புத்திசாலியான தவில்காரருக்கு அவள் யுக்தி தெளிவாய் புரிந்தது. ‘ஆம், உள்ளே தூக்கிச் சென்று நன்றாய் தூணுடன் கட்டிப் போட்டுவிட்டு, அரசனுக்குச் சொல்லி அனுப்பவேண்டும்’ என்று சொன்னவரை சுவாதி திரும்பி முறைத்தாள். அவரும் வாயடைத்துப் போனார்.

சேடிப்பெண் வீட்டுக்குள்ளிருந்து தண்ணீர் எடுத்துக்கொண்டு வந்தாள்.

‘இங்கு வேண்டாம், வீட்டின் உள்ளே எடுத்துச் சென்று சிஸ்ருஷை செய்யலாம்’ என்றாள் சுவாதி.

மேடையில் ஒரு முகச் சுளிவிலோ, ஒரு புருவ ஏற்றத்திலோ ஒரு கதையையே சொல்லும் இவள் முகத்தைக்கண்டு இப்போது என்னவென்று சொல்ல முடியாமல் தவித்தனர் சுற்றியிருந்தவர்கள்.

அவளுக்கு இந்தக் கொள்ளையனை சிறைபிடித்து ஊர்த்தலைவனிடம் ஒப்படைக்க இஷ்டமில்லை என மட்டும் தெளிவாய் தோன்றியது.

•••

அத்தியாயம் இருபத்து ஆறு

நடராஜர் என்னை சோதிக்கவில்லை

'**கொ**ள்ளையனை திருப்பியனுப்புவது உசிதம் அல்லவா?' என்ற கேள்வி மனதைக் குடைய, வாயைப் பொத்திக்கொண்டு கனத்த நந்தனை மூச்சிரைக்க பக்கவாத்தியக்காரர்கள் தூக்கினார்கள். அவனைக் கைத்தாங்கலாகத் தூக்கி வருகையில், சுவாதி நந்தனின் முகத்தை உன்னிப்பாகக் கவனித்தபடியே அவன் அருகிலேயே நடந்தாள். கம்பீர ஆகிருதியுள்ள புருஷன் இப்படி சுருண்டு விழுந்து கிடந்தது சுவாதியின் மனதை ஏதோ செய்தது. கட்டமைந்த தேகமும், களைபொருந்திய முகமும் உடைய கொள்ளைக்காரனது முகத்தில் யௌவனத்தின் தளதளப்புக்குப் பதிலாக இப்போது ஏதோ களைப்பு தெரிந்தது.

'இவன் தில்லைக்கு எதற்காக வந்தான்? எதிரிகளிடம் அகப்படாமல் தப்புவதற்காகவா, இல்லை என்னைத் தேடியா?' இரண்டாவது யோசனை அவள் மனதில் ஓர் ஆனந்தத்தைப் பரப்பியது. தான் அவனை நினைத்ததுபோல இவனும் தன்னை நினைக்கிறான் என்ற எண்ணமே தேன்போல இனித்தது.

வீட்டின் நடுவே அமைந்திருந்த நிலா முற்றத்தில் அவனைப் படுக்க வைத்தார்கள். மயக்கமுற்று கிடந்தவனைச் சுற்றி நின்று எல்லோருமாய் ஆராய்ந்தார்கள்.

அவனுடைய கைகளிலும் தோளிலும் சிவந்த கோடுகள் போன்ற காயங்களிலிருந்து ரத்தம் கசிவதை சுவாதி கண்டாள். ஏதோ போராட்டத்தின் விளைவாய் இந்தக் காயங்கள் ஏற்பட்டிருக்கும் என்று தோன்றியது. பதட்டத்துடன் சுவாதி 'அஞ்சனம் கொண்டு வாருங்கள், காயங்களுக்குப் போட்டுவிடுகிறேன்! உடனே போட்டால் காயம் சீக்கிரம் குணமாகிவிடும்!' என்றாள்.

சுவாதிக்கோ இருவருக்கும் இருந்த ஜென்மாந்திரத் தொடர்பு புலனானது. ஆயினும் மற்றவர்கள் அவனை ஒப்புக்கொள்ள விரும்பவில்லை.

கிராதகக் கொலை பாதகனைக் கண்டதில் அவர்களுக்கெல்லாம் அதிர்ச்சி. 'நம் வீட்டுக்கு வரத்துணிந்த இவனிடம் துளிக்கூட தாட்சிண்யம் பாராட்டக் கூடாது' என்று நினைத்தார்கள்.

ஆனால் பிடிவாதம் பிடித்தவள் சுவாதி. மெல்ல எடுத்துச் சொல்லவேண்டும் என்று முடிவெடுத்து அம்மாதான் ஆரம்பித்தாள். 'சுவாதி, இவனுடைய விவகாரம் எல்லாம் முழுவதும் நமக்குத் தெரியாது. யாருக்குப் பயந்து, என்ன வேலை செய்துவிட்டு வந்தானோ... அதுவும் தெரியாது.'

அதற்குள்ளாக பக்க வாத்தியக்காரரெல்லாம் 'அடைக்கலம் கொடுத்த பாவத்துக்காக நாமும் சிறையில் அடைபட்டுக் கிடக்கும் நிலை நேரலாம் அம்மா. நாமோ வெளியூர் ஆட்கள். வம்புதும்பு என்றால் சமாளிக்க முடியாது...' என்றார்கள்.

சுவாதி எல்லோரையும் பார்வையினாலேயே எரித்துவிடுவாள் போலிருந்தது. சற்று நேரம் அந்த அறையில் ஊசி விழும் சுத்தம் கேட்கும்படியான மௌனம் குடிகொண்டிருந்தது.

சுவாதி மிகக் கடுமையான குரலில், அதிகாரத் தொனியில் கூறினாள். 'காட்டில் நம்மை ஒரு தீதும் இல்லாமல் விட்டுவிட்டானே? ஒரு செப்புக் காசாவது நம்மிடமிருந்து எடுத்துக்கொண்டானா? அவனுக்கு இருக்கும் தாட்சண்யத்தில் ஒரு பங்காவது நமக்கு இருக்கவேண்டும். இவனைக் காட்டிக் கொடுக்க எனக்கு மனம் வரவில்லை. வந்த வழியாக நீ உடனே புறப்பட்டுப் போய்விடு என்று நாம் சொன்னாலும் அவன் கேட்கும் நிலையில் இல்லை... இப்போது அவனுக்கு என் உதவி தேவை' என்றாள் உறுதியாக.

அனைவரும் 'மௌனம் கலக நாஸ்தி' என்ற பழமொழியை நினைவு கூர்ந்து. முணுமுணுத்துக்கொண்டே முற்றத்திலிருந்து சென்றனர்.

நிலா முற்றத்தில் அவளும் நந்தனும்தான். அவள் அவனுடலில் காயங்களைத் தேடித்தேடி மயில் இறகால் அஞ்சனம் இட்டுக் கொண்டிருந்தாள். அவனும் அர்த்தமற்ற வார்த்தைகளை முனங்கியபடி மயங்கிக் கிடந்தான்.

இச்சமயத்தில் அவன்மீது தனக்கென்ன பரிவு என்று கேட்டுக் கொண்டாள். காட்டில் பார்த்த ஒரு மணி நேரத்தில் என்ன காவியக் காதலா ஏற்படும்? விட்டகுறை தொட்டகுறை என்பார்களே...

அதுதானா இது? தனக்குத்தானே பேசிக்கொள்வதுபோல், 'நீ எப்படியும் ஒருநாள் வருவாய் என்று தைரியம் கொண்டேன். வந்துவிட்டாயா?' என்று உரக்கச் சொல்லி மனதுக்குள் சிரித்தாள்.

யாரை நம்பலாம், யாரை நம்பக்கூடாது என்று தீர்மானிப்பது இந்த நாளில் அவ்வளவு சுலபமில்லைதான். காட்டில் கொள்ளைக்காரன் போ என்று விட்டுவிடுகிறான். பொன்னும் மலரும் பழமும் வெள்ளித்தட்டில் கொண்டு வீட்டுக்கு வரும் சீமான் கண்களால் சூறையாடுகிறான்.

நந்தன் மெல்லக் கண்விழித்தான். எனினும் அவனுக்கு இன்னும் முழு நினைவு வரவில்லை... எழும் போது தேவலோகக் கன்னிகை இருந்தவுடன், சொர்க்கத்துக்கு ஏற்கெனவே சென்றுவிட்டான் என்று நினைத்திருக்கவேண்டும். ஆனால் சற்று நேரத்துக்கு முன் நினைவு இழந்தபோது கடைசியாக அவளைக் கண்டிருந்ததால் அவனுக்கு ஆச்சரியம் இல்லை.

அவன் எழுந்ததைக் கண்டு அவன் தலையைச் சற்று உயர்த்தி மடிமேல் வைத்து ஒரு குவளையில் நீர் எடுத்து இதழ்களில் வைத்தாள். முடிந்த அளவுக்கு நீர் குடித்தான். பின் திடீரென அவளுடைய கைகளை அப்புறப்படுத்திவிட்டு எழ நினைத்தான். கிளம்ப எத்தனித்தான் போலும்.

'என் பேரில் கருணை கூர்ந்து இங்கேயே தங்கவேண்டும்' என்றாள்.

மிகவும் சோர்வாக இருந்தவனால் வாய்திறந்து பதில்கூட சொல்ல இயலவில்லை.

'தலையை மட்டும் ஆட்டுங்கள். சம்மதம் கிடைத்ததாக அறிந்து கொள்வேன்' என்று மன்றாடினாள்.

அவனும் தலையை அசைத்தான். அதைக் கண்டு இளநகை புரிந்து கொண்டே சுவாதி முல்லை மொட்டுப் பற்கள் தெரிய புன்னகை பூத்தாள்.

சிறிது நேரம் வரையில் கண்ணைக் கொட்டாமல் அவனைப் பார்த்த வண்ணம் அருகில் அமர்ந்திருந்தாள். அதற்குள்ளாக அவன் சற்றுத் தேறியதாகத் தெரிந்தது. 'இவனது பெயர் என்னவாயிருக்கும்?' என்று மனதுக்குள் வெவ்வேறு பெயர்சூட்டி விளையாடினாள். எந்தப் பெயரும் பொருந்தாமல் போகவே, 'உன்னிடம் ஒன்று கேட்கவா?' என்றாள்.

'ஆகா! தில்லையில் என்ன வேலை என்று கேட்கப் போகிறாள். பதில் சொல்ல வேண்டுமே...' என்று மூளையைக் கசக்கினான் நந்தன்.

‘உன் பெயர் என்ன?’ என்றாள் நாணத்துடன்.

நந்தன் சிரித்துவிட்டான். அந்தச் சிரிப்பானது அவன் முகத்தில் மீண்டும் அந்த மன்மதக் கலையைக்கொண்டு வந்தது. பார்க்க மிகவும் அழகாக இருந்தான்.

‘நந்தன் என்று என்னை அழைக்கலாம்’ என்றான்.

‘நந்தன்...’ என்று உச்சரித்துப் பார்த்தாள். அழகாய் இருந்தது.

‘நிலா முற்றத்தில் பனி பொழிகிறது. வாருங்கள் அந்த அறைக்குச் சென்றுவிடலாம்’ என்றாள்.

இவ்விதம் சொல்லி நந்தனின் கரத்தைப்பற்றி அவனைத் தாங்கியபடி அழைத்துக்கொண்டு சென்றாள். அவனுடைய கால்கள் தள்ளாடின. இருவருமாய் நடக்கும்போது வெட்டிவேரால் ஆன மாலையிட்ட நடேசன் சிலை ஒன்றைக் கடந்தார்கள்.

சுவாதியின் மனதில் இன்று அந்த நடேசனுக்குச் சமமாக இந்தக் கொள்ளைக்காரனைப் பார்க்கிறாள் என்றால் கேட்பவர் அபசாரம் என்பார்கள். காட்டில் அவனைக் கண்டவுடன் ஏற்பட்ட சலனம், நடராஜனைப் பார்த்தவுடன் ஏற்படாத காதல், மீண்டும் இவன் அவளைத் தேடி வந்தது, ஏதோ தொடர் சங்கிலி போலிருந்தது சுவாதிக்கு.

வெகு சமீபத்தில் அவர்கள் போனபிறகு தூண் மறைவில் நின்று பதற்றத்துடன் இந்தக் காட்சியைப் பொன்னம்மாள் பார்த்துக் கொண்டிருந்தாள். ஆட்டுத்தோல் போர்த்திய காட்டுப் பூனையை உள்ளேவிட்டது தவறு என்றே உறுதியாய் நினைத்தாள். ‘ஒன்று நாமெல்லாம் தூங்கும்போது கழுத்தை அறுத்துக்கொன்றுவிட்டு எல்லாவற்றையும் அள்ளிச் செல்வான். இல்லை அவனைத் தேடி வரும் அரசனின் ஆட்கள் நம்மையும் கூண்டோடு அள்ளிச் செல்லப் போகிறார்கள். பின் வாழ்வெல்லாம் சிறைவாசம்தான்’ என்று தவில்காரர் சொன்னது ஞாபகம் வந்தது.

ஆனால் சுவாதியின் தாய்க்கு மட்டும் உள்ளுணர்வால் ஒன்று தெரிந்தது. அந்த வீட்டின் விலை மதிக்க முடியாத பொக்கிஷத்தைக் கொள்ளையடிக்கப் போகிறானோ இவன் என்று பயந்தாள். இல்லை பொக்கிஷமே அவனுடன் போக சித்தமாயிருக்கிறதோ?

பதற்றத்துக்கு நியாயம் இருந்தது. ‘இப்படிப் பரிஞ்சு பேசுகிறாள் பார்!’ என்றாள் அவள் தங்கையிடம். ‘வெளுத்ததெல்லாம் பால் என்று கருதும் இவள் வம்பை விலைக்கு வாங்குகிறாள். ஆனால் இந்தக் கொள்ளைக்காரன் இங்கே இருக்கும் ஒவ்வொரு நிமிஷமும் எனக்கு

வயிற்றில் தீயைக் கட்டிக் கொண்டு இருப்பது போலிருக்கும்' என்றும் சொன்னாள்.

திருவதிகையில் இருக்கும்போது வயதுக்கு வந்த சுவாதியை வைத்துப் பெரும் கோட்டையே கட்டிவிடலாம் என்று அவள் அம்மா இருந்தாள். குடும்பத்தின் யோகக்ஷேமத்தை முன்னிட்டு சுவாதியும் அந்த முடிவை ஏற்றுக் கொண்டிருக்கலாம், முடியாதென்று விட்டாள். 'அம்மா, நான் ஏதாவது வயோதிக வணிகரின் ஆசை நாயகியானால் தங்கத்தால் இழைப்பார். எனக்கோ தங்கம் இழைத்த வீட்டில் இருக்கும் ஒருவன் மேல் காதல். அவனைவிட செல்வன் யாருமில்லை.'

'இந்த மாதிரியெல்லாம் பேச யாரிடம் கற்றுக்கொண்டாய்? உன் மனதில் களங்கம் ஏற்படுத்திய இந்த நடராஜன் சிலையைக் குப்பையில் விட்டெறிகிறேன்' என்று ஆவேசம் வந்து அம்மா அன்று கத்தினாள்.

இப்போது இன்னமும் மிரண்டு போயிருந்தாள் பொன்னம்மாள். எதிர்காலமே இருட்டாய் தெரிந்தது. அப்போது பார்த்து பொன்னம்மாளின் தங்கை சொன்னாள் 'நீ கும்பிட்ட சாமி உன்னைக் கைவிடவில்லையக்கா.'

'என்னடி உளறுகிறாய்?'

'அவளை ஒத்த நம் குலப்பெண்கள் செல்வந்தராய் தேர்ந்தெடுத்துக் குடியும் குடித்தனமுமாய் வாழ்கிறார்கள். இவள் மட்டும் நடவாததை நினைத்தபடி காலம் கழிக்கிறாள் என்று வருந்தினாயே?'

'ஆம்' என்று தலையசைத்தாள் பொன்னம்மாள்.

'இந்தக் கொள்ளைக்காரனை வைத்துத்தான் அதைச் சாதிக்க வேண்டியதாயிருக்கும். இவன் இருக்கும் வரை நடேசனை மறந்துவிடுவாள். பின் ஒரு காரணம் கற்பித்து இவனை விரட்டிவிட்டு இவனை மறக்கடிக்கச் செய்துவிடலாம். அப்போது ஆற்றில் ஒரு கால் சேற்றில் ஒரு கால் என்று தவிப்பாள். அப்போது சுவாதி நம் இஷ்டத்துக்கு உட்பட்டுத்தானே ஆகவேண்டும்.'

பொன்னம்மாளுக்குத் தங்கை கூறிய புத்திமதியில் ஆறுதல் வந்தது. திட்டம் புரிந்தவுடன் கடூர முகத்தில் தோன்றிய புன்னகை இருளில் அந்த முகத்தின் விகாரத்தை அதிகமாக்கிற்று. இன்னமும் தமிழகத்தின் பெரும் செல்வந்தர்கள் பலர் சுவாதியின் நடவடிக்கைகளைக் கடைக்கண்ணால் பார்த்துக்கொண்டிருந்தார்கள் என்ற நினைவு அவளுக்கு வந்தது.

கோரைப் பாயில் படுத்தவுடன் உறங்கிவிட்டான் நந்தன். விடிய கொஞ்சம் நேரம்தானிருந்தது. அதனால் அதுவரை அவனருகே அமர்ந்திருப்பது என்று முடிவெடுத்தாள் சுவாதி. நந்தன் உறங்கும் காட்சியை, அவன் துயிலும் எழிலை கண்கொட்டாமல் ரசித்துக் கொண்டிருந்தாள். அதற்கு முக்கியக் காரணம் அவளுக்கு நினைவு தெரிந்த காலம் முதல் இன்று வரையில் இவனைப் போலொருவன் அவள் மனதைக் கவர்ந்ததேயில்லை.

சுவாதி தில்லை வந்ததிலிருந்து சோகமாய்த்தான் இருந்தாள். இப்போது இவன் வரவு அவளுடைய முகத்துக்கு ஒரு புதிய சோபையைக் கொடுத்திருந்தது. 'காட்டில் அந்த ஐந்து நிமிட சந்திப்பை அந்நியோன்ய சிநேகம் என்று நினைத்துக்கொண்டு இருப்பது பைத்தியக்காரத்தனம் என்று நினைத்தாயே? இன்று உன்னைத் தேடி வந்துவிட்டானே பார்' என்று நினைத்தவுடன் இன்னமும் ஊக்கம் அளித்தது அவள் மனம்.

தூங்கியவனைப் பார்த்து 'தூக்கம் விழித்து எழுந்ததும் நீ பாட்டுக்கு 'ரொம்ப வந்தனம்' என்று சொல்லிவிட்டுச் செல்லப் போகிறாயா?' என்று செல்லமாகத் திட்டினாள். ஆனால் அவன் அப்படி விடை பெறமாட்டான் என்ற உறுதியும் இருந்தது. மாறுவேடம் பூண்டு அவளைப் பின்தொடர்ந்து ஊருக்குள் வந்திருக்கிறான் என்று பூரணமாக நம்பியது அவள் மனம்.

அவளுடைய முகத்தில் வெட்கத்துடன் கூடிய புன்னகை உண்டாயிற்று. 'கடைசியில் பெண்பிள்ளை என்பதைக் காட்டிவிட்டாய் அல்லவா? திருவதிகையில் பிரமாத ஞானமெல்லாம் பேசினாயே!' என்று பரிகசித்தது அவள் மனம். அப்போது நடேசனுக்காக அவள் செய்த ஆர்ப்பாட்டங்கள் எல்லாம் மனக்கண்ணின் முன்னால் தோன்றும் போது அதிசயமாயிருந்தது... நடராஜர் தன்னை சோதிக்கவில்லை. வேறு ஏதோ விளையாடுகிறார் என்று மட்டும் தோன்றியது.

இப்படி நினைத்தவள் அப்படியே உறங்கிவிட்டாள். காலையில் எழுந்தபோது நந்தனின் அகன்ற மார்பைத் தலையணையாய் வைத்து சுவாதி தூங்கிவிட்டாள் என்று தெரிந்தது. அவனது கைகள் அவள் தலைக் கூந்தலை அணைத்திருந்தது. சட்டென எழுந்தாள். வெட்கத்தில் முகம் நாணினாள். 'கதவு வேறு திறந்து இருக்கிறது. எவ்வளவு பேர் அவளை இக்கோலத்தில் பார்த்தனரோ?' வேகமாக அறையைவிட்டு வெளியேறினாள்.

•••

அத்தியாயம் இருபத்து ஏழு

நடேசன் சும்மாயிருப்பானா?

நந்தன் வரவால் சுவாதியின் வீடே தலைகீழானது. ஆனால் அவனைப்பற்றிய அறிவுரை கொடுத்தாலோ சுவாதி எரிச்சல் கொண்டாள்.

சுவாதியைத் தவிர வீட்டில் யாரும் நந்தனுடன் பேசுவதில்லை என்றாலும் அவன் விஷயத்தில் ஜாக்கிரதையாகவே இருந்தார்கள். வாயைக்கொடுத்து மாட்டிக்கொண்டால் இரண்டு அடி போட்டாலும் போடுவான். ஆனால் அவன் வேறேதாவது கவனத்தில் இருக்கும்போது ஏளனம் செய்தார்கள். 'வீரனென்றால் யுத்தகளம் சென்று போரிடவேண்டும். வழிப்போக்கர்களை சூறையாடும் நீசன் இவன் வீட்டில் இருக்கும் வரை நிம்மதி இல்லை.'

நந்தனும் அவர்கள் மனோபாவத்தைப் புரிந்துகொண்டு தள்ளியே இருந்தான். ஆனால் எல்லோரையும் பாதித்தது சுவாதியிடம் ஏற்பட்ட மாற்றங்கள்தான். நடனப்பயிற்சிக்கென்று ஒதுக்கிய நேரத்தை கொள்ளைக்காரனுடன் ஓயாமல் சுவாதி சல்லாபம் செய்துகொண்டு வந்ததால் யாருக்குமே வீட்டில் வேலையில்லை. சரஸ்வதியே குடியிருந்த வீடு என்று நினைக்கும் அளவுக்கு இசை கேட்டுக் கொண்டிருந்த இடம் மௌனமானது, அதாவது சுவாதியின் சந்தோஷ சிரிப்பொலியைத் தவிர.

பேசிக்கொண்டு மட்டும் அவள் இருக்கவில்லை. நந்தன் வாழ்நாளெல்லாம் பார்த்திராத உபசாரத்தை அவனுக்குச் செய்தாள். காட்டில் வாழ்ந்தவனுக்கு இதிலெல்லாம் இவ்வளவு சுகங்கள் இருக்கின்றன என்று இதுவரை தெரியாது. கிடைப்பதை உண்டு, நதிகளில் நீந்தி, தூக்கம் வரும்போது கற்பாறையில் படுத்தவனுக்கு

சுவாதியின் அருகாமையும் அவள் செய்த உபசாரமும் சொர்க்கம் என்று ஒன்றிருந்தால் இதுதான் அது என்று எடுத்துக்காட்டியது.

அவனிடம் சென்று 'தேவை ஏதேனும் இருக்கிறதா?' என்று விசாரிக்கக்கூட சேடிப் பெண்களை அவள் அனுமதிப்பதில்லை. தானேதான் வரவேண்டும், தானேதான் உபசரிக்கவேண்டும், தனக்கேதான் இவன் என்று நடந்துகொண்டாள்.

பீடங்களில் உட்காரச் செய்து அவளே உணவு பரிமாறுவாள். அதற்கு முன் எல்லாவற்றையும் சுவை பார்த்து அவனுக்கு ஏற்றதா என்று ஆராய்வாள். குளிக்க வென்னீர் வைப்பது தோழிமார் என்றாலும் விரலைவிட்டு தண்ணீர் சூட்டைப் பார்ப்பது சுவாதிதான். நந்தனுக்கு இதயமே வெடித்துப் போகும் அவள் விரல் நுனி அனுபவிக்கும் சூட்டிற்காக.

இதையெல்லாம் சகித்துக்கொண்டனர் வீட்டில் இருந்தவர்கள். ஆனால் யாராலும் பொறுக்க முடியாதது ஒன்றுதான்.

ஒரு நாள் நந்தனிடம் 'உனக்காக நான் ஒரு நடனம் ஆடட்டுமா?' என்று கேட்டாள்.

'ஆடேன், பார்ப்போம்' என்றான். நடக்கும்போதே நடனமாடிக் கொண்டிருந்த மான்போல இருந்தாள். நடனமாடுகிறேன் என்றால் கேட்கவேண்டுமா?

நடராஜன் முன்னிலையில் தத்தம் திறமைகளைக் காட்டிவிட ஆசையுடன் வந்த கோஷ்டியினருக்குக் கோபம். மகாசபையில் கூடியிருந்த ரசிகர் கரகோஷம் செய்து ஆரவாரித்துக்கொண்டிருக்கும் போது அவர்கள் முன் ஆட வேண்டியவள். கலையுணர்ச்சி இல்லாத காட்டுமிராண்டிக்காக நடனம் புரிகிறாளே என்று ஆதங்கப்பட்டனர்.

ஆனால் ஒன்று, நந்தனுக்காக அவள் ஆடும் ஆட்டத்தைக் கதவோரம் இருந்தபடி பார்த்துவிட்டு இம்மாதிரி ஒரு நடனம் இதற்கு முன்னால் அவள் ஆடியதில்லையே என்று தத்தம் மனதுக்குள் நினைத்துக் கொண்டார்கள். குன்றிலிருந்து குதித்தோடும் அருவியின் செயலைப் காண்பித்தாள். நாணத்தில் ஒதுங்கும் பெண் மயிலைப்போல நடனமிட்டாள். போருக்குச் செல்லும் வீரனின் மனைவியைப்போல தத்ரூபமாகப் புலம்பிக்காட்டினாள். இன்னும் ஏதேதோ விசித்திர அபிநயங்கள் புரிந்தாள் நயன பாஷையில். கதையென்ன? காவியமே தீட்டுவாள்போல. அதுவும் பாட்டோ பக்க வாத்தியங்களோ கூட இல்லாமல், 'தேவகானமே என் காதில் ஒலித்துக்கொண்டிருந்தபோது யாழும் தவிலும் எதற்கு?' என்பது சுவாதியின் நினைப்பு.

அம்மம்மா! நடனமாடும்போது நந்தன் மதுவருந்தி மயங்கிய காலங்களை நினைவுபடுத்தின. அவளும் நந்தனின் மலர்ந்த முகத்தைப் பார்த்தவண்ணம் சுற்றிச் சுற்றி நடனமாடியவள் கடைசியாகத் தடுமாறி விழுவதுபோல தத்தளிக்க அவன் ஓடிவந்து கைத்தாங்கலாகப் பிடித்தான். 'இவ்வளவு அற்புதமாக நடனம் ஆடிய உனக்கு கொடுக்க பரிசுகள் ஒன்றும் என்னிடம் இல்லையே?' என்றான்.

'பரிசென்ன பரிசு, இந்த க்ஷணமே ஆக்ஞை இடுங்கள். எல்லா வற்றையும் விட்டு வந்துவிடுகிறேன்' என்று கெஞ்சவேண்டும் போலிருந்தது அவளுக்கு.

தூணின் மறைவில் நடனத்தைக் கண்டு கொண்டிருந்த பொன்னம்மாள் 'போடி... நீயும் உன் யோசனையும்' என்று அவள் தங்கையைத் திட்டினாள். 'இன்று கொள்ளைக்காரனை மருமகனாய்ப் பெறும் பேறு எனக்கு மட்டும்தான் கிடைக்கப் போகிறது' என்றாள்.

அன்றிலிருந்து தினந்தினம் நேரம் காலமில்லாமல் அவனுக்காக சுவாதி ஆடினாள். நடனமாடாத காலத்தில் வீட்டின் பூங்காவனத்தில் இருவரும் நேரம் கழித்தனர்.

மன்மதனையும் நிகர்த்த அழகன்தான் அவன். எனினும் மாசற்ற சுத்த வீரன் என்று சொல்லிக்கொள்ள முடியாது. சகவாச தோஷத்தில் புத்தி பிசகி இந்தத் தொழிலில் இருந்தான். எனினும் திருத்திவிடலாம் என்ற நம்பிக்கை அவளுக்கு இருந்தது.

அவனை கொள்ளையன் என்று சொல்லலாமே தவிர, தோற்றத்தை மட்டும் கவனித்தால் அவன் இராஜகுலத்தைச் சேர்ந்தவன் என்று சொல்லும்படி இருந்தது. 'தங்களுடைய பூர்வீகர்களிலே யாராவது அரசர்களாய் இருந்திருப்பார்களோ?' என்றாள்.

'எனக்கு அப்பா அம்மாவே யாரெனத் தெரியாது. பின்தானே முன்னோர் சரித்திரமெல்லாம்?'

அதிர்ச்சியுற்றவள் பேச்சை மாற்றினாள்.

பழகப் பழக இருவருக்கும் சிநேகம் முதிர்ந்து வந்ததாகத் தோன்றியது. எனினும் இது ஜென்மாந்திரத் தொடர்பு என்றே சுவாதி நினைத்துக்கொண்டாள்.

'உம்மைக் காட்டில் தரிசித்த வேளை, விட்டகுறை வந்து தொட்டுக் கொண்டது' என்று சொன்னவுடன் நந்தன் சிரித்துக்கொண்டான். அவளது காதல் நந்தனுக்குப் புரிந்ததோ இல்லையோ பொன்னம்மாளுக்குப் புரிந்தது...

ஆனால் நந்தன் பொன்னம்மாளுடைய அகாரணமான சிடுசிடுப்பைக் கண்டு அதைப்பற்றி சுவாதியிடம் பேசினான். ‘கடுவம்பூனைபோல முகத்தை வைத்து முறைக்கும் உன் தாய், நான் உன்னைக் கடித்து விழுங்கிவிடப் போகிறேன் என்று நினைக்கிறாள்’ என்றான்.

அதற்கு சுவாதி ‘அப்படிச் செய்தாலும் எனக்குப் பரம சந்தோஷம்’ என்றாள்.

நடேசன் கோயில் மதில் ஓரத்தில்தான் இருந்தது சுவாதி தங்கிய வீடு. மாடவீதி முன்னிருக்க, வீட்டின் பின்புறமாய் சென்று பார்த்தால் அங்கு இருந்தது பெரிய தோட்டம். அதன் பின் நடேசன் கோயில் வளாகம். மதிலை ஒட்டிய தோட்டத்தில் வெட்கித் தலை குனிந்தாற்போல் கொப்புங்கிளையுமாய் கொன்றை மரங்கள் இரண்டு இருந்தன. கண்ணைப் பறித்த பொன்னிற பூங்கொத்துக்களைச் சரம் சரமாகத் தொங்கவிட்டுக் கொண்டு நின்றன.

நேரமாக ஆக நிழல்கள் நீண்டுகொண்டிருந்த வேளையில் நந்தனும் சுவாதியும் மரத்தடியில் சாய்ந்து கிடந்த தூணின்மீது அமர்ந்து சம்பாஷித்துக்கொண்டிருந்தார்கள். உலகில் நிகழ்ந்த எதைப்பற்றியும் அவர்கள் கவலைப்படவில்லை.

ஒத்திகைக்கு நேரமானது என்று வாத்தியக்காரர்கள் வந்து தொண்டையைக் கனைத்தார்கள். அம்மா வந்தும் மெலிதாய் அழைத்துப் பார்த்தாள். அதெல்லாம் சுவாதியின் செவிகளில் விழுந்ததாகவே தெரியவில்லை. பின் தோழி சுகந்தி வந்து வலுக்கட்டாயமாக சுவாதியின் கையைப் பிடித்து அழைத்துச் சென்றாள். ஆடிய பின் எப்போது ஒத்திகை முடியும் என்று ஏங்கியவள்போல துள்ளிக் குதித்து தோட்டத்துக்கு ஓடினாள் சுவாதி. தனக்கென காத்திருப்பவன் சிலை இல்லை. தன் கலையை ரசிக்கத் தெரிந்த மனிதன் என்று ஓர் உணர்வு உருவெடுத்துக்கொண்டது.

எல்லோருக்கும் முன் சுவாதி இப்படிச் செய்தது அம்மாவின் புண்ணிலே கோலெடுத்துக் குத்துவது போலிருந்து. அப்படி என்னதான் பேசுகிறார்கள் என்று அம்மாவும் சந்தேகித்தாள். மற்றவரும்தான்.

ஆனால் இருவரும் மற்றவரின் குரலின் மேல் கொண்ட பிரியத்தினால் மட்டுமே பேசினார்கள். உண்மையில் இருவரின் கண்களுக்கு இடையே நடைபெற்ற சம்பாஷணையில் சொல்ல வேண்டியதை எல்லாம் சொல்லிவிட்டார்கள். தங்கள் வருங்காலப் பகற்கனவுகளை பற்றி சம்பாஷித்தார்களா என்றால் இல்லை. இருவருக்குமே அதைப்பற்றிப் பேச பயம். வாய்கள் பேசியதெல்லாம் அர்த்தமற்ற வெறும் பேச்சுதான்.

சுவாதி தன் வாழ்வின் முக்கியமான நாட்கள் இவை என்று தெரிந்துகொண்டாள். அதற்கு உதாரணமாக அவளுடைய உள்ளம் அந்த ஒரு மாத காலத்தில் எவ்வளவு மாறுதல் அடைந்துவிட்டது!

நந்தனுக்கோ 'இவளைத் திருமணம் செய்துகொண்டு காட்டுக்கு அழைத்துச் செல்ல முடியாது. கூண்டில் அடைத்த கிளிபோல வாடி விடுவாள். நானும் நாட்டில் இருக்க முடியாது. கூண்டில் அடைக்கப் பட்ட புலிபோல ஆகிவிடுவேன். இதற்கெல்லாம் அப்போது என்னதான் முடிவு?' என்று நினைத்தான். இந்த நினைப்பு வந்தவுடன் கல்தூணின் அருகிலிருந்த சுவாதியிடமிருந்து அகன்று உட்கார்ந்தான்.

திடீரென்று அவன் தள்ளி உட்கார்ந்ததை கவனித்த சுவாதி, 'அப்பா! காட்டில் என்னைப் பார்த்த பார்வையில் என்னவெல்லாமோ செய்யப் போகிறீர்கள் என்று நினைத்து பயந்தேன். இங்கு வந்தால் என்னைச் சுண்டுவிரலால்கூடத் தீண்ட யோசிக்கிறீரே?' என்றாள். அவளும் சற்று நகர்ந்து அவனுக்கு நெருக்கமாக அமர்ந்தாள்.

'நந்தா, நான் இப்படி சந்தோஷமாயிருந்து வெகுகாலம் ஆகிவிட்டது' என்றவள் தொடர்ந்தாள். 'உம்மைப் பார்த்தவுடனேயே எனக்கு நம்பிக்கை வந்தது. நம் இருவருடைய புனர்ஜென்மம் ஆரம்பமாகும் தறுவாய் வந்துவிட்டது.' இவ்விதம் கூறிய அவள் குரலில் குதூகலம் தொனித்தது.

வெளிப்படையாக இவ்வளவு பேசினாலும் சுவாதியின் மனம் குழப்பத்தில் தடுமாறியது. ஒரு மனது எச்சரித்தது, 'இது எனது கடைசி சோதனை. ஆசையைக் காட்டி வழி தடுமாறுகிறேனா என்று நடராஜன் பார்க்கிறான்.' ஆனால் அவளே பதிலும் சொல்லிக் கொண்டாள். 'எனக்கும் ஆசையாயிராதா? காதல் வாராதா? சராசரிப் பெண்ணாய் என்னால் வாழ முடியாதா?'

'இந்த ஊரே நமக்கு வேண்டாம். கடல்களைக் கடந்து தூர தேசங்களுக்குச் செல்வோம்' என்று நந்தன் கால்களைப் பிடித்துக் கெஞ்சவேண்டும் போலிருந்தது.

தினந்தினம் இருவருக்கும் இடையேயிருந்த தூரம் குறுகிக் கொண்டிருந்தது. இருவருக்கும் வாழ்க்கை குறிக்கோள்களுக்கு இடையூறாக அந்த நெருக்கம் இருக்கும் என்று தெரியும்தான். எனினும் வேறு யோசனை ஒன்றும் செய்வதற்கு அப்போது நேரம் இருக்கவில்லை.

அதுவும் சுவாதிக்கு முடிவெடுக்கும் தேதி குறிப்பிடப்பட்டு வெகு அருகிலிருந்தது. 'இன்னும் இரு வாரங்களில் நடராஜரை

மணமுடிக்கவேண்டும். நான் ஏன் இப்படிக் கடைசி நிமிடத்தில் சலனப்படுகிறேன்' என்று தன்னைத்தானே கேட்டுக்கொண்டாள்.

முடிவெடுக்கும் நேரம் நெருங்குகிறது என்றவுடன் தோழி சுகந்தியையும் நாடினாள். தோழியிடம் புலம்பினாள். 'என்னை அவன் கானகத்தில் சிறைபிடித்திருந்தால்கூட சந்தோஷப் பட்டிருப்பேன். முடிவெடுக்க சுலபமாய் இருந்திருக்கும். ஆனால் என்றாவது அவனே என்னைத் தேடி வருவான் என்று எனக்கு அவன் கண்கள் சொன்னது. அதுவும் உண்மையானது. இனி நடராஜரின் பிரச்னை மட்டும்தான் இருக்கிறது.'

'ஆகா! இப்போது நடராஜர் பிரச்னையாகிவிட்டாரா?' என்றாள் தோழி குறும்பாக.

'ச்சீ... அப்படியில்லையடி. ஏதோ குழந்தைப் பிராயத்திலே சிறுபிள்ளைத்தனமாக எடுத்த முடிவு. கடவுள் எனது மனதை மாற்றிக்கொள்ள ஒரு சந்தர்ப்பம் கொடுக்கக் கூடாதா?' என்றாள்

எனினும் கடமையென்று ஒன்றிருந்ததே என்று உணர்ந்த சுகந்தி 'சுவாதி, என்னவொரு அபகீர்த்தி நேரும் என்று நினைத்துப் பார். நாம் தில்லைக்கு வந்ததின் நோக்கம் எல்லோருக்கும் தெரியும். தெருவெங்கும் எல்லோரும் உம்மை தெய்வத்தின் துணையென காலில் விழுகிறார்கள். இப்போது உனது மனதில் சந்தேகமும் சலனமும் ஏற்படலாமா?'

'இதுவே வேறு சந்தர்ப்பமென்றால் நாங்கள் இருவரும் பாக்கிய சாலிகள்தாம். ஆனால் ஏதாவது விபரீதம் நடக்குமோ என்னவோ தெரியவில்லை. இந்தச் சிக்கலுக்கு என்ன வழி என்று தெரியுமா? தெரிந்தால் சொல்ல வேணும்!' என்றாள்.

கொஞ்ச நாளாகவே சுவாதியை உற்று கவனித்த சுகந்திக்குப் பார்ப்பதற்கு இது ஒரு நாடகம் போலிருந்தது. அடுத்தது என்ன நடக்கப் போகிறது என்று பார்க்க ஆர்வமாயிருந்தது. ஆனால் சுவாதி மனம் நோகாமல் இருக்கவேண்டும் என்று மட்டும் ஆண்டவனை வேண்டிக் கொண்டாள்.

'ஆனால் ஈசன் சேவை மார்க்கமே உத்தமமான மார்க்கம் என்றல்லவா கிளம்பி வந்தாள். இப்போது நடேசனை கைவிட்டுக் கள்வனைக் கைப்பிடிக்க நினைக்கிறாளே? நடேசன் சும்மாயிருப்பானா?'

•••

அத்தியாயம் இருபத்தி எட்டு

நேசக்கரம்

நந்தனுக்கு நித்யகண்டம் பூரணாயுசு என்ற திருசங்கலோக நிலை. வெளியில் சென்றால் தீக்ஷிதரின் ஆட்கள் அவனை அடையாளம் கண்டுகொள்வார்களோ என்ற அச்சம். ஆனால் இன்னும் ஓர் இயலாமையும் இருந்தது. தில்லையைவிட்டுச் செல்ல முடியாத நிலை அது. தான் இதுவரை வாழ்ந்த நாட்களில் மிக வேறுபட்டவை தற்போது நடைபெற்றுக்கொண்டிருக்கிறது என்று அவன் அறிந்தான். வாழ்நாளெல்லாம் நினைத்து நினைத்து ரசித்திருக்கும் சம்பவங்கள் இவை என்று ஆனந்தித்தவனுக்கு காட்டுக்குச் செல்ல ஆசை வரவில்லை.

சில நாட்கள் இங்கிருந்துதான் ஆகவேண்டும் என்று முடிவுக்கு வந்தான் நந்தன். ஆனால் சுவாதியைத் தவிர எல்லோரும் அநாவசியமான விரோத பாவம் தம் பேரில் கொண்டிருப்பதாக உணர்ந்தான்.

காடென்றால் 'போங்களடா' என்றிருப்பான். ஆனால் தன் இயற்கை குணத்துக்கு மாறாக இங்கு தானாக சென்று வலிய ஸ்னேகம் செய்துகொண்டான். சில நாளாக ஏதோ ஒரு காரணத்தினால் ஏதோ நினைப்பில் ஆழ்ந்திருந்த சுவாதி நடனப்பயிற்சிக்கே வரவில்லை. வாத்தியக்காரர்கள் தனியாய் இசையை ஒத்திகை பார்க்கும்போது அருகில் ஆர்வமுள்ளவன்போல சென்று அமர்ந்தான் நந்தன். அவர்களோ அவன் இருப்பதைக் காணாததுபோல வாத்தியங்களை வாசிக்கத் தொடர்ந்தனர்.

அவனாக அவர்களிடம் பேச்சு கொடுக்கலாம் என்று முடிவெடுத்து வித்வானிடம் புல்லாங்குழலைக் கேட்டான். அதை முற்றிலும்

எதிர்பார்க்காது பயந்துபோன குழல் வாத்தியக்காரர் அதை உடனே கொடுத்துவிட்டார்.

குழலைக்கொடுத்தவரின் மேல் எல்லோருக்கும் கோபம். ஆனால் இதிலும் ஓர் ஆதாயம் இருந்தது. நந்தன் குழலை வாசித்ததைக் கேட்டு பரிகாசம் செய்யலாம். அவன்தான் இப்போது முரட்டுத்தனத்தைக் காட்டுவதில்லையே என்று நினைத்தார்கள். அவர்கள் நினைத்ததில் தவறில்லை. அதை அவன் வாயில் வைத்து ஊதவே முதலில் அபஸ்வரமாய் நாதம் வெளிவந்தது.

சிலர் வாயை மூடி பயத்துடன் நகைத்தனர். தவில் வாசிப்பவர் மட்டும் தைரியத்தை வருவித்துக்கொண்டு 'தம்பி, இது அடி உதைபோலல்ல. இதெல்லாம் கற்க ஆண்டுகள் பலவாகும்' என்று அறிவுரை கூறினார்.

கானகத்தில் பிறந்து வளர்ந்தவனுக்கு இசையொன்றும் புதிதல்ல. பிறந்த நாள் முதல் குயில் பாடக் கேட்டிருந்தான். வண்டுகள் ஓட்டையிட்டிருந்த மூங்கில் செடிகளில் காற்று இசைக்கக் கேட்டிருந்தான். நந்தன் மீண்டும் குழலை வாயில் வைத்து ஊதத் தொடங்கினான். இந்தமுறை கொஞ்சம் கேட்கும்படியிருந்தது. சற்று நேரத்தில் குழல் ஊதியவர் கடைசியாக வாசித்த பாடலை மீண்டும் அதே ஸ்வரத்தில் புல்லாங்குழலை மிக அழகாக வாசித்தான். எல்லோரும் அடுத்தடுத்து அவன் வாசித்ததைக் கேட்டு மெய்மறந்தனர். சாகித்ய சங்கீதமல்ல. எல்லாம் நாட்டுப்புறப் பாடல்களாய் வாசித்தான். காட்டுக்குள் வண்டிக்காரன் பயம் போக பாடும் நம்பிக்கைப் பாடல், மது போதையில் ஆனந்தமாய் கொள்ளையர் பாடும் குதூகலப் பாடல், சில சமயம் வாழ்க்கையில் பட்ட கஷ்டங்களை நினைத்துக் கொள்ளையன் எவனேனும் பாடும் நெஞ்சைத் தொடும் பாடல் என்று அவன் நினைவிலிருந்து குழல் மூலமாக இப்போது வெளிவந்தன.

அசந்து போனார்கள் எல்லோரும். அதைவிட அவன் கொடுக்கும் நேசக்கரம் அது என்று அறிந்தார்கள். அதை ஏற்கவும் முடிவு செய்தனர். அவர்கள் யாருக்கும் நந்தனுடன் தனிப்பட்ட முறையில் விரோதம் எதுவும் கிடையாது. காட்டில் அவர்களை ஒன்றும் செய்யவில்லை என்பது நன்றிக்கு உரியது.

போகப்போக அவனைக் கண்டு பயந்து ஒதுங்கியவர்கள் நெருக்க மானார்கள். விரைவில் அவனால் எந்த ஒரு வாத்தியத்தையும் உடனே கற்றுக் கொள்ள முடிந்தது என்றும் அறிந்தனர். 'இனி இவரையே இசை மீட்டச் சொல்லிவிடலாம். அப்போதாவது சுவாதி ஒழுங்காகப்

பயிற்சிக்கு வருவாள்' என்று யாரோ சொன்னவுடன் எல்லோருக்கும் கொல் என்று சிரிப்பு வந்தது.

கதவோரத்திலிருந்து அதை ரசித்தாள் சுவாதி.

ஆனால் சுவாதியின் தாய்க்கு மட்டும் வயிற்றில் புளியைக் கரைத்தது. அவனிடம் மகள் அதிக அன்பு வைத்திருக்கிறாள் என்பதிலேதான் பயம். இப்போது தன்னைத் தவிர எல்லோரும் கொள்ளைக்காரனின் வலையில் விழுந்துவிட்டனர் என்று அதிருப்தி.

நந்தனுடன் மிகவும் ஸ்நேகமானது தவில்காரர்தான். வாத்தியக் காரர்களில் மிக மூத்தவர் அவர்தான். எல்லோரும் அவரைக் கூப்பிடுவதுபோல நந்தனும் அவரை 'அண்ணா' என்றே அழைத்தான். அடிக்கடி இருவரும் பல மணி நேரம் மற்றவரின் அனுபவங்களைப் பகிர்ந்துகொள்ளும் எண்ணத்தோடு பேசிக் கொண்டிருப்பார்கள்.

அப்படித்தான் ஓர் இரவு மாடத்தின் மேலிருந்து பார்க்கையில் வானத்தின் அடிப்புறத்தில் தங்க நிறமான நிலவு தெரிந்த சமயம். சற்று நேரம் அந்தக் காட்சியை உற்று நோக்கிக்கொண்டிருந்தார்கள் இருவரும்.

அந்தக் கோயிலை நந்தன் பார்த்தபோதெல்லாம் அந்தப் புரியாத புதிர் நிறைந்த இரவு நினைவுக்கு வந்து உடலெங்கும் மயிர்க்கூச்சல் எடுக்கும். பின் நந்தன் தன் மனதில் உதித்த சந்தேகத்துக்கு நிவர்த்தி தேடவேண்டும் என்று முடிவு செய்தான்.

'அண்ணா, இந்தக் கோயிலுடன் ஓர் அரசனும் ஒரு சாமியாரும் சம்பந்தப்பட்டிருக்கிறார்கள். எனக்கு அதைப்பற்றிச் சொல்லேன்.'

அவரும் 'பல அரசர்கள் இந்தக் கோயிலுக்கு மானியம் கொடுத்திருக் கிறார்கள். சிவனடியார்கள் சிலரும் இந்தக் கோயிலுக்குத் திருப்பணி செய்திருக்கிறார்கள். யாரென்று சொல்வேன்?'

யோசித்துவிட்டுண் சொல்ல ஆரம்பித்தார். 'மருள் நீக்கியார் என்னும் இயற்பெயர் கொண்ட நாவுக்கரசர் கோயிலைச் சுற்றியிருந்த புல் பூண்டை அகற்றி உழவாரப்பணி செய்துகொண்டே பாடினார்.'

'அவர் அரசனுடன் இந்தக் கோயிலுக்கு வந்தாரா?' என்று வினவினான் நந்தன்.

'இல்லை, பல்லவ அரசனுக்கு பயந்தே இங்கே இருந்தார்.'

'இப்போது நான் சொல்வது அவரில்லை. ஓர் அரசனும் ஒரு ஞானியும். அன்னியோன்யமாக இருந்தனர்.'

பின் மற்றும் ஒன்று நினைவுக்கு வரவே ‘ஒரே சமயத்தில் ஓர் அரசனும் ஒரு சாமியாரும் இந்தக் கோயிலில் ஓலைகளைத் தேடி வந்தனரா? அதில் சிவனடியாரின் பேர் நம்பி’ என்றான்.

தவில்காரர் இராஜராஜனும் நம்பியடிகளும் தேவார ஓலைகளை இங்கு கண்டுபிடித்ததைப் பற்றித்தான் நந்தன் கேட்கிறான் என்று முடிவுகட்டிக் கொண்டு ‘ஏன் கேட்கிறாய்?’ என்றார்.

அந்த அறையில் பார்த்தவர் மீண்டும் நந்தன் கண் முன் தோன்றினார். தன்னையறியாமல் அந்தக் காட்சியை விவரிக்கத் தொடங்கினான். ‘ஆறடி உயரத்துக்குமேல் வளர்ந்திருந்த இராஜகளை கொண்ட ஆஜானுபாகு; காவி வஸ்திரம் தரித்த சைவ சந்நியாசியுடன் வந்தார். சாமியாரின் முகத்தில்தான் என்ன தேஜஸ்! இருவரும் ஓலைகளில் கரையான் வந்தவுடன் அழுதார்கள்.’

‘இந்தச் செய்திகள் எல்லாம் உனக்கு எப்படி தெரியும்?’

‘நான் அவர்களைப் பார்த்தேன்.’

சிரித்தார் தவில்காரர். ‘முன்னூறு ஆண்டுகளானது நந்தா! உனக்கென்ன அவ்வளவு வயதா ஆகிறது? இராஜராஜன் வம்சமே இன்று இல்லை.’

தில்லையில் ஓர் அறையில் தீக்ஷிதர்கள் கட்டுப்பாட்டில் அனைத்து தேவார பதிகங்களும் இருந்தன. அவர்களை மிரட்டி இராஜராஜன் அதை எடுக்க முற்பட்டான். திருமுறை காட்டிய வினாயகரின் கற்சிலை தும்பிக்கையால் இடத்தைச் சுட்டிக்காட்ட, கரையான் புசிக்காத ஓலைகளை எடுத்து வந்தனர். அவற்றை செப்பேட்டில் பதிவு செய்தனர். இதெல்லாம் நடந்து பத்து தலைமுறைகள் ஆயின

நந்தனுக்குப் புரியவில்லை. அந்த இருவரும் ஏன் அவன் கனவில் வந்தனர்? உடம்பில் ரோமங்கள் எழுந்து நின்றன. தன் கட்டுப் பாட்டுக்கு மேல் காரியங்கள் நடந்தால் அவனால் புரிந்துகொள்ள முடியவில்லை. தவில்காரரும் நந்தன் ஏதோ கனவு கண்டிருக்கிறான் என்று விட்டுவிட்டார். இருவருக்குமே பேச்சை மாற்றினால் பரவாயில்லை என்று தோன்றியது.

வீட்டில் எல்லோருடைய போக்குவரவுகளையும் கவனித்து வந்த நந்தன் அவரிடம் ‘எதற்காக இவ்வளவு வேலைகளும் நடை பெறுகின்றன? அர்த்தராத்திரியில் ஒத்திகை பார்க்கும் அளவுக்கு என்ன அவசரம்?’ என்றான்.

‘உனக்குத் தெரியாதா?’ என்று அவர் வியப்புடன் கேட்டார்.

தவில்காரரை உற்றுப் பார்த்துவிட்டு, ‘என்ன?’ என்றான்

‘மானிடரை மறந்து இறைச் சேவையை யவ்வன காலத்தில் ஏற்றுக் கொள்வது ஒரு கடினமான வேலைதானே? எனினும் திருவதிகையில் இருந்தவரை அவளுக்கு வேறு நினைவே கிடையாது! ஆனால் இப்போது கொஞ்சம் ஞாபகப்படுத்தவேண்டும் போலிருக்கிறது’ என்று ஓரக் கண்ணால் நந்தனைப் பார்த்தார்.

அவன் பதிலுக்குக் காத்திராமல் தொடர்ந்தார். ‘இந்த விழா முடிந்தவுடன் சுவாதியைக் கடவுளுக்கே கல்யாணம் செய்து வைத்துவிடுவார்கள். பின் மானிடருடைய இச்சைகளுக்கெல்லாம் அப்பார்ப்பட்டவள் அவள்’ என்று சொன்னார்.

‘அவள் நடேசன் முன் ஆடும் காட்சியைக் காண எல்லோருக்கும் ஆவலாய் இருக்கிறது. நாங்களெல்லாம் எங்கள் வாழ்வின் உயர்ந்த லட்சியத்தை அடைந்துவிட்டோம் என்று அறிவோம்.’

பேசும்போதே அவர் மனதில் தெளிவாய் அந்தக் காட்சி புலப்பட்டது. கண்களில் அந்தப் பெருமை ஜுவாலைபோலப் பிரகாசித்தது. ஆனால் நந்தனின் காதலைப் பரிகசித்தது.

குடிகொண்டிருந்த நிசப்தம் ஊசி விழுந்தால்கூட இடிபோலக் கேட்கும் நிலையிருந்தது. தவில்காரரின் வார்த்தைகள் அவனுடைய நெஞ்சையே ஊடுருவிப் பதம் பார்த்தன. தன் காதுகள் கேட்பது இருதயம் அப்படியே நின்றுவிடும் போலிருந்தது

‘என்ன? நடேசனை மணக்கப் போகிறாளா தன் காதலி?’ சூறைக்காற்றும் பெருமழையும் சேர்ந்து அடித்தபோது நடுக் கடலில் நீச்சல் தெரியாமல் சிக்கியவன்போலத் தத்தளித்தான்.

உணர்ச்சி மிகுதியினாலும் அவனுடைய கண்களில் கண்ணீர் வந்து நிறைந்துவிட்டது. காரணம் தெரியாத பயமெல்லாம் விஸ்வரூபம் எடுத்தன. இதிலும் தனக்குத் தோல்வியா? இத்தனை மனக்குழப்பங் களுக்கிடையே ஒன்று மட்டும் மிகத் தெளிவாயிருந்தது. அவனது எல்லாக் கஷ்டங்களுக்கும் நடேசனே மூலகாரணமாயிருந்தான்.

‘ஏன் இந்த நடேசன் தான் ஆசைப்படுவதற்கெல்லாம் போட்டி போடுகிறான்? அவன் ஏன் துரத்தித் துரத்தி என்னைத் தோற்கடிக்கிறான்?’ தோல்வியே அறியாத வீரனுக்கு மனது கனத்தது.

அப்போது பார்த்து நடேசன் கோயிலின் ஆலாட்சி மணி ஓங்கி அடித்தது. மணியோசை ஒரு விஷயத்தை நந்தனிடம் பறையறைந்து தெரிவித்தது. ‘உனக்கும் எனக்குமே போட்டி. இதுவரை தோற்று

துரும்பாய் போய், பெண்ணின் முந்தானைக்குப் பின் ஓடி ஒளிந்திருக்கிறாய். உன்னைத் தோற்கடிக்க எனக்கு இன்னும் ஒரு சந்தர்ப்பம் வருகிறது. பின் எங்கு சென்று ஒளிவாய்?' என்று நடேசன் கேட்பது போலிருந்தது.

ஆடைக்குள் உடம்பெல்லாம் சொட்டச் சொட்ட வியர்த்திருந்தது. நந்தனுக்கு மூச்சே நின்றுவிடும் போலிருந்தது. 'நடேசனின் பெயர் சொல்லி எங்களைப் பிரித்தனரென்றால் உயிர் வாழ்வதே கஷ்டம்' என்ற முடிவுக்கு வந்தான். என்னவெல்லாமோ ஆகாசக் கோட்டைகளைக் கட்டிக் கொண்டிருந்தவனுக்கு அடிக்கு மேல் அடி. எல்லாம் ஒருவனாலே?

'எனக்கு ஒரே போட்டி நடராஜனா?' வீட்டுக்குள் விரைந்து சென்று 'அவனா நானா? நீயே முடிவு செய்' என்று அவள் சுவாதியின் மோவாய்க்கட்டையைப் பிடித்து உயர்த்திக் கேட்கவேண்டும் போலிருந்தது.

'உன்னை எனக்குப் பிடித்திருக்கிறது, ஆனால் நான் நடராஜருக்குச் சொந்தமாகப் போகிறேன். அதில் எனக்கு விருப்பம் இருக்கிறதா என்று கேட்காதே. அது என் கர்மவினை' என்று அவள் ஒரேயடியாகச் சொல்லிவிட்டால்?

சுவாதியின் நிலைமை என்ன? அவளுக்கு நன்மையானது எது? என்னுடன் காதலா? இல்லை நடேசன் சேவையா?

'ஆனால் இப்போதுதான் என் மந்த மதிக்குப் புலனாகிறது. இவளையொத்த வடிவழகி மூவுலகிலும் இல்லை. இவளைப் பார்ப்போருக்கெல்லாம் உடல் நரம்புகளெல்லாம் சுண்டிவிட்டு உள்ளங்களை உவகை கொள்ளச் செய்தன. எனினும் மானிடரிடம் போட்டி வந்தால் சமாளித்துவிடலாம். இப்போது நடேசனின் முகத்தில் கரியைப் பூசவேண்டும். ஜெயித்துக் காட்டவேண்டும். அதைவிட எனக்கு ஆனந்தமளிப்பது வேறொன்றுமிராது. ஆனால் நடேசன் சாதாரணமானவன் அல்லன். ஒரு சூனியக்காரன். தான் திருட வருவதை முன்கூட்டியே அறிந்து தீக்ஷிதரை ஏவிவிட்டவன் அவன்' என்று நினைத்தவுடன் பயம்.

'எப்பேர்ப்பட்ட ஒரு சக்தியை எதிர்கொள்கிறோம். என்று நினைத்து அவன் பெருமூச்சுவிட நேர்ந்தது. இதெல்லாம் ஒரே ஒரு கணந்தான்... மறுகணத்தில் தலைகால் தெரியாமல் காற்றாய் பறந்து காட்டை நோக்கி ஓடவேண்டும் போலிருந்தது.

•••

அத்தியாயம் இருபத்தி ஒன்பது

நேருக்கு நேர்

அதிகாலையில் அதிர்ந்து போகும் அளவுக்கு சப்தம் கேட்டது.

காட்டிலேயே பிறந்து வளர்ந்த நந்தன் தூக்கிவாரிப் போட்டுக் கொண்டு எழுந்தான்.

'நமசிவாய, சிவாய நமஹ' என்பனபோன்ற எத்தனையோ விதவிதமான கோஷங்கள் வானத்தை எட்டும்படி பதினாயிரம் குரல்களிலே எழுந்தன. காட்டில் இவ்வளவு மனிதர்களின் கண்டங்களிலிருந்து கோஷங்கள் எழுந்து பழக்கமில்லை அவனுக்கு.

என்னவென்று புரியவில்லை. ஓடிவந்து பலகணி வழியாக வெளியே எட்டிப் பார்த்தான். தெருவில் மக்கள் கடல். வந்ததிலிருந்து நந்தன் கண்டிராத கோலாகலத் திருவிழா இது. அவன் வினவலுக்குப் பலகணியில் ஏற்கெனவே நின்றிருந்தவர்கள் அவனுக்கு விளக்கினர். நடேசனின் தேர்ப் பிரவேசம்தனை முன்னிட்டு ஊரெல்லாம் கோலாகலம் என்றார்கள்.

தில்லைவாசிகளோ நடராஜர் ஊர்வலமாய் சென்றபோது வரவேற்க காலையிலிருந்தே வாசலில் பல வர்ணக் கோலங்கள் போட்டுக் கொண்டிருந்தார்கள். சுவாதியின் வீட்டிலும் தோழிகளும் சேடிப் பெண்களும் கோலத்தை இட்டு வருவோர் போவோரெல்லாம் அதைத் தற்செயலாக மிதித்துவிடுவார்களோ என்ற பயத்திலும் அருகிலேயே நின்றார்கள்.

நந்தன் அதிர்ந்து போனான். 'நடேசனே தன்னைத் தேடி வருகிறானா? கூடவே அந்தக் கிழவரும் வருவாரே? என்ன செய்வது?' என்று பதறினான். நிகழ்வுகள் ஏதும் அவன் கையில் இல்லையே என்று பயம் கொண்டான் நந்தன்.

தினந்தினம் தில்லையில் கொண்டாட்டம்தான். நந்தன் தில்லைக்கு விஜயம் செய்ததிலிருந்து கூட்டமில்லாமல் நகரில்லை. எனினும் இன்றுபோல் என்றும் இல்லை.

அரசர்கள் வருவார்கள் செல்வார்கள். ஆனால் இந்த நாடானது நிரந்தரமாக நடேசனுடையது. நடேசன் தன் நாட்டைப் பார்வையிட வருகிறான் என்று அவன் மேல் விசுவாசம் கொண்ட நாட்டினர் திரண்டு வந்துவிட்டனர். தில்லை நகரைச் சுற்றிலும் நாலு காத தூரம்வரை உள்ள கிராமங்கள், பட்டணங்கள் எல்லாம் காலியானது.

அந்தத் திருவிழாவின் உச்சகட்டமாக சக்கரவர்த்தி பட்டத்து யானையின்மீது அம்பாரியில் அமர்ந்து நகர் முழுவதும் பவனி வருவதுபோல், பிரம்மாண்டத் தேரின்மீது மாடவீதிகளில் வந்தார் நடனச் சக்கரவர்த்தி. ஜீவராசிகள் தனையெல்லாம் மகிழ்விக்க ஆனந்த நடனம் ஆடியவன் தன் தேரின்மீது பூர்ண எழிலுடன் கொலுவீற்றபடி, தன் நாட்டைப் பார்வையிட வருகிறான்.

‘நாள் முழுவதும் தேர் மாடவீதிகளில் இருக்கும். இன்றிரவு தேர் கிழக்கு வாசல் தேரடிக்குச் சென்ற பிறகு நடராஜர் மீண்டும் வீட்டுக்குள் செல்வார். பின் களியாட்டம், சாமியாட்டம், குரவைக் கூத்து எல்லாம் நடைபெறும்’ என்றார்கள்

பலகணியில் இருந்து எட்டிப் பார்த்தான் நந்தன். மாடவீதியின் கடைசியில் ஜனக்கூட்டத்துக்கு நடுவில் இருந்தது தேர். பெரும்பாலும் நின்றபடிதான் இருந்தது. ஆனால் திரளான மக்களின் போற்றுதலை ஏற்றுக்கொண்டு பின் கொஞ்சம் நகர்ந்தான் நடேசன். தங்கள் இருப்பிடத்தைத் தேர் கடந்த பின் மானிட ஜென்மம் எடுத்ததற்குப் பூரண பாக்கியம் அடைந்துவிட்டோம் என்று தேர் சென்ற பாதையைத் விழுந்து நமஸ்கரித்தும் நன்றி சொல்லிக் கொண்டிருந்தனர்.

நல்ல தேகக்கட்டு வாய்ந்த ஊர் மக்கள் தேர் வடத்தை இழுத்தனர். ஆயிரம் கரங்கள் பிடித்து வடம் இழுத்ததால் உந்தப்பட்டு ராட்சச சக்கரங்கள் சுழன்றன. ஓரிரு சுத்துதான். பின் சக்கரத்துக்கு அடியில் கட்டையைப் போட்டு நிறுத்தி அடுத்த வீட்டார் அர்ச்சனை செய்தனர். மெல்ல நடக்கும் இந்த வைபவத்தை தீக்ஷிதரும் சரி, தேர் இழுப்பவர்களும் சரி பெரிதாக எண்ணவில்லை.

மனிதர்களின் குரல்கள் ஜெயகோஷம் செய்தன. வீதியின் இருபுறத்து மாளிகை மாடங்களிலிருந்தும் குடிமக்கள் புஷ்பமாரி பொழிந்தார்கள். வானில் கதிரவனின் கொழுந்துவிட்டெரிந்த அக்கினியின் வெப்பத்தை வெளியே காண முடிந்தது. தேர்

இழுப்போரின் கால்கள் கொப்பளிக்காமல் நீர் குடம் குடமாய் ஊற்றினார்கள்.

சற்று நேரத்துக்கெல்லாம் ஊர்வலம் அருகிலே வந்துவிட்டதாகத் தோன்றியது. முதலில் தூரத்தில் கேட்ட பெருமுழக்கம் இப்போது அருகாமையில் கேட்டன. ஏன் தேரின் ராட்சசச் சக்கரங்கள் உருளும் சத்தமும் எழுந்தன. எக்காளங்கள் வெகு சமீபத்தில் சப்தித்தன.

'இதோ நடேசர் வருகிறார்!' என்ற குரல் எழுந்தவுடன் பலகணியில் இருந்த எல்லோரும் நந்தனைத் தனியாய்விட்டுக் கீழிறங்கினார்கள். விட்டால் வீதியில் அங்கிருந்தே குதித்திருப்பார்கள்.

'நீ வரவில்லையா?' என்றார் தவில்காரர்.

இல்லையென்று தலையசைத்தான். நடேசனுடன் ஒருவேளை தீக்ஷிதரும் வருவாரோ? என்ற எண்ணம் அவன் மனத்தில் தோன்றிக் கிளர்ச்சியை உண்டாக்கிற்று. அடுத்த கணத்தில், பலகணியின் தூணுக்குப் பின் மறைந்துகொண்டான். வீட்டின் முன்புறம் இருந்த பலகணி வழியாக வெளியே தெரியாமல் எட்டிப் பார்த்தான்.

உடம்பில் சாம்பலைப் பூசிக்கொண்டு ருத்திராட்ச மாலைகளை அணிந்துகொண்டு சுடுகாட்டில் ஆடுபவனுக்குத்தான் எவ்வளவு தடபுடலான மரியாதைகள்! இந்த ஊரில் மட்டும்தான் இதெல்லாம் நடக்கும். அருகில் நடேசன் நாமத்தின் மகிமையை நானிலத்துக் கெல்லாம் எடுத்துரைத்த தேவார கீதங்களைப் பாடி பக்த கோடிகளைப் பரவசப்படுத்தி வந்தனர் ஓதுவார்கள்.

ஊர்வலத்தின் முன்னணியில் பலவகை வாத்திய கோஷ்டியினர். அவர்களுக்கு பின் 'ஜல் ஜல்' சத்தம்.

உற்றுக் கவனித்தான் நந்தன். அதோ தேருக்கு முன்னால் தத்தம் வாழ்க்கைகளை ஆடல்வல்லானுக்கு அர்ப்பணித்துக் கைங்கரியம் புரிந்து வந்த தாசி பெண்கள் நடனம் புரிந்து வந்தனர்.

தமது தளபதிகளையும் பிரதானிகளையும் அழைத்துவரும் அரசன்போல நடேசன் வந்தான். அவன் முன்னால் ருத்திராபதி தீக்ஷிதர். கையில் கம்புடன் தேருக்கு முன் ராஜநடை போட்டுக்கொண்டிருந்தார். அவரைப் பார்த்தவுடன் ஒளிந்திருந்த நந்தன் ஒரு நடுக்கம் கொண்டான்.

'அவர் தான் செய்யப் போகும் தவறை முன்பே உணர்ந்த மகானா? இல்லை பிதற்றும் பைத்தியமா? இதற்குள்ளாக தனக்குப் பதிலாக வேறொருவனைப் பிடித்துப் பூட்டி வைத்துவிட்டாரோ என்னவோ?'

ஒரு தீர்மானம் செய்தான். 'அவர் வீட்டின் முன் நிற்கும்வரை அபாயம்தான்... அந்தக் கிழட்டு தீக்ஷிதர் பார்த்துவிடாமல் நன்கு ஒளிந்திருக்கவேண்டும்.'

எல்லோரும் தீக்ஷிதர் முன் கைகட்டி வாய் புதைத்து நின்றனர். பலர் அவர் காலிலும் விழுந்தனர். ஆசிர்வாதம் செய்தார்.

தீக்ஷிதரைப்பற்றி அவன் நினைத்தது சரிதான். சுவாதியின் வீட்டு வாசலை அடைந்தவுடன் திடீரென்று அவருக்கு ஏதோ ஒரு சங்கோஜம் ஏற்பட்டது. அதுவரை அமைதியாய் இருந்தவர் சுற்றும் முற்றும் பார்த்தார். இன்னும் நன்றாய் மறைந்துகொண்டான் நந்தன்.

தீக்ஷிதர் தொடர்ந்து தேடுவதற்கு முன் சுவாதி வெளியே வந்தாள். வீட்டுப் பலகணியிலிருந்து அவன் பார்க்கையில் அவள் நளினமாய் சென்று நடராஜர் சிலை வைக்கப்பெற்ற தேரினைத் தொட்டுப் பணிந்தாள்.

வீட்டு வாசலில் தேர் நின்றது. தேரின் உச்சியோ வீட்டைவிட உயரமாய் இருந்தது. ஒளிந்திருந்த நந்தனுக்கு சரிசமமான உயரத்தில் நடேசன் நின்றிருந்தார். அப்போது வானத்தில் கிளம்பிய சூரியனின் ஒளி நடராஜரின் முகத்தில்பட்டு அவர் ஒரு நொடிக்கு ஏளனமாய் சிரித்ததுபோல ஒரு பிரமை ஏற்படுத்தியது. நந்தனுக்கோ கோபம்... ஏதோ ஒருவகை பொறாமை வந்தது. பார்வையால் சுட்டெரித்தான்.

'தனக்குப் பிடித்தமான இரு பொருள்களை அபகரித்தவன் நடேசன். அந்தக் கம்பூஜக் கல்லைத் தன் கூரையில் வைத்துக்கொண்டு அருகே நெருங்கவிடாமல் செய்தவன் இவன்தானே. இப்போது, தான் உயிரையே வைத்திருந்த சுவாதி அவனுக்குத் தன்னைத்தானே அர்ப்பணம் செய்துகொள்ளவேண்டும் என்று நினைக்கிறாள்.' வாழ்க்கையில் தனக்கு நிகராகவோ போட்டியாகவோ யாரையும் நினைத்ததில்லை நந்தன். இப்போது நடேசனையே போட்டியாய்ப் பார்த்தான்.

ஊரே நடேசனைப் போற்றிப் புகழ அந்த நகரில் ஒருவன் மட்டும் பலகணியின் திரை மறைவில் நின்றபடி நடேசனைப் பார்த்து மனதால் வெறுத்தான். கண்களில் கனல் பறக்க நடேசனை நோக்கி 'நீ மட்டும் மனிதனாய் இருந்தாயானால் உன்னை சம்ஹாரம் செய்திருப்பேன். நீயோ சிலையென்ற உருவத்தில் கோழையாய் ஒளிந்திருக்கிறாய்!'

தன் வாழ்க்கைக்கு நடேசனே தடைக்கல் என்றவுடன் நந்தனுக்குக் கோபம் கொப்பளித்துக்கொண்டு வந்தது. 'இவனோடு நாம் போட்டி

போட முடியுமா?' என்ற எண்ணம் மனச்சோர்வை உண்டாக்கியது. பின் மனதைத் தேற்றிக்கொண்டான்.

'சந்தேகமென்ன? இது போட்டிதான். அந்தக் கம்பூஜக் கல்லுக்கும் சுவாதிக்கும் பரிசுப் பொருள்களாய் வைத்து துவந்த யுத்தம் நடத்தவேண்டும். அது நாள்வரை அவன் கொள்ளைக்காரனாய் இருந்ததற்கு வெட்கமும் பட்டதில்லை. அவனால் பாதிக்கப் பட்டவருக்குப் பரிதாபமும் கொண்டதில்லை. ஆனால் இன்று இவ்வளவு பேர் போற்றும் நடேசனுடன் போட்டியிட தான் ஒரு குறுநில மன்னனாக இருக்கக் கூடாதா என்ற ஏக்கம்.

அதுவும் சுவாதி சென்று தேர் முன் கும்பிட்டதும் எல்லோரும் இவள்தான் கோயிலில் சேரப்போகும் புதிய தாசி என்று அவள் அழகைக் கண்கொட்டாமல் பார்த்ததும் அவனுக்கு அதிகக் கோபம் வந்தது.

சுவாதியின் வீட்டுக்கு முன் தேர் அதிக நேரம் நின்றது. நடேசன் போகமாட்டானா என்ற கோபம் நந்தனுக்கு. நடேசன் தன்னுடன் பேசுவதுபோலவே இருந்தது. 'என் உடைமையான கல்லைத் திருடவா வந்தாய்? உனது என்று நினைக்கும் இவளும் எனக்கே சொந்தம். உனக்கு என்னுடைய பொருள் கிடைக்கவில்லையே? ஆனால் உனது பொருள் எனதானதே?' என்று நடேசன் சிரித்துக் கொண்டே சொன்னதுபோல தெளிவாக வார்த்தைகள் தலைக்குள் கேட்டன. வெளியில் கேட்ட வாத்திய இசைக்கும் மக்களின் 'சிவாய நமஹ' என்ற கோஷத்துக்கு அப்பாற்பட்டும் தனிப்பட்டும் கேட்டது. அவன் சிரிப்பொலிகூட மணியின் ஓசைபோலக் கேட்டது.

நந்தனுடைய இருதயமானது பிளந்துவிடுவதுபோல உணர்ச்சி உண்டாகியது. பிரமை பிடித்த நிலையில் நின்றான். அவன் கண்களுக்குத் தேர் தெரியவில்லை. கூட்டம் தெரியவில்லை. தீக்ஷிதர் கூடத் தெரியவில்லை. நடேசன் மட்டும்தான் தெரிந்தான்.

'இவன் ஒரு மாயாவி. திரும்பத் திரும்ப ஏதோ மந்திரம் செய்து எனக்கு முட்டுக்கட்டைகளைப் போடுகிறான். தேர்ந்தெடுத்த பரிசுகளை எல்லாம் கிடைக்காமல் தன்னை ஏய்க்கும் இவனே என் பிரதம விரோதி.' நந்தன் உடனே ஆவேசம் வந்தவன்போல தாவிச் சென்று நடேசனுடன் மல்லுகட்டவேண்டும் என்ற வெறி. ஆனால் கட்டுப்படுத்திக் கொண்டான். இங்கு இருக்கிறேன் என்று தெரிந்தாலே அந்தத் தீவர்த்தித் தடியர்களை ஏவிவிட்டு சிறை பிடிப்பான் கிழட்டு அந்தணன். இதில் கீழே குதித்து தேரின் முன் சென்று விழுந்தால் கேட்கவே வேண்டாம்...

‘காட்டுக்குச் சென்று வேறு யுக்தி செய்து வரவேண்டும்’ என்று முடிவு செய்தான். எப்படியாவது கோயிலுக்குள் புகுந்து அந்தக் கல்லைக் கொள்ளையடிக்கவேண்டும் என்னும் வெறி அதிகரித்தது. புதையல் ஒன்றைக் கண்டுபிடித்து பின் வந்து சுவாதியையும் கூட்டிச் செல்லலாம். ஆனால் முதலில் காட்டுக்கு சென்றுவிடவேண்டும்.

சுவாதியின் அன்பே அமிர்தமாயிருந்தாலும் அதுவும் சேற்றுக் குழிதான். ஒரு தீர்மானத்துக்கு வந்தான். வந்து தில்லையில் பட்ட கஷ்டங்களுக்கெல்லாம் சிரமப் பரிகாரமும் செய்து கொண்டாயிற்று. உடல் சீராயிற்று. சுவாதியின் வீட்டுச் சுவர்கள் மட்டுமல்ல அவள் அன்புகூட அவனை முற்றுகை இட ஆரம்பித்துவிட்டன. கூண்டினில் அடைக்கப்பெற்ற வேங்கைபோலானான். ஏதாவது செய்ய வில்லையென்றால் பைத்தியம் பிடித்துவிடும் போலிருந்தது.

•••

அத்தியாயம் முப்பது

விடைகொடு கண்ணே!

இரவு உணவு அருந்த நந்தனைத் தேடினாள் சுவாதி. அவனை எங்கும் காணவில்லை. எல்லாவிடங்களிலும் தேடிக்கொண்டே வந்தாள்.

வாத்தியக்காரரெல்லாம் வாசல் திண்ணையில் காற்றோட்டமாகப் படுத்துக்கொண்டு, தாம்பூலம் போட்டுக்கொண்டு நடேசன் தேரைப் பற்றிப் பேசத் தொடங்கினார்கள்.

அங்கில்லை அவள் காதலன்.

வீட்டுக்குள்ளே எல்லா அறையில் பார்த்த பின் பூந்தோட்டத்துக் குள்ளேயும் தேடிவிட்டாள். அங்கெல்லாம் தோழிப் பெண்கள் எல்லாம் சம்பாஷணையில் ஈடுபட்டிருந்தனர். இடையிடையே 'கலீர் கலீர்' என்று அவர்கள் குதூகலமாகச் சிரிக்கும் சத்தமும் கேட்டது.

அங்கும் அவன் இல்லை.

பின் நந்தன் எங்கே? புரியாமல் விழித்தாள் சுவாதி. பின் திடீரென ஞாபகம் வந்தது அவளுக்கு.

வீட்டின் பின்புறமாய் உப்பரிகையிலிருந்து பார்த்தால் நடேசன் கோயிலின் மூன்று கோபுரங்கள் தெரியும். அவ்வப்போது நந்தன் மாடியில் சென்று கோயிலைப் பார்ப்பான். இன்றிரவும் அப்படியே இருக்கும். படபடவென்று படிகளில் ஏறினாள். அவள் நினைத்தது சரியே.

பகலும் இரவும் மயங்கிக் கலந்திருந்த அந்த நேரத்தில் கோயில் கோபுரத்தை நந்தன் அண்ணாந்து பார்த்துக்கொண்டிருந்தான். அவனை இவ்விடத்துக்கு முதல் முதலாகக் கவர்ந்து இழுத்த தில்லைக்

கோயிலின் கோபுரத்தின் மேல் அமரதீபம் பார்வைக்குத் தென்பட்டது.

கீழ்த்திசைக் கோபுரத்தின் மேல் சந்திரன் தோன்றிய சிறிது நேரத்துக்கெல்லாம் பொற்சபை தெரியாவிட்டாலும் அதன் ஜொலிப்பு தெளிவாய்த் தெரிவதைக் கண்டான். மனதில் உடனே ஒரு வலி.

அந்த ஜொலிப்பின் தரிசனம், தான் வந்த காரியத்தை நினைவு படுத்தியது.

'ஆகா! இன்னும் நமக்கு அந்தச் சபலம் நீங்கவில்லை போலிருக்கிறது! ஓரிரவு இருட்டறையில் அடைபட்டுக் கிடந்த பின் அதை அடியோடு மறந்துவிட நினைத்து சபதம் செய்தேனே?'

தூரத்தில் கோயிலுக்குள் எக்காளங்களின் பெருமுழக்கம் கேட்டது. மனிதர்களின் குரல்கள் ஜெபகோஷம் செய்தன. மணியடிக்கும் சப்தமும் கேட்டது. எல்லாம் நடேசனின் கோயிலுக்குள். அவன் கவனத்தை அந்தச் சத்தங்கள் கவர்ந்தன. அவ்வப்போது ஒரு பெருமூச்சுவிட்டான்.

அன்று காலை வீதியில் பவனி வரும் நடராஜரைக் கண்ட பின் தனக்கு முக்கியமான விஷயங்கள் எல்லாவற்றிலும் அவனை முதலில் போட்டியாய் நினைத்தான். போகப்போக ஜெயம் கொண்ட எதிரியாகவே கருதத் தொடங்கினான். தேர் வீட்டைக் கடந்து சென்ற பின்னும் அன்றைக்கெல்லாம் அவனுக்கு அடிக்கடி மனதில் பரபரப்பு உண்டாகிக் கொண்டிருந்தது.

சாயங்காலம் ஆக ஆக, கடைசியாக 'எத்தனை நாள் இங்கே சும்மா உட்கார்ந்திருப்பது. அதுவும் பரம தோல்வியடைந்த இடத்தில்?' என்ற எண்ணங்கள் மேலோங்கின. அதற்குப் பின் ஒவ்வொரு நிமிடமும் யுகமாய் நகர்ந்தது.

சுவாதியிடம் சொல்லாமல் ஓடிப் போய்விடலாமா என்றுகூட முதலில் தோன்றியது. 'அது சரியல்ல. அந்தப் பெண் தன்மீது வைத்திருந்த அளவில்லா பாசம் காரணத்தினால் ஏதாவது விபரீத முடிவுக்கு வந்துவிட்டால்?' என்ற பயம் இருக்கத்தான் செய்தது.

வீட்டுக்குள் நந்தனைக் காணவில்லை என்று அறை அறையாகத் தேடி வந்த சுவாதிக்கு கடைசியாக அவன் பலகணியில் தனியாய் நின்று தில்லை கோபுரத்தை முறைத்துக்கொண்டிருந்தது தெரிந்தது. அதற்கு முன் தோள்கள் தொங்கியபடி நந்தன் முதுகைக் காட்டி நின்றான். ஓர் அசைவுகூட இல்லை. மூச்சு விடும்போதுகூட அவன் தேகம்

அசையவில்லை. அந்த இருளில் அவனைக் காண ஏதோ அவள் மனதில் கூரான கத்தியை வைத்துக் கீறுவது போலிருந்தது.

பலகணியில் நின்ற அவனை அந்த நிலையில் பார்த்தவுடன், 'முதல் நாள் நாம் கண்ட கலகலப்பு இப்போது ஏன் அவனிடம் இல்லை? நாம் ஏதாவது குற்றங்குறை செய்தோமா?' என்று தன்னைத்தானே வினவினாள். 'இல்லை, வீட்டில் யாராவது ஏதேனும் சொல்லி விட்டார்களா? இல்லை கானகத்தில் அவ்வளவு சுறுசுறுப்பாய் இருந்தவனைக் கட்டிப்போட்ட சிங்கம் போலாக்கிவிட்டோமா?' என்றெல்லாம் நினைத்தாள்.

அவன் பலகணியில் நின்ற இடத்தை அணுக சப்தம் சிறிதும் ஏற்படாத வண்ணம் நுனிக் காலில் நடந்து வந்து அவன் அருகில் நின்றாள். அவன் தோளின்மீது கை வைத்தாள். பட்டாம் பூச்சி வந்து தோளின்மீது அமர்ந்தது போலிருந்த அவள் ஸ்பரிசம் அவனைத் திரும்பச் செய்தது.

அவன் முகத்தை நோக்கிக் கனிவு மிகுந்த குரலில், 'நந்தா!' என்றாள். முகத்தைப் பார்த்தவுடன் அவன் கண்களிலும் அவள் அதுவரை கண்டிராத ஏக்கத்தின் அறிகுறி காணப்பட்டது.

'உன்னுடைய மனது இப்படிச் சஞ்சலம் அடைந்து நான் பார்த்ததே இல்லை!' என்றாள்.

'உண்மைதான். மனது இப்போதெல்லாம் ஒரு நிலையில் இல்லை' என்று ஒப்புக்கொண்டான்.

'நந்தா, உனக்கு என்ன குறை? ஏன் இப்படி இருக்கிறாய்?' அவன் கையைப் பிடித்து அழைத்துக்கொண்டு உள்ளே சென்றாள்.

இயற்கையாக வரும் சந்தேகத்தைக் கேட்டாள். 'வேறு நினைப்பாகவே இருக்கிறாய். எனக்கு பயமாக இருக்கிறது. வேறு யாராவது பெண்ணா?'

'இல்லை, கம்பூஜக் கல் என்றும் புதையல் என்றும் சொன்னால் நம்புவாளா?' என்று யோசித்தான். 'இல்லை' என்று தலையை மட்டும் அசைத்தான்.

'என் பயம் நீ என்னைத் துறந்து வேறொருத்தியின் அரவணைப்பை நாடிவிடுவாயோ என்று...' என்றாள்.

'கண்ணே! இது சத்தியமாகப் பெண் சம்பந்தமானது இல்லை.'

'இதெல்லாம் என்னைத் தேற்றுவதற்காகச் சொல்கிறாய்.

அப்படியானால் உன் மனதில் ஒரு குறை இருக்கிறது என்று சொல். என்னிடம் பகிர்ந்துகொள்ளேன்' என்றாள்.

நந்தன் குழம்பினான். 'எப்படிச் சொல்லுவேன். சொன்னால் நம்புவாளா? இல்லை சிவன் சொத்தைக் களவாட நினைக்கும் அளவுக்கு நீசனாகிவிட்டாயா?' என்று கேட்பாளா?'

பொறுத்துப் பொறுத்துப் பார்த்துக் கடைசியில் பொறுக்க முடியாமல் போகவே 'நான் செல்லவேண்டும்' என்றான்.

'என்ன? என்னை இங்கே விட்டுவிட்டா போகிறாய்? என்னையும் அழைத்துச் செல்' என்றாள்.

'புரியாமல் பேசாதே...'

பின் அதிர்ச்சியை சமாளித்துக்கொண்டு 'உடம்பு சரியாகும்வரை நீ இங்கே இருப்பதுதான் உசிதம் என்று கருதுகிறேன்' என்றாள்.

'உண்மையாகவே எனக்கு இங்கு தங்குவதற்கு விருப்பம் இல்லை. நீ வற்புறுத்தியபோது இணங்கிவிட்டேன். ஏன் இணங்கினோம் என்று இப்போது வருத்தமாயிருக்கிறது.'

'ஏன் என் மனநிலையை அறிந்துகொள்ளாமல் புண்ணில் கோலிடுவதுபோல் பேசுகிறாய்? உன்னை சிறைபிடித்து வைக்க எனக்கு என்ன வேண்டுதலா?'

'அப்படியானால் எனக்கு விடைகொடு.'

'உன்னைப் பார்க்கும்முன் அந்த நடேசனுக்குச் சொந்தமாகலாம் என்று இருந்தேன். அவனுடைய பத்மபாதங்கள் மட்டுமே என் கதி எனக் கிடந்தேன். இப்போது அவனைக் காட்டிலும் ஆயிரம் மடங்கு எனக்கு நீ மேலானவனானாய். இப்போது நீயும் என் கை நழுவிச் செல்கிறாயே?' என்றாள் அழாத குறையாக.

'எனக்கு வேலைகள் இருக்கின்றன. முடித்துவிட்டு வருகிறேன்.'

அவன் போகப் போகிறான் என்று நினைத்தபோது அந்நினைவு அவள் மார்பை விம்மி வெடிக்கச் செய்தது. ஆனால் மனதைத் தேற்றிக்கொண்டாள். தன் அந்தரங்கத்தை வெளியிட்டுப் பேசக்கூடிய நிலைமையில் அவன் இல்லையென்பதைப் புரிந்த சுவாதி அதை செய்யச் சொல்லிக் கட்டாயப்படுத்தவில்லை.

பரிகாசமும் பரிதாபமும் கலந்த குரலில், 'கவலைவேண்டாம்! உன்னுடைய ஆவல் எதுவோ நிறைவேறும் காலம் நெருங்கி விட்டது. வெகு சீக்கிரத்தில் உன் மனோரதம் நிறைவேறும்! அது

முடிந்த பின் இந்தப் பெண்ணைத் தேடி வா. நான் உயிருடன் இருந்தால் எனக்கு மாலையிடு. இல்லையேல் என்னைத் தீயில் இட்ட இடத்துக்கு வந்து மாலையிடு' என்றாள்.

புரியாமல் நின்றவனைப் பார்த்து, 'ஆம், ஐயா! தங்களுடைய மனோரதம் என்னால் நிறைவேறாமல் போனால் அது என்னுடைய துர்பாக்கியம்தான்.'

அவளுக்கு எவ்விதம் தேறுதல் சொல்லுவதென்று தெரியாமல் நந்தன் சற்று திகைத்து நின்றான். இவ்வளவு குதூகலமாக இருந்த பெண்ணை அழவைத்துப் பார்க்கிறோமே என்பது அவனைக் கொல்லாமல் கொன்றது. இன்னும் ஒன்றும் தோன்றியது. 'அழும்போதுகூட இந்தப் பெண் எவ்வளவு செளந்தர்யமாக இருக்கிறாள்!' என்று மனத்திற்குள்ளே வியந்தான். கல் என்ன, புதையல் என்ன? இங்கேயே இருந்துவிடலாமா? என்ற சபலம் ஏற்பட்டது.

ஆனால் மனதை திடப்படுத்திக்கொண்டு பேசினான். 'அய்யோ சுவாதி. நான் எதற்காகத் தில்லைக்கு வந்தேன் என்று உனக்குத் தெரியாது. என் வாழ்க்கையின் வெறியும் உனக்குப் புரியாது. உனக்குப் புண்ணியமாய் போகட்டும், இப்போதாவது நான் திரும்பிப் போவதற்கு அனுமதி கொடு. ஆனால் ஒன்று. பிரிந்து செல்லும்போது சந்தோஷமாகவும் முகமலர்ச்சியுடனும் விடைகொடு' என்றான் பரிவான குரலில்.

அவன் கூறிய மேற்படி வார்த்தைகளைக் கேட்ட சுவாதியின் உள்ளம் என்ன பாடுபட்டது என்பதைச் சொல்லி முடியாது. ஆனால் ஒரு முடிவுக்கு வந்தாள். கண்ணீரைத் துடைத்துக்கொண்டு நிமிர்ந்து பார்த்தாள்.

'இந்த சில நாட்களைப்போல் நான் என்றைக்கும் ஆனந்தமாயிருந்தது கிடையாது. நந்தா, நீயில்லாத வேறு எந்த இடத்திலும் நான் மனநிம்மதியுடன் இருக்க முடியாது. ஆனால் எனக்குப் பல இன்ப நினைவுகளை ஊட்டிக்கொண்டிருக்கும் உனது முகத்தை மனதிலிருந்து அகலாமல் வைத்திருப்பேன். நீ திரும்பி வரும்வரை என் கண்களில் ஒன்று வாசலை நோக்கியே இருக்கும்.'

ஒரு நொடி யோசித்தாள். 'பார்... இப்போதும் என்னைப்பற்றியே பேசுகிறேன். உண்மையில் உன் விருப்பங்களுக்கு என் கண்கள் மூடப்பெற்றது உண்மைதான். அது உன் பேரில் நான் வைத்திருக்கும் அன்பினால்தான். நான் பேராசை பிடித்தவள்! நீ செல். ஆனால் எனக்கு ஓர் உதவி செய்வாயா?' என்று அவள் இரக்கமான குரலில் கேட்டாள்.

'என்னையும் அழைத்துக்கொண்டு போ என்பாளோ?' என்று பயந்தான்.

அவள் முந்திக்கொண்டு 'உன்னால் முடியக்கூடிய காரியத்தையே சொல்வேன். இன்றுதான் என் வாழ்வில் மிக சோகமான நாள். திரும்பி வருவேன் என்று நீ சொல்வதில் எனக்குப் பூரண நம்பிக்கை ஏற்படுகிறது! எனினும் உன்னை நான் பார்ப்பது இதுவே கடைசித் தடவை என்று அடிமனதில் தோன்றுகிறது. இன்றிரவு என்னைத் தனியாகவிட்டுச் செல்லாதே. காலையில் செல்' என்று மன்றாடினாள்.

கெஞ்சும்போது அரண்ட பெண்ணின் அகன்ற நயனங்கள் கடல் போன்றவை. கல்நெஞ்சன்கூட மூழ்கிவிடுவான்.

இருட்டில் அவளுடைய கண்ணில் ஓர் அபூர்வமான மின்னொளி சுடர்விட்டுத் தோன்றி மறைந்ததை அவன் கவனிக்கவில்லை.

'இந்த அற்பக் காரியத்துக்குத்தானா இவ்வளவு பீடிகை? இன்றிரவு உன்னுடன் இருக்கிறேன்' என்று உறுதி அளித்தான். 'இவ்வீட்டிலேயே தூங்குகிறேன்' என்றான்.

'யார் உம்மைத் தூங்கவிடப் போகிறது?' என்று முணுமுணுத்தாள். 'இன்று இரவு நடப்பதற்குப் பின் நீ போகவேண்டும் என்று நினைத்தால்தானே?' என்று மனதில் சொல்லிக்கொண்டு வெளியே 'ஊம்...' என்றாள்.

அவளுடைய உள்ளத்தில் குடிகொண்டிருந்த பரபரப்பை அவளுடைய முகத்தோற்றம் காட்டியது. தம் அந்தரங்க அன்புக்குரிய நந்தனை விட்டுத்தான் பிடிப்பது என்று முடிவெடுத்தாள். விடுவதற்கும் பிடிப்பதற்கும் ஓர் இரவு போதாதா?

அவனுடைய வேகத்தைத் தணிக்கும் வழி தெரியும். அதுமட்டுமல்ல, அவனுடைய இரும்பு மனமும் இளகிவிடும் - ஓர் இரவு தன்னுடன் கழித்தால். அதை நினைத்தவுடன் வழக்கமான சாந்தமாய் இல்லை அவளது முகபாவம்.

வேட்டைக்குக் காத்திருக்கும் வேங்கைபோலானது சுவாதியின் முகம்.

•••

அத்தியாயம் முப்பத்து ஒன்று

மான் வேங்கையானது

திரும்பச் செல்வதற்கு நந்தனுக்கு ஆவல் அளவு கடந்து பொங்கிற்று. அவன் மனதின் பின்புறம் அடுத்து செய்யவேண்டியவை பற்றிய திட்டங்கள் ஓடத் தொடங்கிவிட்டன. காலையில் சீக்கிரம் கிளம்பினால் யார் கண்களிலும் படாமல் மாலைக்குள் கடம்பூர் காட்டை அடைந்துவிடலாம் என்று முடிவு செய்தான்.

'நானும் வருவேன்' என்று அவள் பிடிவாதம் பிடித்தால் என்ன செய்வது என்று பயந்தவனுக்கு ஆச்சரியம், அவள் இவ்வளவு சீக்கிரம் சம்மதித்ததற்கு. தம் பாதங்களைப் பற்றிக்கொண்டு தரையில் கிடந்தபடி அழுவாள் என்று நினைத்தால் இப்படி தைரியமாகப் பேசுகிறாளே!

ஓர் இரவு தங்கிச் செல்ல நந்தன் சம்மதித்த பின் சுவாதி அவனிடம். 'ஆம் நந்தா, உன்னை வெகு காலம் நான் அந்தப்புரத்திலேயே விட்டு வைத்திருந்தது பிசகாய் போயிற்று. இதுவும் கூண்டுபோலத்தானே. நாளைக் காலை செல். உன் வேலையை முடி. பின் திரும்பி வா. உனக்காக இவள் ஒருத்தி காத்திருக்கிறாள் என்று நினைவில் மட்டும் கொள். நீ நிச்சயமாக வருவாய் என எனக்குத் தெரியும். நமது உறவு அப்படிப்பட்டது. நீ சென்று தூங்கு. அதிகாலையில் நான் வந்து எழுப்புகிறேன்.'

நிம்மதியாகத் தன் அறைக்கு உறங்கச் சென்றான் நந்தன். அதிகாலையில் சுவாதி கதவைத் தட்டவில்லை. அன்றிரவு நடுநிசி நேரத்தில் கதவைத் திறந்துகொண்டு அவனிடம் வந்தாள்.

சற்று முன் கண்ணீரும் கம்பலையுமாய் தோன்றியவள் தன் தந்த நிறம் கொண்ட அவள் உடலை ஆடை ஆபரணங்களால் அலங்கரிப்பதில்

அன்று காட்டிய சிரத்தை அதற்குமுன் எப்போதும் காட்டியதில்லை. நிலாமதியின் கிரணங்கள்போல ஜொலித்துக்கொண்டு இருட்டறையில் நுழைந்தாள்.

கண்ணாடியின் முன் நிற்கும்போது நினைத்துக்கொண்டாள். 'இந்தப் பெண்ணின் அற்புத சௌந்தரியத்தைப்பற்றிக் கவலைப்படாமல் செல்கிறேன் என்கிறாயே கள்வா? பார்க்கிறேன்... எப்படிச் செல்கிறாய் என்று.'

'இனி நந்தனும் என்னைவிட்டு விலகக் கூடாது. நடேசனுக்கும் நான் தகுதியற்றவளாகவேண்டும்' என்று முடிவெடுத்தாள். 'இந்த ஓர் இரவில் எல்லாவற்றிற்கும் முடிவு கட்டுகிறேன். இந்த ஜீவனுள்ள தங்க விக்கிரகத்தைவிட்டுச் செல்ல எப்படி மனம் வரும்? அதுவும் இந்த இரவு நான் அரங்கேற்றும் மதனோற்சவத்துக்குப் பிறகு... அதற்கு மேலும் போகவேண்டும் என்றால் போக வேண்டிய சமயம் வந்திருக்கும்போது அவன் மார்பைக் கண்ணீரால் நனைத்த வண்ணம் கதறவேண்டும். 'இவ்விதம் நீ கண்ணீர் விட்டால், நான் என்ன தைரியத்துடன் போவேன்?' என்று கூறி, அழகிய முகவாயைப் பிடித்து நிமிர்த்துவான். இங்கேயே இருந்துவிடுவான்' என்று திட்டம் தீட்டினாள் மங்கை.

திட்டத்தை அவளா தீட்டினாள்? தீக்கு அருகே பஞ்சை வைத்து வேடிக்கை பார்த்தனர் ரதி மாறன் தம்பதியினர். இதை மீறியும் சென்றான் என்றால் பெருஞ் செல்வனான எவனோ ஒருத்தனுக்கு வாழ்க்கைப்படுவதைவிட இவன் நினைவாகவே காலத்தைக் கழித்துவிடலாம் என்று முடிவு செய்தாள்.

படுப்பதற்காக அமைந்திருந்த பஞ்சணை மெத்தை விரித்த கட்டிலில் நாலு பக்கமும் திரைச்சீலைகள் தொங்கின. காதலன் கவலையின்றி தூங்குகையில் அவள் ஒரு பக்கத்துத் திரைச் சீலையை மெதுவாகத் தூக்கினாள். அவனருகே சப்தமின்றி சென்று படுத்தாள்.

தேகம் வஜ்ர தேகம். ஆனால் அவன் மார்பின்மீது தலை சாய்த்துப் படுத்தால் அவளுக்கு மலர் மஞ்சம் போலிருந்தது. அவனது வலிய மூச்சுக்கு அவள் தலையைப் பந்தாடியது அவன் மார்பு. அவன் மார்பில் முகத்தைப் பதித்துக்கொண்டு முத்தமிட்டாள் சுவாதி. திடுக்கிட்டு எழுந்தவன் திரும்பி அவள் கண்களைப் பார்த்தான். அந்த இருட்டிலும் மின்மினிகள்போல் அவை மின்னிட்டுத் திகழ்ந்தன. அவ்விரண்டு பெயருடைய ஏக்கம் நிறைந்த கண்களும் சந்தித்தன.

பலநாள் அவளுடன் அவ்வளவு நெருங்கிப் பழகியும் இப்படி தேகரீதியாக அருகாமையைச் சந்தித்ததில்லை நந்தன். மனதைச்

சொக்க வைக்கும் பெண்ணின் மலர் மனம் அவனை மயக்கத்துக்கு உட்படுத்தியது.

அவளுக்கு மட்டுமல்ல, அவனுக்கும் தாபம் இப்போது அணைகடந்த வெள்ளமாயிற்று. இருவருக்கும் காதல் தங்கு தடையின்றி பொங்கி வந்தது, இரண்டு பெரிய நேச பிரவாகங்கள் ஒன்றோடொன்று கலந்ததைப் போலிருந்தது. பகலும் இரவும் அர்த்தமற்றுப் போயின. பூமியும் வானமும் ஒன்றாயின. சரியும் தவறும் தடம் மாறின.

பெண்ணின் மேனி நரம்புகளை யாழின் நரம்புகளாக்கும் வித்தை தெரிந்தவன் அவன். அதில் காதல் கானம் இசைத்தான்.

'அறியாப் பிராயத்துச் சிறு குழந்தையாக இருந்ததிலிருந்து காடுதான் என்றானே? இப்படிக் கைதேர்ந்தவன்போலக் காதல் புரிகின்றான்' என்று ஓர் எண்ணம் அவளுக்கு எழுந்தது. ஆனால் எண்ணுவதற் கெல்லாம் நேரமோ சக்தியோ இல்லை. அவன் உருவாக்கிய காதல் அலை அவளை நிலைகுலையச் செய்து அடித்துச் செல்லப் பார்த்தது. படுத்திருந்தவளுக்கே விழுவதுபோல் ஓர் எண்ணம். இரு கரங்களைக் கொண்டு மெத்தையின் மேல் விரித்த பட்டு விரிப்பைப் பற்றினாள்.

அவன் உத்வேகத்தில் மெத்தை கிழிந்து கட்டிலும் உடைந்து போகவில்லை என்பது ஆச்சரியத்துக் கிடமாயிருந்தது. அதுவரையில் என்றும் கண்டறியாத அனுபவங்கள் சுவாதிக்கு. நந்தனுக்கோ காதலுடன் சேர்ந்த இன்பம் முற்றிலுமாக வேறுபட்ட அனுபவம். இதர விஷயங்களையெல்லாம் மறந்தனர்.

அப்படித்தான் மற்றவரைப்பற்றி இருவரும் நினைத்திருந்தார்கள். ஆனால் சுவாதிக்கோ அவனை இங்கே கட்டிப் போடுவதிலும் நந்தனுக்கோ நாளைக் காலை தப்பிப்பதிலும் மனது இருந்தது.

தன் காதலை சிறிதும் சந்தேகத்துக்கு இடமின்றி வெளியிடும்படியாக இருக்கவேண்டும் என்று நினைத்தே அறைக்குள் வந்தாள். அந்தச் சமயத்திலேயே இருவரும் அழியாக் காதல் பிரதிக்ஞை செய்து கொள்கிறோம் என்று பேதைப் பெண் நினைத்தாள். அவனுடைய இதயத்தில் என்ன ஓடுகிறது என்று தெரிந்தால் அவளுடைய இருதயத்தில் ஒரு நரம்பு அறுபடுவது போலிருக்கும்.

காதலெனும் பிரளய வெள்ளத்தில் அகப்பட்டுக்கொண்டு திண்டாடிய அவள் பேசிய வார்த்தைகள் கோர்வையாய் இல்லை. ஆனால் அதன் சாராம்சம் புரிந்தது. அவள் காதலின் உத்வேகம் புரிந்தது.

நந்தனும்தான் சொர்க்கத்துக்குச் சென்று திரும்பியிருந்தான். இதில் அதிசயம் என்னவென்றால் அந்த சொர்க்கம் அவன் வாழ்நாள்

எல்லாம் நீடிக்கும் அழைப்பிதழ் இருந்தது. வேண்டாமென உதறியவன் அவன்தான்.

கிழக்கு வெளுக்கக் கூடாது, பொழுது விடியக் கூடாது என்று அவனைக் கட்டி அணைத்த போது சுவாதி நினைத்துக்கொண்டாள். அவனோ எப்போதடா பொழுது விடியும், இந்தப் பாசச் சங்கிலியை அறுத்துவிட்டுச் செல்ல என்று நினைத்தான்.

விடிய ஒரு சாமம் இருக்கும்போதே, கண்விழித்துவிட்டான் நந்தன். வழக்கத்துக்கு முன்னதாகவே துயில் நீங்கி எழுந்துவிடவேண்டும் என்ற முடிவில் மிகவும் அரைகுறையாகத்தான் தூங்கினான். மனமானது காலையில் என்ன செய்வது என்று எண்ணமிட்டுக் கொண்டுதான் இருந்தது.

அவன் மார்பைத் தலையணையாய் வைத்து உறங்கிக் கொண்டிருந்தாள் சுவாதி. அவ்வப்போது கனவில் சிரிப்பு வேறு. சொர்க்கத்தின் உச்சகட்டத்தில் இருக்கிறாள் என்று தெரிந்தது.

கீழ்வான முகட்டில் சூரியன் எழும் முன், தான் எழுந்து ஊரைவிட்டு வெளியேறவேண்டும். இந்தப் பெண்ணுக்கு துரோகம் செய்கிறோமா என்று நினைத்தவன் ஆறுதலும் சொல்லிக்கொண்டான். 'இல்லை, இல்லை அவள்தான் கேட்டுக்கொண்டாளே? ஓர் இரவு இருந்து விட்டுச் செல் என்று அனுமதி கொடுத்தாளே? ஆனால் கொஞ்சமும் அதைரியப்படாமல் எனக்கு விடைகொடுக்கவேண்டும் என்று எழுப்பிச் சொன்னால் விடுவாளா? சந்தேகம்தான். காலை இவள் எழும் முன் தப்பித்துவிடவேண்டும்.'

தன் நினைவு என்பதையே இழந்து அவள் ஆனந்த வெள்ளத்தில் மிதந்துகொண்டிருப்பதாகவே தோன்றியது. ஆனால் அவன் கிளம்பும்போது அவள் தூங்கவில்லை. உள்ளுணர்வு தட்டி எழுப்பியது... திடுக்கிட்டபடி அவன் வெளியே செல்வதைக் கவனித்தாள். மனதில் நினைத்து வைத்திருந்த மாற்று திட்டங்கள் எல்லாம் செயல்படுத்த முடியாமல் தவித்தாள். தடுக்க முயற்சிக்க வில்லை. இன்று தடுத்தால் நாளை செல்ல முடிவெடுப்பான்.

இனி அவனைப் பார்க்கமாட்டோமா என்று உள்ளத்தில் தோன்றிய எண்ணங்கள் அல்லல் செய்தன. அவளுக்கு ஏற்பட்ட வருத்தத்தை தெரிவிக்க ஏமாற்றமான குரலில் 'கடைசியில் கிளம்பிவிட்டாயே?' என்று சொல்லவேண்டும் போலிருந்தது. ஆனால் வாயில் வார்த்தைகள் வரவில்லை.

'விடை கொடுத்தனுப்ப எழுந்தால் நிச்சயம் அழுவேன். அவன் வாழ்நாள் முழுவதும் அப்படியே என்னை நினைத்துக்கொள்வான்.

நேற்று இரவு அவன் அனுபவித்ததை மட்டும் நினைத்தால் என்றாவது திரும்பி வருவான். அழுகின்றவள் என்று என்னை நினைத்தால் என்றும் வரமாட்டான்' என்று முடிவெடுத்தாள்.

நந்தனும் திரும்பிக்கூடப் பார்க்கவில்லை. அறையின் கதவை சாத்திச் சென்றான். கீழே வீட்டின் பிரதானக் கதவை முடிந்தவரை ஓசைப்படாமல் மெதுவாய் திறந்துகொண்டு வெளியே நந்தன் பிரவேசித்தான். எனினும் சுவாதி வீட்டுக் கதவுகூட அவன் போகக் கூடாது என்று கெஞ்சியது. 'கிரிச்' என்று கதறியது.

இடிந்து போனாள் சுவாதி. நேற்றிரவு உடல் இரண்டும் உயிர் ஒன்றுமாக இருந்ததுகூட அவனைக் கட்டுப்படுத்தவில்லையே? 'ஆண்களைப்பற்றி உனக்குத் தெரிந்த லட்சணம் அவ்வளவுதான். இனி அவனை நீ ஜென்மத்துக்குப் பார்க்க முடியாது' என்று மனதின் ஒரு பாகம் சொன்னது.

'நான் உன்னிடம் வைத்திருக்கும் அபிமானத்தில் ஆயிரத்தில் ஒரு பங்காவது உனக்கு என் மேல் உண்டா?' என்று சென்றுவிட்ட காதலனைக் உரக்க கேட்டாள்.

ஆனால் நந்தனுக்கோ அதெல்லாம் செவிகளில் விழவேயில்லை. அவன் கதவை சாத்திக்கொண்டு வீதியில் அடியெடுத்து வைத்தபோது நந்தனுக்கு முதலில் தோன்றியது அவநம்பிக்கைதான். இன்னும் தூக்கத்திலிருந்தே எழவில்லையோ என்ற எண்ணம் மேலோங்கியது.

அதிகாலையில் வீதியில் நின்ற கூட்டத்தை ஒரு தடவை தம் கண்களால் அளந்தான். தில்லையின் சாலைகளில் எல்லாம் ஏதோ அசாதாரணமான நிகழ்வு நடைபெற்றுக்கொண்டிருந்தது.

வாசலில் கூட்டத்தைக் கண்டதும், அதிலும் எல்லோரும் அரக்கப் பரக்க ஓடி வந்ததைக் கண்டதும், அவன் மனத்தில் ஏக காலத்தில் பல கேள்விகள் எழுந்தன. 'முக்கியமாக இவர்கள் யாரைக் கண்டு ஓடுகிறார்கள்?'

சூரிய உதயத்துக்கு முன்னாலிருந்தே தில்லை நகரில் அகதிகள் வந்து குவியத் தொடங்கினார்கள். ஒரே ஜனக்கூட்டம். எப்பேர்ப்பட்ட ஜனக்கூட்டம்! ரொம்பவும் அலைந்து களைத்துப்போய் முகத்தில் துயரும் உடலில் அயர்வும் கொண்ட அகதிக்கூட்டம். பெண்கள் எல்லாம் அழுத கண்ணும் வீங்கிய கன்னங்களும் சிந்திய மூக்குமாய் இருந்தனர்.

தன் கண்ணால் பார்த்தது, காதால் கேட்டது ஒன்றையுமே அவனால் நம்ப முடியவில்லை. 'என்னுடைய தில்லைப் பிரவேசத்தை

முன்னிட்டு இன்னும் என்னவெல்லாமோ விந்தைகள் வரப் போகின்றனவோ என்று எனக்கு தெரியவில்லையே!' என்று வியந்தான்.

ஆனால் ஒன்று. ருத்திராபதி தீக்ஷிதர் அவனை சிறை வைத்தபோது தன்னிடம் கூறிய வார்த்தைகளும் இப்போது நிகழ்ந்ததையும் மனமானது முடிச்சுப் போட்டுப் பார்த்தது.

'விதியின் விளையாடல்களை ஒருநாளும் ஊகம் செய்ய முடியாது என்பதில்லை. தீக்ஷிதர் சொன்னதெல்லாம் வாஸ்தவமாக ஆகி விட்டதே?' என்று நந்தனுக்கு தெளிவானது.

•••

அத்தியாயம் முப்பத்தி இரண்டு

அல்லோலகல்லோலம்

சிதம்பரம் அல்லோலகல்லோலப்பட்டது. அக்கம் பக்கத்தில் இரண்டு காத தூரம்வரையில் இருந்த எல்லா ஊர்களிலிருந்தும் மக்கள் வந்து திரண்டுவிட்டார்கள். அன்னியர் படையெடுப்பு என்ற செய்தி பரவியதிலிருந்தே சுற்றுப் பக்கங்களில் பெருங்கிளர்ச்சி உண்டாக்கியிருந்தது.

நந்தன் அகதிகளில் சிலரிடம் கூப்பிட்டு 'என்ன நடக்கின்றது?' என்று கேட்டான். 'ஏன் வந்தீர்கள், யார் படை எடுக்கிறார்கள், அவர்கள் என்ன கொடுமை செய்கிறார்களென்று ஊரைவிட்டு வந்தீர்கள்?' என்று சரமாரியாகக் கேள்விகளைப் போட்டான்.

சிலர் பதில் சொல்லாமல் ஓடினார்கள். நடந்த களைப்புத் தாங்காமல் ஓரமாய் உட்கார்ந்திருந்தவர்கள் விம்மலுக்கிடையே சொன்னார்கள்.

அவர்களை தைரியப்படுத்தினான் நந்தன். 'பயப்பட வேண்டாம். பாதுகாப்பான இடத்துக்கு வந்துவிட்டீர்கள். இங்கு உமக்குத் தீங்கு ஒன்றும் நேராது' என்றவனைப் பார்த்து விந்தையாகச் சிரித்தான் அகதி.

'வருபவனைப்பற்றி உமக்குத் தெரியவில்லை. இங்குதான் அவன் முதலில் வருவான். தொண்டை நாட்டிலிருந்து நடுநாட்டுக்கும் பின் சோழ நாட்டுக்கும் செல்லும் இராஜபாட்டையில் துருக்கியன் படை வந்துகொண்டிருக்கிறது.'

'துருக்கியனா. யாரவன்?'

அயல் தேசத்திலிருந்து வந்தவன் என்றும் வேற்று மதத்தைச் சேர்ந்தவன் என்றும் சொன்னார்கள். கோயில்களைச் சூறையாடி

பெண்களை அடிமைப்படுத்தி மற்றவரையெல்லாம் கொன்றதாகவும், வேகம் இருந்தவர் மட்டும் தப்பி வந்தனர் என்றும் சொன்னார்கள்.

அந்த அகதிகள் கூறியதைக்கேட்டு அவன் தலையே கிறுகிறுக்கும் போல் ஆகிவிட்டது. விஷயம் இன்னவென்று நந்தன் உணர்வதற்குச் சிறிது நேரம் பிடித்தது. ஒரு பெரும் படையெடுப்பு நிகழ்ந்து கொண்டிருந்தது. ஓர் எதிர்ப்பும் இல்லாமல் காற்றின் வேகத்தில் எதிரியின் படைகள் வந்து கொண்டிருந்தன. தன்னுடைய இராஜ்யத்துக்குள்ளே எப்பேர்ப்பட்ட ஆபத்து வந்திருக்கிறது என்பதை மதுரையில் இருந்த பாண்டிய அரசரே இன்னும் தெரிந்து கொண்டிருக்கமாட்டார்.

'என் ஊரில் கோயில்களை சூறையாடுகிறார்களா? என்ன தைரியம்! என்ன துணிச்சல் அவர்களுக்கு?' என்று பாண்டியன் வெகுண்டு எழவில்லை. ஏன், 'நானிருக்கும் கோயிலைக்கொள்ளையடிக்கிறாயா?' என்று கோயிலுக்குள் இருக்கும் சுவாமியும் உயிர்பெற்று வரவில்லை. கொள்ளையனை மின்னல்கொண்டு தாக்கவில்லை.

எவ்விதத் தடையுமின்றி எதிரி வருகிறான்... வருபவனின் மதம் பிற மதத்துடைய சிலைகளை உடைப்பதற்கும் கோயில்களை இடிப்பதற்கும் அனுமதித்தது. அதனால் கோயில்களைச் சுற்றி வளர்ந்த நகரங்களில் அபாயம் சூழ்ந்திருந்தது.

நந்தன் முதலில் நம்பாவிட்டாலும் போகப் போக நம்பினான். ஒருவர் இருவர் பொய் சொல்லலாம். ஓராயிரம் பேர் அதே பொய்யை எப்படிச் சொல்லுவார்கள்?

அன்னியர் படையெடுப்பின் துர்ச்செய்தி ஒன்றுக்கு நாலு மடங்காக வாய் மொழியாக நாடெங்கும் பரவியது. வந்தவர் யாரும் துருக்கியனைப் பார்க்கவில்லை. அவன் வருகிறான் என்ற செய்தியே எல்லாவற்றையும் விட்டுவிட்டு ஓடிவரச் செய்துவிட்டது. ஜனங்கள் அடைந்திருந்த பீதியையும் பரபரப்பையும் சொல்லி முடியாது. அனேகம் பேர் ஊரைக் காலி செய்து தெற்கே சென்றனர். அருகில் உள்ள காடுகளில் பதுங்கியவரும் ஏராளம். பாதி இடங்களில் காலியான நகரங்களே துருக்கியருக்கு வரவேற்புக் கூறின. அதைப்போலவே அவன் விடைபெற்றுப் போகும் வழியெல்லாம் கரிய பெரிய புகை மண்டலங்கள் தெரியும்படியே சென்றான்.

படையெடுப்புக்கு வேண்டிய தளவாட சாமக்கிரியைகள் எல்லாம் ஹொய்சலர்கள் கொடுக்கிறார்கள். அவர்களுடன் முன்னாள் பாண்டிய அரசன் சுந்தரபாண்டியனும் வழிகாட்டி வருவதாகச்

சொன்னார்கள். சுந்தர பாண்டியனுக்கு மீண்டும் அவன் இழந்த பாண்டிய தேசத்தைக் கைப்பற்றித் தருவதாக உறுதி அளித்திருந்தானாம் துருக்கியன்.

சுந்தரனின் அண்ணனோ தன் அரியணையைத் தக்க வைத்துக்கொள்ள தன் படைகளைத் தன் அரண்மனையைச் சுற்றியே வைத்துக் கொண்டால் நாட்டுப்புறத்தில் என்ன காவலிருக்கும் என்று மக்கள் பேசிக்கொண்டனர்.

எதிர்ப்பதற்கு சைனியமின்றி வந்த துருக்கியன் காற்றின் வேகத்தில் வந்தான். அவனுக்கு தாமதமாவது ஒன்றுதான். கொள்ளையடிக்கவோ இடித்துத் தள்ளவோ கோயில் கிடைத்தால் மட்டுமே ஓர் இடத்தில் தங்குவான்.

மூலை முடுக்குகளிலெல்லாம் இருந்த பொக்கிஷங்களைத் திரட்டிக் கொண்டு மக்கள் ஓட முயன்றனர். எதிரி சிதம்பரம் வருவான் என்று தெரியும். அதற்குப் பின் எத்திசையில் செல்வான் என்று தெரியவில்லை. அதனால் தப்பி ஓடும் மக்களுக்குக் கஷ்டம்.

ஊருக்குள் நடந்து போய்க்கொண்டிருந்த நந்தனுக்கு என்ன செய்வது என்று முதலில் ஒன்றும் புரியவில்லை. நமக்கென்ன என்று காட்டுக்குப் போய்விடலாம். ஆனால் தீக்ஷிதர் சொன்னது அப்படியே நடக்கிறது என்பது ஓர் ஆர்வத்தைக் கொடுத்தது.

தில்லைக்குத் துருக்கியன் நிச்சயம் வருவான். உலகிலேயே மிகப் பிரசித்தி பெற்ற கோயில் அல்லவா? அதன் செல்வமும் அளவிட முடியாததல்லவா? ஆனால் துருக்கியர் வர எப்படியும் ஓரிரு நாள் ஆகும். ஆற அமர யோசித்துச் செயல்பட நேரம் இருந்தது. தான் தனியொருவன் என்பதால் எப்போது வேண்டுமானாலும் காட்டுக்குள் சென்றுவிடலாம்.

அதனால் வேறுவித எண்ணங்கள் அவனை முற்றுகையிட்டன. ‘என் ராசியே ராசி. எனக்கும் இந்தப் படையெடுப்புக்கும் என்ன சம்பந்தம்? ஆனால் முதல்முறையாக நான் வரும்போதுதான் பல ஆயிரமாண்டுகளாய் கொத்தளமின்றியும் படையெடுப்புக்கு உட்படாத தில்லைக்கு இது நேர வேண்டுமா?’

சற்று நேரத்துக்கெல்லாம் கோயிலின் கிழக்கு கோபுரத்தை அடைந்தான். மக்கள் வெள்ளம் எத்திசையில் செல்வதென்று அறியாமல் தடுமாறியது. அவர்களுடன் போராடி கோயில் கிழக்கு வாசலை அடைந்தான். அந்த மாபெரும் கதவுகள் பூட்டப் பெற்றிருந்தன. உடனே மாடவீதிக்குச் சென்று மக்கள் வெள்ளத்தைக்

கடந்து கோயிலின் வேறொரு கதவுக்குச் செல்ல முடியாது என்று முடிவெடுத்தான்.

இதுவும் நல்ல சந்தர்ப்பம்தான். கோயிலுக்குள் செல்வதற்கு முன் உண்மையென்ன என்று கண்டறியவேண்டும் என்று ஆசைப் பட்டான். நுழைவாயிலை ஒட்டிக் கட்டப்பெற்ற ஒரு வீட்டின் மேலே ஏறினான். ஒருவரும் ஏன் என்ன என்று கேட்கவில்லை. அந்த வீட்டின் கூரையின்மீது ஒரே தாவலில் தில்லைக் கோயில் சுவரின் மதில் மேல் ஏறியவனுக்கு அதிசயம். ஆகா! உள்ளுக்கும் வெளிக்கும் எவ்வளவு வித்தியாசம்? அமைதியான தீவு போலிருந்தது கோயிலின் உட்புறம். வெளியில் நடக்கும் போராட்டத்துக்கும் அதற்கும் சம்பந்தமே இல்லை.

நடேசன் கோயிலைச் சுற்றிய மதில் மேல் வேகமாக நடந்தான். ஆங்காங்கே வைக்கப்பட்ட சுதை நந்திகள் தடுக்கி விட்டுவிடாமல் சற்று நேரத்துக்கெல்லாம் கிழக்கு கோபுரத்தை அடைந்தான். கோபுரத்தின் உட்புறம் ஏறுவதற்கு மர ஏணி இருந்தது. அதில் ஏறி கோபுரத்தின் முதல் நிலைக்கு வந்தான். பின் அங்கு மற்றும் ஒரு மர ஏணி எதிர்த்திசையை நோக்கி இருந்தது. அதில் ஏறத் தொடங்கினான்.

இப்படியே ஏறி ஏறி சில நிமிடங்களில் கோபுரத்தின் உச்சிக்குச் சென்றுவிட்டான். அங்கு இருந்த ஒன்பது கும்பங்களுக்கு இடையே நிற்க இடமிருந்தது. அங்கிருந்து பார்வையைக் கீழே செலுத்தினான். ஆகா! கோயிலின் தரிசனம் அழகே உருவாய் இருந்தது. தங்கக் கூரைகளைக் கவிழ்த்து அடியில் கோயில்கள் இருந்தன. ஆனால் ரசிக்க நேரம் இல்லை. இன்னும் ஒரு நாளில் இந்தக் கோயில் எப்படி இருக்குமோ? மேற்கு முகமாகத் திரும்பினான், ஒரு நடுக்கம் அவன் உடலை ஆட்கொண்டது. மேலிருந்து கீழே விழாமல் கும்பம் ஒன்றைக் கைப்பிடியாய் பிடித்துக்கொண்டான்.

சிதம்பரத்தை ஒட்டிய நதி அழகாய் நீல நிறக் கோடுபோலத் தெரிந்தது. மாபெரும் துருக்கிய சைனியம் அந்த நதிக்கரையில் தண்டு இறக்கி இருந்தது. ஆங்காங்கு அமைந்திருந்த கூடாரங்கள்மீது பறக்கவிட்டிருந்த பச்சைக்கொடிகள், இளங்காற்றில் படபடவென்று அடித்துக்கொண்டிருந்தன. யானைகளும் குதிரைகளும் ஒட்டகங்களும் ஆட்களும் கண்ணுக்கெட்டிய தூரம் நின்றன.

பெரிய சைனியம் எதிர்த்தாலும் முறியடித்து ஊரை சின்னா பின்னமாக்கிவிடக் காத்திருந்தது துருக்கிய சைனியம். தில்லைக்கோ கோட்டையும் இல்லை கொத்தளமும் இல்லை. ஏன் அரை நொடி

எதிர்ப்புத் தெரிவிக்கக்கூட ஒரு படை இல்லை... துருக்கியர் முன் இந்தத் தொன்மையான நகரம் நிராயுதபாணியாக நின்றது என்பதுதான் அப்பட்டமான உண்மை.

மகா முட்டாள் உலகம். காட்டை வண்டிகள் கடக்கும்போதே இரு வேலேந்திய காவலர்களை அனுப்புகிறார்கள், அரிசி மூட்டையையும் பருப்பு மூட்டையையும் பாதுகாக்க. இங்கு தங்கக்கூரை அமைத்து காவலுக்கு ஒரு படையையே நிறுத்த வேண்டாமா?

தில்லை நகர் எதிரே அகழி போலிருந்த நதிக்கு அக்கரையில், துருக்கியர் சைனியம் ஆயத்தமாயிருந்தது. அதிர்ஷ்டவசமாக நதியில் தண்ணீர்ப் பிரவாகம் குறையாமல் ஓடியது. அதனால் நதியைக் கடப்பது தனி வீரர்களுக்கு எளிதாயிருந்தாலும் படை சாமான்களை எல்லாம் எடுத்து வர பாலம் கட்ட வேண்டியிருந்தது.

அப்போது தீபாராதனைக்குரிய ஆலாட்சி மணி மக்களுக்கு ஆபத்தைச் சொல்ல தொடர்ந்து ஒலித்தது. யாரோ ஒருவன் நல்லெண்ணத்தில் மக்களை எச்சரிக்கை செய்ய அடிக்கத் தொடங்கினான். நந்தனுக்குத் தூக்கி வாரிப்போட்டது. ஆனால் தன்னைப்போலவே அவசரத்தை உணர்ந்தவர் யாரோ செய்கிறார்கள் என்று நினைத்தான்.

அலையெறியும் கடலைப்போல் விளங்கிய துருக்கியர் சேனாசமுத்திரமானது தில்லையை மூழ்கடித்தால் மிஞ்சிப் பிழைப்பது சிலரே என்று சொல்லித் தெரியவேண்டாம். அதனால் எல்லோரையும் வெளியே ஓடச் சொன்னது ஆலாட்சி மணி.

கோயில் கோபுரத்தின் மேல் நின்று கழுகையும் அதன் இரையையும் மாற்றி மாற்றிப் பார்த்தான். தில்லை நகர் பரபரப்பில் இருந்தாலும் துருக்கியன் படை எதற்கும் கவலைப்படாமல் இருந்தது. சமையல் நடந்துகொண்டிருந்தால் அதன் புகை மண்டலம் ஆற்றின் அக்கரையைச் சூழ்ந்துகொண்டிருந்தது. பலர் குதிரைகளைக் குளிப்பாட்டிக் கொண்டிருந்தார்கள். படைபோலவேயில்லை. ஏதோ நாடோடி கும்பல் போலிருந்தது.

துருக்கியன் நோக்கமும் தெளிவாய் இருந்தது. முழு சைனியமும் வந்து சேர்ந்த பிறகு தில்லை நகரை ஒரு பெருந் தாக்காக தாக்கி நிர்மூலம் செய்துவிடுவது என்றும், அதுவரையில் அப்போது வந்து சேர்ந்திருந்த இடத்திலேயே தங்குவது என்றும் தீர்மானித்திருந்தார் போல. கோயிலின் செல்வம் எங்கேயும் ஓடிப் போய்விடாதென்றும், ஆற்றின் மேல் ஒரு மரப்பாலம் கட்டினால் படைகள் அதைத் தாண்டிச் சென்று தில்லையை தாக்கிப் பிடிப்பது சுலபமாகிவிடுமென்றும் துருக்கிய சேனாதிபதி முடிவெடுத்து இருக்கவேண்டும்.

ஆம், உற்றுப் பார்த்தால் பாலம் கட்டிக்கொண்டிருந்தனர். மரங்களை வெட்டி யானைகள் இழுத்துவந்து ஆற்றங்கரையில் போட்டுக் கொண்டிருந்தன. தமக்கு முன்னால் துருக்கியர் சைனியம் ஆற்றைக் கடந்து கோயிலைச் சூழ்ந்துகொண்டது என்றால் அபாயம்.

நந்தன் முகத்தில் ஒரு தீர்மானம் தோன்றியது. செய்யவேண்டியது என்னவென்று முடிவெடுத்தான். இந்த நிலையில் அந்தக் கிழட்டு தீக்ஷிதர் சொன்னது எல்லாம், அன்று அர்த்தமற்றதாய் இருந்ததெல்லாம் இன்று பூரணமாய் அவனுக்குப் புரிந்தது.

தில்லையின் மிக உயரமான இடத்தில் ஜனதுன்யமான இடமான கோபுரத்தின் உச்சியில் நின்று கொண்டிருந்தான் நந்தன். சுற்றியடித்த காற்று அவனைத் தள்ள நினைத்தது. உறுதியாய் நின்றான். மனதிலும் ஓர் உறுதி உருவாகிக்கொண்டிருந்தது

உள்ளத்திலே நடந்துகொண்டிருந்த போராட்டத்திற்கு இனி இடமில்லை. அவன் வாழ்க்கையின் நோக்கம் என்னவென்று தெரிந்துவிட்டது. அந்தப் பேரபாயத்திலிருந்து நடேசனைத் தப்புவிக்கும் பொறுப்பும் பாக்கியமும் தனக்குரியவை என்பதையும் உணர்ந்தான்.

'நான் அறிவீனன்; நான் தில்லைக்கு கம்பூஜக் கல்லை அபகரிக்க வில்லை. நடேசனைக் காக்கவே வந்திருக்கிறேன்' என்று தெள்ளத் தெளிவாய் அந்த கொள்ளைக்காரனுக்கு புரிந்தது.

•••

அத்தியாயம் முப்பத்து மூன்று

அவன் வருவானா?

தில்லை, ஊரே அல்லோலகல்லோலப்பட்டுக் கொண்டிருந்தபோது கோயில் மட்டும் எப்படியிருக்கும்?

நடேசன் கோயிலைப் பாதுகாக்கும்படி எச்சரிக்கை கொண்டு வடக்கிருந்து பாதிரிபுலியூர், திருசோபுரம் போன்ற கோயில்களிலிருந்து தூதுவர்கள் வந்தார்கள்.

தில்லைவாழ் அந்தணர்களின் தலைமை தீக்ஷிதர் செய்தி கேட்டு பதறுவார் என்று நினைத்தவர்களுக்கு ஏமாற்றம். அதை எதிர்பார்த்தவர்போலவே அமைதியாய் இருந்தார். ஞானதிருஷ்டியில் இதைப்பற்றி ஏற்கெனவே அறிந்துவிட்டாரா என்று நினைத்தார்கள். ஆனால் தூதுவர்கள் பேசும் ஒவ்வொரு வார்த்தையும் அவருக்கு ஜோசியரின் வார்த்தைகளை நினைவூட்டின.

ஆனால் உடனே கோயிலுக்குள் விரைந்தார். அவருடன் கோயிலுக்கு நடக்கும்போதே தூதுவர்கள் பல விஷயங்களைப் பகிர்ந்து கொண்டார்கள். துருக்கியர் பெரும் படையுடன் தில்லைக்கு இரண்டு காத தூரத்தில் வந்துகொண்டிருக்கிறார்கள் என்றும் நடேசன் கோயிலை எப்படியாவது பாதுகாக்கவேண்டும் என்றும் செய்தி அனுப்பியிருந்தார்கள் வடக்கிலிருந்த கோயில்களின் பக்தர்கள்.

வடக்கிலிருந்த ஷேத்திரங்களுக்கும் பெரும் சேதம் என்று பேசினார்கள். அங்கெல்லாம் கோரமான காட்சிகள் நகரப்புறம் எங்கும் இருந்தனவாம். ஆயிரம் பதினாயிரம் பேர் வாளால் வெட்டுண்டும் வேல்களால் குத்துண்டும் மாண்டு விழுந்தார்களாம். உயிரற்ற உடல்கள், மலை மலையாகக் குவிந்தனவாம். பெண்கள் மட்டும் கொல்லப்படவில்லையாம். அவர்கள்

அடிமைப்படுத்தப்பட்டனர். பின் ஊர்கள் எல்லாம் தீக்கு இரையானதையும் கூறினார்கள்.

தில்லைக் கோயிலின் கதவுகள் இரவிலிருந்து பூட்டப்பெற்றபடி இருந்தன. அப்படியே இருக்கட்டும் என்று கட்டளையிட்டு கிழக்குக் கதவை மட்டும் திறந்து உள்ளே வந்தார்கள். ஆனால் அது எதிரிக்கு பயந்து அல்ல. உயர்ந்த மதில்களைக்கொண்ட கோயில் ஒரு பாதுகாப்பு அளிக்கும் என்று எதிர்பார்த்து ஊர் மக்கள் உள்ளே குவியத் தொடங்கினால் பின் வேண்டுமென்றால் நடேசனை வெளியே எடுத்துச் செல்ல முடியாது என்று அவருக்குத் தெரியும். பாரபட்சம், தயவு தாட்சண்யம் இல்லாமல் நடந்துகொள்ள வேண்டிய வேளையிது.

‘உள்ளே யாரையும் அனுமதிக்காதீர்...’ என்று உத்தரவிட்டார் ருத்திராபதி. பின் நேரே பொன்னம்பலத்துக்கு நடந்தார். கோயிலின் கர்ப்பக்கிருஹ கதவுகளைத் திறக்கச் சொல்லி, முன் இரவில் இட்டுச் சென்ற திரையை விலக்கி நடேசனுக்கு தீபாராதனை காட்டச் சொன்னார்.

தீப ஒளியில் நடேசன் ஜொலிக்க அவன் நிழலோ பின்னிருந்த சுவரில் நடனம் ஆடியது. ‘நடேசனின் தூக்கிய திருவடி நமக்கெல்லாம் அபயப் பிரதானம் அளிக்காதா?’ என்று மனதுக்குள் ஆதங்கம். ‘துருக்கிய ராட்சதர்கள் ஆயிரம் ஆயிரம்பேர் கைகளில் இரும்பு உலக்கைகளைக்கொண்டு இந்தக் கோயிலைத் தாக்கப் போகிறார்கள். அது உறுதி. நடேசா, நீ என்ன செய்யப்போகிறாய்?’ என்று மனதுக்குள் கேட்டார்.

முகம் மாறாமல் சிரித்துக்கொண்டிருந்தான் நடேசன்.

பின் ருத்திராபதி யோசிக்க உட்கார்ந்தார். செய்தி கேட்டு தொய்வுற்றிருந்த முகங்களுடன் வந்த தீக்ஷிதர் எல்லோரும் ஓர் எதிர்பார்ப்புடன் அவரையே உற்றுப் பார்த்தனர். எல்லோரும் ஓடி வந்த அகதிகளிடம் பேச்சு கொடுத்திருந்தனர்.

தீக்ஷிதர்களில் ஒருவர் ‘வருபவனிடம் சமரசத்துக்கு என்ன விலை என்று கேட்க வாய்ப்புண்டா?’ என்றார்.

தலையசைத்தார் ருத்திராபதி. ‘தூதுவர் சொல்வதைப் பார்த்தால் சமரசம் என்பதற்கே இடமில்லை. அந்த மூர்க்கனுடைய மனத்தை மாற்ற இயலாது. மற்ற மதங்களுக்கு மதிப்பு என்பதே இல்லாத கசடனுடன் என்ன பேசிப் பார்ப்பது?’ என்று அவருக்குத் தோன்றியது.

தில்லையம்பலத்து கோயிலுக்குப் பொற்கூரை வேய்ந்த அரசர்கள் அதன் பாதுகாப்புக்கு ஏற்பாடு செய்யாமல் சென்றது வருத்தத்துக் குரியது. அந்த கவனக்குறைவால் ஆயிரமாயிரமாண்டு பிரயத்தன மெல்லாம் நாசமாகிவிட்டது. ஆனால் அவருக்குத் தெரியும். இதுவரை ஒருவரைத் தோற்கடித்து ஆட்சியைப் பிடித்த மற்றொரு அரசன் மீண்டும் சிற்றம்பலத்துக்கு மானியம் அளித்தானே தவிர அதன் செல்வங்களைக் கொள்ளையடிக்க நினைக்கவில்லை. அதனால் அகழிக்கோ சுற்றுச் சுவருக்கோ தேவைகள் ஏற்படவில்லை என்று அவருக்குப் புரிந்தது.

சமரச நோக்கம் கொண்ட மதமே உலகில் இல்லை. எந்த மதத்தைப் பின்பற்றுபவரும் இதர மதங்களுக்கு நல்லெண்ணமோ நோக்கமோ கொள்வதில்லை. தம் மதமே வளரவேண்டும் என்று எல்லோரும் நினைக்கின்றனர். சிலர் அதற்காகக் கத்தி ஏந்துகின்றனர். சிலரோ வேறு வழிகளைக் கடைபிடிக்கிறார்கள். ருத்திராபதியின் கண்கள் தானாக சித்திரக்கூடத்துக்குத் திரும்பின. காலி அறை சாந்தும் செங்கல்லும் வைத்துப் பூசப்பெற்றது தெரிந்தது. அங்கிருந்த பள்ளிகொண்ட கோவிந்தராஜரை கொண்டு போய் குலோத்துங்கன் கடலில் எரியவில்லையா? அதற்குப் பின் நமது சைவ மதம் இவ்வளவு நாள் தப்பித்துவிட்டது நம் அதிர்ஷ்டம்.

‘நிச்சயமாக எதிரி தில்லைக்கு வருவான். தன் சாம்ராஜ்யத்தின் விஸ்தரிப்புக்கான ஆசையைவிட பொன்னும் மணியுமே அவன் மனத்தைப் பெரிதும் கவர்ந்தன என்று தூதுவர்கள் சொல்கிறார்கள். உலகில் சுவர்ணம்கொண்ட கூரை நம்மிடம் மட்டும்தான் இருக்கிறது என்று தம்பட்டம் அடித்துக்கொண்டோம் அல்லவா? அதன் பலன், கோயிலின் பெருமை மட்டுமல்ல. அதன் அழிவுக்கும் வழிவகுக்கப் போகிறது. அதனால் நம் குலத்துக்கு என்றுமில்லாத பெரும் விபத்து ஏற்பட்டுவிடப் போகிறது’ என்றார் ருத்திராபதி.

சற்று நேரம் மௌனம் குடிகொண்டது. எல்லோருக்கும் அடுத்த கேள்வி தெரிந்தும் அதை வாய்விட்டுச் சொல்ல பயம்.

அந்தக் கேள்வி ‘அடுத்து என்ன செய்வது?’ என்பதுதான். சொல்ல முடியாத மனக் குழப்பத்தில் ஆழ்ந்திருந்தார்கள் எல்லோரும். அந்தக் கேள்வியை உச்சரித்து இன்னும் ஏன் குட்டையைக் குழப்ப வேண்டும்?

வெளியே தில்லைவாழ் மக்களுக்கு இது கனவா, நனவா? என்று அளவில்லா கவலை தோன்றியது. எல்லோரையும் காட்டிலும் அதிகமான கவலை, கோயிலுக்குள் ருத்திராபதியின் முகத்தில் இருந்தது.

நடேசனை இப்போது காப்பது முக்கியம் என்று எல்லோரும் அறிந்தார்கள். வெறும் சிலை என்று நினைக்க முடியாது. காலம் காலமாக நடேசன்தான் சைவம். சைவம்தான் நடேசன்.

பூமியின் இருதயமாய் தில்லை புகழ் பெற்றுத் திகழ்ந்தது. அதன் உயிர்மூச்சான நடராஜர் நிலையை தற்போது நினைத்துப் பார்த்தால் எவருக்கும் கதிகலங்கும். நடராஜர் அன்னியர் கையில் அகப்படக் கூடாது என்பதே இப்போது பிரதான ஆசை. மற்றவர் வாழ்வு சாவெல்லாம் ஒரு பொருட்டே இல்லை.

பலருக்குப் பொங்கிக் கொண்டுவந்த அழுகையை மிகவும் பிரயத்தனப்பட்டும் அடக்க முடியவில்லை. நம்மையெல்லாம் தடுத்தாட்கொண்ட பெருமான் பெரும் சைன்யத்தைத் திரட்டிக் கொண்டுவரும் எதிரியைத் தடுக்க எழுந்தருளமாட்டாரா என்ற ஏக்கம். சத்ருக்களைத் துவம்ஸம் செய்ய ஆண்டவன் அவதாரம் எடுப்பது கலியுகத்தில் நடக்காதா?

பலமுறை பல கோயில்களில் நடந்ததுபோல பூமாதேவியைப் பூரணமாக நம்பும் திட்டத்தைக் செய்துகொள்ளலாம் என்று சொன்னார்கள் சிலர். இல்லை சிவகங்கைக் குளத்தில் சிலையைப் போட்டுவிடலாம் என்றும் சொன்னார்கள்.

ஆகம சாஸ்திரத்தில் ஆபத்துக் காலங்களில் உற்சவ சிலைகளை மண்ணுக்கு அடியில் புதைத்து வைக்க அனுமதியிருந்தது. கோயிலுக்குள் சுத்தமான இடத்தைத் தேர்ந்தெடுத்து குழியைத் தோண்டி, ஆற்று மணலைப் பரப்பவேண்டும். அதன் மேல் தர்ப்பைப் புல்லைப் பரப்பி வைத்துவிட்டு பூமாதேவியைப் பிரார்த்தித்து பிரதான மந்திரத்தை வேதியர்கள் உச்சரிக்க புண்ணிய ஜலத்தைத் தெளிப்பார்கள். பின் கோயிலுக்குள் சென்று சிலையின் அனுமதியைப் பெறப் பிரார்த்திக்கவேண்டும். ‘கஷ்டம் இருக்கும் வரை பூமிக்குள் நீர் புதைந்திருக்கவேண்டும்’ என்று கேட்டுக்கொண்ட பின் உற்சவரின் சக்தியானது மூலவருக்கு மாற்றப்படும். பின் சிலை கிழக்கை நோக்கித் தலை வைத்தாற்போல் தலை குப்புற வைத்து மண்ணால் மூடுவார்கள். அதை ஒரு மாதத்தில் வெளியே எடுத்தால் எப்படி, ஆறு மாதத்தில் எடுத்தால் எப்படி, பல ஆண்டுகளுக்குப் பின் எடுத்தால் எப்படி பூஜைகள் செய்து கோயிலுக்குள் எடுத்துச் செல்லவேண்டும் என்று கூறியிருந்தது ஆகம சாஸ்திரம்.

ஆனால் பூமிக்குள் வைப்பதற்கு எதிர்ப்பு இருந்தது.

‘நன்றாக யோசித்து முடிவெடுக்கவேண்டும். வருபவர் அதையேதான் எதிர்பார்ப்பார்கள். நம்மில் எவரேனும்

சித்திரவதையின் பெயரில் உளறிவிட்டால் நடேசன் இருக்கும் இடம் எதிரிக்குத் தெரிந்துவிடலாம்' என்றனர் சிலர்.

எல்லோரையும் அமைதியாய் இருக்கச் சொல்லி ருத்திராபதி கையை உயர்த்தினார். ஜோசியர் வந்து பிரசன்னத்தைப்பற்றிச் சொன்னார். நடேசனே ஆள் ஒருவனை அனுப்புவார் என்று பிரசன்னம் சொன்னதை விளக்கினார்.

கூட்டத்தில் சிலர் 'அதை நம்பியெல்லாம் காலங்கடத்திக் கொண்டிருக்கக் கூடாது. அப்படிப்பட்டவன் வரமாட்டான்' என்றனர்.

தீக்ஷிதர், 'வந்தான். அவனைப் பிடித்தும் வைத்தேன். ஜோசியரிடம் கேட்ட அந்தப் பிரசன்னம் அப்போது எனக்கு வெகு உபயோகமாக இருந்தது என்று நினைத்தேன். ஆனால் அவன் கைநழுவிவிட்டான்.'

பிரசன்னத்தில் வந்தது இதுவரை எல்லாம் சரியாயிருந்தது. கோயிலை சூறையாடும் துருக்கியன் வருவானென்றும், நடேசனை பத்திரப்படுத்த ஒருவன் வருவானென்றும் அல்லவா கூறியது. பாதி உண்மையானது என்றால் முழுதும் உண்மையாக நிறைவேறும் என்று நம்பிக்கை வைத்திருந்தார் ருத்திராபதி.

'ஆளை அனுப்பிய கடவுள் அவனுக்கு இதுதான் கடமை என்று சொல்லி அனுப்பியிருக்கக் கூடாதா?' என்று நினைத்த தீக்ஷிதர், நந்தன் தப்பித்ததில் பெரும் ஏமாற்றத்திற்குள்ளானார். ஆனால் அவருக்கு உதவ அவன் சரியான நேரத்தில் வருவான் என்ற எண்ணம் மட்டும் அவர் மனதைவிட்டு அகலவில்லை.

பக்கத்தில் இருந்தவனை விசாரித்தார். 'அவனை அப்புறம் பார்த்தாயா? அல்லது அவனிருக்குமிடத்தை பற்றி ஏதேனும் செய்தி உண்டா?'

இல்லையென்றவுடன் 'என்னுடைய அபிப்பிராயம் நமக்கு வந்த தெய்வீகச் செய்தி அவனுக்கும் எட்டியிருக்கும். இன்னும் சிறிது நேரம் காத்திருப்போம். குறிப்பிட்ட சமயத்துக்கு வந்துவிடுவான். இவ்வளவு சரியாய் இருந்த ஜோசியம் பொய்க்காது...' என்று அவர் மட்டும் சொல்லிக்கொண்டிருந்தார்.

மற்றவர்கள் பொறுமை இழந்தார்கள். 'வருகிறவன் மகா மூர்க்கன் என்று கேள்வியாயிற்றே. நடராஜரின் கதி என்ன ஆகுமோ என்று மனதுக்குக் கவலையாயிருக்கிறது. ஆபத்தென்றாலும் பிறத்தியாரிடம் நடராஜரை ஒப்புவிப்பதா? நாமின்றி நடராஜர் இல்லையே... தெரியாதவன் ஒருவனுக்காக நாம் காத்திருக்க வேண்டாம். நாமே குழி தோண்டி நடராஜரைப் புதைத்துவிடலாம். இல்லை துணியில்

சுற்றி சிவகங்கைக் குளத்துக்குள் போட்டுவிடலாம். இல்லை நமக்குள் ஒருவரை நடராஜர் சிலையுடன் வெளியூருக்கு அனுப்பலாம்' என்று குரல்கள் எழுந்தன.

ருத்திராபதி அவ்வப்போது ஊருக்குள் அனுப்பி செய்தி சேகரித்து வரச்சொன்னார். எதிர்பார்த்ததைவிட துருக்கியன் அதிவேகத்தில் வந்துவிட்டதாகச் செய்தி வந்தது. அதுவும் தில்லைக்கு வடக்கே ஓடும் ஆற்றின் அப்பால் தண்டு இறக்கியதாக செய்தி வந்தது. காலை வந்த தூதுவனுக்கு மிக சொற்ப தூரத்தில் பின்தொடர்ந்தே வந்துவிட்டான் எதிரி. கேட்டவுடன் முதலில் தலை சுற்றியது. முன்னைக் காட்டிலும் அதிகப் பரபரப்பை அடைந்து கண்ணில் நீர் ததும்பத் தொண்டை அடைக்கத் தன்னையே திட்டிக் கொண்டார்.

நடராஜர் அபாயத்துக்கு ஆளாகப் போகிறார். தன் குலம் ஆபத்தான நிலையில் இருந்தது. அழியப் போகிறது. இதை எண்ணியபோது அவருடைய வேதனை பன்மடங்காக அதிகரித்தது. கண்ணைத் துடைத்துக்கொண்டார். அந்தச் செயல் அவர் ஒரு முடிவுக்கு வந்துவிட்டார் என்று பார்ப்பவருக்குப் புரிய வைத்தது.

அந்த நந்தன் பயலைப் பிடித்து வைத்திருக்கவேண்டும். இப்போது அவனை எங்கு சென்று தேடுவது? இனி காத்திருப்பதில் பிரயோஜனம் இல்லை. வேறு ஏற்பாடு செய்யவேண்டும் என்று முடிவெடுத்தார்.

அப்போது பார்த்து -

'அய்யா!' என்று ஒரு குரல் கேட்டது.

•••

அத்தியாயம் முப்பத்து நான்கு

நடேசனுக்குப் பிரியாவிடை

‘யாரையும் கோயிலுக்குள் அனுமதிக்கக் கூடாது என்று கட்டளை பிறப்பித்த பின் இப்போது பார்த்து யார் வந்து தொல்லை செய்வது?’ எனத் திரும்பியவருக்கு முகத்தில் முதலில் ஆச்சரியம் மட்டும்தான். அதன் பின் பல உணர்ச்சிகளின் கலவை தோன்றியது. ஏனென்றால் சரியாக அந்த நேரம் பார்த்து மூச்சிரைக்க நந்தன் ஓடி வந்தான்.

நந்தன் தென்பட்டதும் சிரித்தார். ஆனால் அது ஒரு சோகச் சிரிப்பு. பிரசன்னம் உண்மை என்று திரும்பத் திரும்ப இவன் வரவே வலியுறுத்துகிறதே! போனமுறை சந்திந்த போதிருந்த கசப்பெல்லாம் இல்லாமல் அவனும் விரைந்து வந்து அவரை அணுகி ஒரே பரபரப்புடன், ‘அய்யனே! தங்களுக்கும் இந்தக் கோயிலுக்கும் பேரபாயம் சூழ்ந்திருக்கிறது; உடனே இங்கிருந்து போய்விடுவோம் வாருங்கள்!’ என்று அலறினான்.

போனமுறை அவர் அதைப்பற்றிச் சொன்னபோது அதை நிராகரித்து விட்டுத் தப்பித்தவன் அவன். ‘ஆகா! உனக்கே புரிந்துவிட்டதா?’ என்று நையாண்டியாகக் கேட்கத் தோன்றியது. ஆனால் நந்தனை நோக்கி அமைதியாய் பதில் சொன்னார் ருத்திராபதி.

‘அபாயம் வந்திருக்கிறதுதான். ஆனால் நான் செல்வதற்கில்லை. நீ மட்டும் செல். நடராஜரை எடுத்துச் செல்’ என்றார்.

நந்தனுக்கு அப்போது ஏற்பட்ட ஆச்சரியத்தில் என்ன சொல்வது என்று திகைத்தான். கோயில் கோபுரத்தின் மேலே இருந்து எதிரியை அருகாமையில் பார்த்தவுடன் உள்ளே சென்று ஏதாவது உபகாரம் செய்யலாமா என்று கேட்க எண்ணினான். இப்போது அவனுக்காகவே எல்லோரும் காத்திருந்தது போலிருக்கிறதே?

மறுமொழி கூறாமல் மௌனமாய் அவன் நிற்கவே ருத்திராபதி தொடர்ந்தார். 'உனக்காகத்தான் இத்தனை நேரம் காத்துப் பார்த்தேன். நான் தேடி வாராமல் நீ தருணம் பார்த்துத் தலைகாட்டி என் தலையிலிருந்து ஒரு பெரிய பாரத்தை நீக்கிவிட்டாய். அதற்கு ஈடாக உன்னிடம் இந்தப் பெரிய பாரத்தை நான் ஒப்புவித்துவிட்டுப் போகப் போகிறேன்' என்றார் ருத்திராபதி.

ருத்திராபதிக்கு தற்போது பிரசன்னம் சொன்ன வழியைக் கேட்டால் தீதாய் ஒன்றும் ஆகாது என்று பூரண நம்பிக்கை பிறந்தது. நடேசன் கோயில் அழியலாம். அதுவும் விதியில் எழுதப்பட்டது... ஆனால் இவனை நம்பினால் நடேசன் சிலையானது என்றாவது உரிய இடத்துக்கு வந்து சேரும் என்று நம்பிக்கை இருந்தது.

'நீ மீண்டும் யோசிக்க வேண்டுமா?' என்றார் ருத்திராபதி நந்தனைப் பார்த்து.

'வேண்டாம் ஐயா, வேண்டாம். அவ்விதம் செய்கிற உத்தேசம் எனக்கு இல்லை. உம் சொல்படி கேட்கச் சித்தமாயிருக்கிறேன். ஆனால்...' என்று இழுத்தான்.

'என்ன? சொல்லு...'

'அய்யா! நேரம் இருக்கிறது. நீரும் எம்முடன் வந்துவிடுங்கள். வாழ்வோ சாவோ எல்லோரும் சேர்ந்தே சந்திப்போம்' என்றான்.

'நாங்கள் வருவதற்கில்லை. அப்பனே எங்களைப்பற்றி ஏன் வீணாகக் கவலைப்படவேண்டும்? நாங்கள் வந்தால் இன்னும் உன் வேகம் குறையும். அதனால் நடேசனுக்கு ஆபத்து கூடும். எப்படியோ நீ இங்கு வந்து சேர்ந்தாயே, அதுவே பெரிய காரியம்' என்றார்.

சுற்றியிருந்தவர்கள் வந்தவன்தான் பிரசன்னத்தின் நாயகனாம் நந்தனை உற்றுப் பார்த்தனர். நந்தனைக் கண்டவுடன் 'எப்பேர்ப்பட்ட பகீரதப் பிரயத்தனம் இவன் செய்யவேண்டும்? இவனால் முடியுமா? முக்கியமாக இவனை நம்பி நம் பொக்கிஷமான நடேசனை ஒப்படைக்கலாமா?' என்று எல்லோர் உள்ளத்திலும் ஒரு பெரும் சந்தேகம் உதித்தது.

தயக்கம் தொனித்த குரலில் ஒருவர், 'அய்யா! இவர் யாரென்றே நமக்குத் தெரியாது...'

'அதற்கென்ன? நடேசனுக்கு இவனை நன்கு தெரியும். அதனால் தயங்காதீர். நடேசன் வாக்கு நமக்குப் பிரசன்னத்தில் வந்தது' என்றார்.

வாக்குவாதம் செய்ய அவர்களும் முயற்சிக்கவில்லை. தீக்ஷிதர் நந்தனிடம் நடேசனை ஒப்பிப்பதை மற்றவர்களும் பூரணமாக

ஆமோதித்தார்கள். மிக்க சிரத்தை எடுத்துக்கொண்டுதான் இந்த ஊரைவிட்டு வெளியேற முடியும். அதைத் தங்கள் யாராலும் செய்ய இயலாது என்றும் தெரியும். அப்பேர்ப்பட்ட பொறுப்பை ஏற்கவும் பயமாய் இருந்தது. தங்களால் நடேசன் எதிரி கையில் அகப்பட்டால்?

'கிழக்கு வாசல் இன்னமும் மக்கள் வெள்ளத்தில் மூழ்கியிருக்காது. நடேசனைப் பிரயாணத்துக்காக விரைவில் ஏற்பாடு செய்யுங்கள்' என்றார் பெரியவர்.

சபையிலிருந்த அனைவரும் கல்லாய் சமைந்திருந்தார்கள். யுகம் யுகமாக நடேசன் தில்லையின் எல்லையைக் கடந்ததே இல்லை.

ஆனால் ஆபத்தைக் கருதி ருத்திராபதியின் பேச்சுக்குக் கட்டுப்பட்டு பலர் சபையின் மேல் ஏறினார்கள். நடேசன் சித்சபையிலிருந்து கனகசபைக்கு பஞ்சாட்சரப்படி மூலமாகக் கொண்டு வரப்பட்டார். பின் கனகசபையிலிருந்து சுற்றியிருந்த முற்றத்துக்கு எடுத்து வரப்பட்டார். வருடம் இருமுறைதான் நடேசன் கனகசபையைவிட்டே வெளியே இறங்குவது. இப்போதோ கண்காணாத இடத்துக்குச் செல்லப் போகிறார்.

நடேசன் உருவத்தைச் சுமக்கும் அளவுக்கு ஒரு பல்லக்கு கொண்டுவரப்பட்டது. பல்லக்கைத் தூக்க நால்வரும், அவர்கள் சோர்ந்து போனால் சுமையைப் பகிர்ந்துகொள்ள நால்வரும் ஏற்பாடு செய்து வைத்திருந்தார் ருத்திராபதி.

நந்தன் ஆழ்ந்த யோசனையில் இருந்தான். தில்லையிலிருந்து தப்பி ஓடுவதற்கு என்ன வழி என்பதைப் பற்றிச் சிந்திக்கலானான். தில்லைக்கு மிக அருகாமையில் சில மாதம் ஒளிந்திருக்க முடியாதா என்றுகூட யோசித்தான். கடம்பூர் காட்டுக்குக்கூடச் சென்று விடலாம். ஆனால் திட்டங்கள் ஏதும் பொருத்தமாயில்லை. தப்பிப் பிழைப்பதற்கு இன்னும் ஒரே திசைதான் பாக்கியிருக்கிறது. மதுரையை நோக்கிச் செல்லலாம். பாண்டியரின் பாதுகாப்பை நாடலாம் என்று தோன்றியது. ஆனால் அந்தத் திசையில்தான் துருக்கியனும் வருவான் என்று நந்தனுக்குத் தெரியும்.

மேற்கே உயரமான மலைச் சிகரங்களுக்குப் பின்னால் சூரியன் மறையும் இடத்துக்குச் சென்றுவிடவேண்டும். அந்த பர்வத சிகரங்கள்தான் நடேசனுக்கு தக்க காவல். மலை நாட்டில் துருக்கிய குதிரைகளும் ஏற முடியாது. பெரியதொரு படை பின்தொடர்ந்து வரவும் முடியாது என்பதால் மலை நாட்டில் எதிரியின் வேலை பலிக்காது. அதை நினைத்தவுடன் மலை நாட்டில் அடைக்கலம் புகலாம் என்று முடிவுக்கு வந்தான்.

அவன் யோசனையில் ஆழ்ந்தபடி இருந்ததால் நடேசனைக் கீழே இறக்கி வருவதைக் கவனிக்கவில்லை. திரும்பியவன் நேருக்கு நேராக நடேசனைக் கண்டான். அவ்வளவு நெருக்கத்தில் நடேசனைக் கண்டதில் உடல் தானாக சிலிர்த்தது. நடேசனின் திவ்ய சௌந்தர்யத்தைப் பார்த்துப் பிரமித்துப் போனான்.

'ஆகா! இதற்காகத்தான் இவ்வளவு பேர் இவனைச் சுற்றிப் பைத்தியமாக அலைகிறார்களா?' என்று மனதில் தோன்றியது. 'இவனைப்போய் சூனியக்காரன் என்று நினைத்தோமே? பகை பாராட்டினோமே?'

அவனுக்கும் ஓர் ஈர்ப்பு ஏற்பட்டது. ஆனால் பொறுப்புணர்ச்சியும் அதிகரித்தது. மனதுக்குள் 'என்னால் இதை சாதிக்க முடியுமா?' என்றும் தோன்றியது.

அவன் மனதைப் படித்தாற்போல் தீக்ஷிதர் சொன்னார். 'அவநம்பிக்கை கொள்வதற்கு இது தக்க தருணமே இல்லை, அந்தத் தீரம் உன்னிடம் இருக்கிறது! உன்னைக் காட்டிலும் வேறு எவரும் நடராஜரை பத்திரப்படுத்த முடியாது.'

தொடர்ந்தார் தீக்ஷிதர் 'அவன் உமக்கு பாரமல்ல. அவனைச் சுமந்தால் உமது வேகம் ஒன்றுக்குப் பத்து மடங்காகும். அவன் காலில் இருக்கும் வேகம் உனக்கு வரும்' என்றார்.

அதைக் கேட்டதும் நடேசனுடன் பிணைந்ததே தன்னுடைய தலைவிதி என்றும், அந்த விதியை மாற்ற ஒரு நாளும் ஒருவராலும் முடியாது என்றும் நந்தன் நம்பினான்.

பெரிய தீக்ஷிதர் விளக்கினார். 'மற்ற கோயில்களுக்கு என்ன கதி நேர்ந்ததோ, அதுதான் தில்லைக்கும். இந்த ஜென்மத்தில் தீயது நேரப் போகிறது. ஆனால் விதியென்னும் சக்கரம் சுழன்று வரும். தில்லைக்கு மீண்டும் ஒரு விமோசனம் பிறக்கும். ஆனால் அதற்கு நடராஜர் தேவை. அவனை பத்திரப்படுத்தவேண்டும்.'

பின் யோசித்துவிட்டு 'அதுபோலவே நடேசனுக்குச் சேவை செய்ய தில்லை மூவாயிரமவரின் குலத்தையும் பாதுகாக்கவேண்டும். மற்ற சிலைகளைப் பத்திரப்படுத்திவிட்டு முடிந்தவர்கள் ஓடி ஒளிந்து கொள்ளலாம் என்று சொல்லிவிடுவேன். எனினும் முன் ஜாக்கிரதையாக அதற்கு நீ இன்னும் ஒரு காரியம் செய்யவேண்டும்' என்றார்.

ருத்திராபதி சுற்றிப் பார்த்தார். கோயிலுக்குள் அங்கொன்றும் இங்கொன்றுமாக தீக்ஷிதர் குழந்தைகள் காலையில் வந்துவிட்டனர்.

பின் வெளியே செல்ல சூழ்நிலை ஏற்படாமல் உள்ளேயே அகப்பட்டுக் கொண்டனர். அவர்களைக் கூட்டிவரச் சொல்லி நந்தனிடம் ஒப்படைத்தார்.

நந்தன், பால் வடியும் இளம் முகங்களை அந்த இரு தீக்ஷிதர் சிறுவர்களைப் பார்த்தான்.

'இவர்களை வைத்துத்தான் தில்லை மூவாயிரமவர் வம்சம் வளர வேண்டும். இவர்களையும் கூட்டிச் செல்' என்றார்.

கிளம்புவதற்கு ஆயத்தமாக இருந்தது பல்லக்கு. நந்தன் சொல்படி கேட்கவேண்டும் என்று சிவிகை சுமப்பவருக்கு உத்தரவு. நடேசனுக்கு கடைசி முறையாக தீபம் காட்டப்பட்டது.

முகத்தைத் திருப்பிக்கொண்டான் நந்தன். 'நேராக பார்த்தால் இந்த ஆடல்வல்லானின் சிலையுடன் ஏற்படும் ஈர்ப்பு நம்மை தவறான முடிவுகளை எடுக்கத் தூண்டும். பதற்றம் ஏற்படும். அதை ஓர் ஐம்பொன் சிலையென்று மட்டும் நினைத்தால் வெற்றி நமதே!'

ஆனாலும் ஓரக்கண்ணால் நடேசனைப் பார்த்தான். தன் நிலைமையையொட்டி மனிதர் கவலையுடன் விவாதிப்பதைக் கண்டும் கேட்டும் நின்றான் நடேசன். நின்றதோடல்லாமல் - சத்தமில்லாமல் இளநகை புரிந்துகொண்டும் இருந்தான். ஆம், தீபத்தின் ஒளியை உள்வாங்கி நடேசனின் கண்கள் சிரித்தன.

நந்தன் திரும்பி தீக்ஷிதர்களைப் பார்த்தான். நடராஜர் சிலையைப் பல்லக்கில் வைத்துத் துணியால் மூடும் போது அவர்களது விழிகள் கலங்குவதை அவன் கருத்தோடு கவனித்தான். கல்லும் கரையும் குரலில் பிரார்த்தனை செய்தார்கள். இந்தக் கடைசி நிமிடத்தில்கூட உள்ளம் கனிந்து நடேசன் ஏதாவது செய்யமாட்டானா என்று ஆதங்கம். பெரியவரோ உணர்ச்சி மிகுதியால் நினைவை இழந்து தரையில் சாய்ந்துவிடக் கூடாது என்று கவனமாய் இருந்தார்.

நடராஜரைவிட்டுப் பிரிய மனம் வராமல் காலம் தாழ்த்திக் கொண்டிருந்தனர் என்று நந்தனுக்குத் தெரிந்தது.

'உடனே பிரயாணத்தை ஆரம்பிக்கவேண்டும். வழியிலே பல காடு மலை நதிகளைக் கடந்து செல்ல வேண்டியிருக்கும். மலைநாடு வரையில் வழியில் அபாயம் ஒன்றும் ஏற்படாமல் இருக்க வேண்டும்' என்றான்.

மிக மிக அவசரமென்று அவன் வலியுறுத்திய பின்னும் பெரியவர் மசியவில்லை. 'இன்னும் ஒருமுறை திரையை விலக்கு. என்

வாழ்நாள் முடிவதற்குள்ளாக அவனை நான் மீண்டும் பார்க்க மாட்டேன் என்று தோன்றுகிறது' என்றார்.

பல்லக்கின் பக்கத் திரைகள் அகற்றப்பட்டன. இதயத்துக்குள் ஏதோ ஒரு பெரிய பள்ளம் இருப்பதுபோலவும் அதை என்றுமே நிரப்ப முடியாததுபோலவும் தோன்றியது ருத்திராபதிக்கு. நந்தனை நோக்கி 'உன்னிடம் நான் பரிபூரண நம்பிக்கை வைத்திருக்கிறேன்' என்றார்.

'அந்த நம்பிக்கையை உண்மையாக்குவேன்' என்றான் நந்தன்.

கடைசியாக ஒரு விண்ணப்பம்தனை முன்வைத்தார். 'ஆனால் ஒன்று, ஆகாசவாணி பூமிதேவி சாட்சியாகச் சொல்லு, திரும்ப நடேசனை தில்லைக்குக் கொண்டு வருவேன் என்று. உலகில் உள்ள மகா பொக்கிஷம் இவன். உனக்கே, உன் வழித்தோன்றல்களுக்கே இவன் சொந்தமாக இருக்கவேண்டும் என்று ஆசைப்படமாட்டேன் என்று சொல்லு.'

அதைப் பற்றி நந்தன் நினைக்கவேயில்லை. ஆனால் நடேசனின் சௌந்தர்ய லட்சணத்தைப் பார்த்த பின் எவனுக்கும் அது தோன்றும் என்று நினைத்தான். அவர் பயம் கொள்வதிலும் விஷயம் இருந்தது.

ஆனால் 'என் காலம் முடியும்முன் நடராஜரை பத்திரமாய் தில்லையில் மீண்டும் ஒப்புவித்துவிடுகிறேன்' என்று நந்தன் உறுதியளித்தான்.

கூறி முடித்தானோ இல்லையோ... கோயிலின் கனமான நெடுஞ்சுவர்களையெல்லாம் அதிரச் செய்து கொண்டு ஒரு பெரு முழக்கம் கேட்டது. தூரத்து இடி முழக்கம்போல் சப்தம் தொடர்ச்சியாகக் கேட்டது. பூட்டப்பெற்ற கதவுகளைத் துருக்கியர் உடைக்க ஆரம்பித்துவிட்டார்கள். மேற்கு வாசற் கதவை வெளியிலிருந்து 'தடால் தடால்' என்று கோடாரியால் பிளக்கும் சத்தம் அதுவெனப் புரிந்தது. எங்கேயோ தொலை தூரத்தில் இருக்கிறார்கள் எதிரிகள் என்பதுபோய் காதுக்கு எட்டும் தூரம் வந்துவிட்டார்கள்.

•••

அத்தியாயம் முப்பத்து ஐந்து

நடேசனா? நங்கையா?

'அதோ துருக்கிய வீரர்கள் கதவைப் பிளக்கிறார்கள். புறப்படு. இதற்கு மேல் தாமதித்தால் நடேசனைக் காப்பாற்றுவது அசாத்தியமாகிவிடலாம். நாளை சூரியோதயத்துக்குள்ளே வெகுதூரத்துக்கு அவன் சென்றுவிடவேண்டும்' என்றார் ருத்திராபதி.

அவர் சொல்வதைக் கேட்பதுதான் உசிதம் என்று நந்தனுக்குத் தோன்றியது. எல்லோருடைய பார்வையும் அவன்மேல் இருந்தது. கண்களில் நம்பிக்கை இருந்தது. நடேசனே இவனை அனுப்பி இருக்கிறார் என்பதால் அவனுக்கு ஆபத்து ஒன்றும் ஏற்படாது.

என்ன பேசுவது என்று நந்தனுக்குத் தெரியவில்லை. வீராவேசப் பிரசங்கத்துக்கெல்லாம் இடமில்லை. அப்படிப் பேசியிருந்தால் தொங்கியிருந்த தீக்ஷிதர்களின் முகங்கள் பிரகாசித்திருக்கும். ஆனால் தனக்கே மனதின் ஓரத்தில் வெற்றி வருமா என்று நிச்சயமாகத் தெரியவில்லையே?

பேசாமல் பல்லக்கிலிருந்த நடேசன் முன் சென்று சாஷ்டாங்கமாகத் தரையில் விழுந்து, பின் எழுந்தான். மனதார இறைவனைக் கும்பிட்டது வாழ்க்கையில் முதல் முறை அதுதான்.

சற்று நேரத்துக்கெல்லாம் கோயிலின் கிழக்குக் கதவு திறந்தது. நடராஜரும் அவருடைய பரிவாரங்களும் கோயிலுக்கு வெளியே பிரவேசித்தார்கள். இருபத்தோரு படிகள் ஏறி நந்தன் வாசலைக் கடக்கும் போது திரும்பிப் பார்த்தான்.

தீக்ஷிதர் கையை உயர்த்தி விடைகொடுத்தார். அவர் கண்களில் கட்டுக்கடங்காமல் தாரை தாரையாகக் கண்ணீர் பொழிந்தது. ஆனால்

அந்த கையசைவில் தளர்ச்சி தெரிந்தது. நடராஜர் இல்லாத தில்லையில் அவரால் வாழ முடியுமா என்பது சந்தேகம்தான்.

ஆனால் நந்தன் நினைத்ததுபோல தீக்ஷிதர் நடேசனைப்பற்றி நினைக்க வில்லை. நந்தனைப்பற்றித்தான் நினைத்துக்கொண்டிருந்தார்.

'நடேசன் ஈனர்கள் கையில் அகப்படாமல் தடுப்பதற்காக பிரம்மப் பிரயத்தனம் செய்யக்கூடியவன் நீ ஒருத்தன்தான். மரணத்தைக் கண்டு அஞ்சும் மானிடருக்கு இடையே சிரஞ்சீவியாயிருப்பாய்' என்று அவனை மனதார வாழ்த்தினார்.

ஊர்வலமானது படிகளில் ஏறி வெளிமதிலுக்கும் பிரதான கோயிலுக்கும் இடையே இருந்த வெற்றிடத்தில் மறைந்தது. தில்லைக் கோயிலின் வெளிமதிலில் இருக்கும் வாசல் நெருங்கும்போதே நந்தன் அதிர்ந்தான். கோயிலைச் சுற்றியுள்ள மாடவீதிகளில் காது செவிடாகும்படி சிதறி ஓடும் மக்களின் கூக்குரல் கேட்டது. கோயிலெனும் அமைதியான தீவைச் சுற்றி இருக்கும் புயல் மோதும் சாகரம் போலிருந்தது.

அதிகாலை கோயிலுக்குள் நுழையும்போது இன்னும் இரண்டு நாட்களில் படையெடுப்பு ஏற்படலாம் என்று வதந்தி இருந்தது. ஆனால் இப்போதோ துருக்கியர் படை ஆற்றுக்கு அப்பால் தண்டு இறக்கி பாலம் கட்டிக் கொண்டிருந்தது என்று ஊரெல்லாம் பிரஸ்தாபமாயிருந்தது. துருக்கியன் மிக சமர்த்தன். தில்லையைப் பற்றி கேள்விப்பட்டிருந்தான். வெகு துரிதமாக துர்ச்செய்தி பரவிவிடும் என்றும் பொக்கிஷங்கள் எல்லாம் சிதறிச் சென்றுவிடும் என்றும் வாயுவேகமாக ஊரின் வாசலுக்கே வந்துவிட்டான்

கோயில் கதவுகள் நடேசனின் ஊர்வலத்துக்காகத் திறக்கப்பெற்றது. கிழக்கு மாடவீதியில் கூட்டம் இருந்ததே தவிர எதிரிகள் இன்னும் வரவில்லை. ஆனால் எப்பேர்ப்பட்ட கூட்டம்! அல்லோலப்பட்டுக் கொண்டிருந்தது நகர். முதியோரும் பெண்டிரும் நாலா திசையிலும் ஓடினர். உற்றார் உறவினரைத் தேடிக் கொண்டிருந்தனர்.

ஆனால் அந்தப் பதற்றத்திலும் எல்லோரும் விசித்திரமாய் காலையிலிருந்து பூட்டப்பெற்ற கோயில் கதவைப் பார்த்தனர். ஆனால் யாரும் முந்திக்கொண்டு உள்ளே வர முயற்சிக்கவில்லை. உயர்ந்த மதில்கள் இருந்தாலும், பிரம்மாண்டக் கதவுகள் இருந்தும் இன்று தில்லைக் கோயிலைப்போல அபாயமான இடமே இல்லை. துருக்கியன் நேரே இங்குதான் செல்வான் என்று எல்லோருக்கும் தெரிந்தது.

ஊர்வலமானது போராடித்தான் செல்ல வேண்டியிருந்தது. மக்கள் உச்சகட்ட பீதியில் இருந்தனர்.

'கண்ணுக்கெட்டிய தூரம் எதிரியின் குதிரைப் படையும், காலாட் படையும் ஒரே சேனா சமுத்திரமாய் இருக்கிறதாமே? வாளும் வேலும் ஈட்டியும் பலி வாங்கிய மனிதப் பிரேதங்கள் மலை மலையாகக் குவிந்து கிடக்கின்றனவாமே? என்று ஊரெங்கும் வதந்திகள் பரவியிருக்கவேண்டும். உடனே எல்லோரும் தடதடவென்று ஊரைவிட்டு வெளியேற முயன்றுகொண்டிருந்தனர். உள்ளத்தில் பெரும் பீதியும், கலக்கமும் ஏற்பட்ட பின் அவர்கள் வழியில் அகப்பட்டவரையெல்லாம் தள்ளிவிட்டு ஓடத் தொடங்கினர்.

இந்தக் கூட்டத்துக்குள்தான் முட்டி மோதிச் செல்லவேண்டும் என்று புரிந்தது. நந்தன் கோபுரத்தின் மேல் ஏறி எந்தப் பக்கம் ஆரவாரம் என்று தெரிந்துகொள்ள விரும்பினான். அப்படியென்றால் எந்தத் திசையில் செல்லலாம் என்று திடமாக முடிவெடுக்கலாம் என்று யோசித்தான். ஆனால் அதற்கு அவகாசம் கிடைக்கவில்லை.

'நாளைக் காலை நம் நிலை என்ன? அதைவிட முக்கியம் நடேசனின் நிலையென்ன?' என்று நினைத்த நந்தன் வாழ்க்கையில் முதல் முறையாக பயம் கொண்டான். உடனே திரும்பி தில்லைக் கோயிலின் இராஜகோபுரத்தை ஒருமுறை கண்டான். 'புவியைக் காக்கும் நடேசனே உன்னுடன் இருக்கிறான். அவனை நினை. மும்மடங்கு தைரியம் உண்டாகும்' என்று தீக்ஷிதர் சொல்வது போலிருந்தது.

சீக்கிரம் பல்லக்கைச் சுமந்து மேற்குத் திசையில் நகரவேண்டும் என்று முடிவெடுத்தான். கிழக்கு வீதியும் தெற்கு வீதியும் சந்திக்கும் இடத்துக்கு மிகச் சிரமத்துடன் வந்தவுடன்தான் நந்தன் முதல் முறையாக ஊர்வலத்தை நிறுத்தினான். சுற்றும் முற்றும் பார்த்தான். இங்கு பதற்றம் அதிகமாக இருந்தது. தெற்கு மாடவீதியும் மேற்கு வீதியும் சந்திக்கும் இடத்தில் புகை மண்டலம்தனைக் கண்டு முதலில் சிறிது திகைத்துப் போனான். என்ன... ஏது... என்று விசாரித்தான்.

அங்கு விசாரித்ததில்தான் முதல் முதலாக உண்மை நிலவரம் புரிந்தது. ஆற்றுக்கு அப்பால் தண்டு இறக்கியிருந்த துருக்கியர் சைனியத்தைப் பலரால் காண முடிந்தது. அந்தப் படையில் சிலர் மட்டும் பொறுமை இல்லாமல் படகிலோ நீந்தியோ ஆற்றைக் கடந்து பல் வைத்த அய்யனார் கத்திகள்போல வாள்களை எடுத்துக்கொண்டு ஊருக்குள் வந்து கொள்ளையடிக்கவும் பெண்களை அடிமைப்படுத்தவும் வந்துவிட்டனர் என்று சொன்னார்கள்.

துருக்கியரும் சாலையில் நடப்பதைப்பற்றி அதிகம் கவலைப்பட வில்லை. ஓடுபவன் ஆயிரம் பேர் இருந்தாலும் இருப்பவன் ஆயிரம் பேர் இருக்கிறானே என்று அவர்களுக்குத் தெரியும். கொள்ளையடித்த பின் வீடுகளின் மேல் தீவர்த்திப் பந்தங்களைத் தூக்கி வீசி எறியவும் செய்தனர். எரியும் வீடுகளைக் கண்டு மக்களின் எதிர்ப்பு குறையும் என்று புரிந்து வைத்திருந்தான்.

துருக்கியரும் வீடுகளின் வாசற்கதவுகளை உடைத்துத் தகர்த்துக் கொண்டு வீடு வீடாய் கொள்ளையடித்தனர். அப்போது நந்தனுக்கு அசாத்தியக் கோபம் வந்தது. ஆனால் தன் வேலையின் முக்கியத்துவம் புரிந்ததால் இயலாமையும் வந்தது. நடேசனை விரைந்து எடுத்துச் செல்லவேண்டும் என்று அவன் இருதயம் வலியுறுத்தியது.

ஆனால் அப்போதுதான் அவனுக்குப் பளிச்சென்று ஓர் எண்ணம் ஞாபகத்துக்கு வந்தது - தன் உயிரினும் மேலான காதலியைப்பற்றி. உடனே இரும்பு உலக்கையால் அவன் மார்பைத் தாக்கியதுபோல இடித்தது அந்த ஞாபகம்.

‘சுவாதி என்ன ஆனாள்?’

நெஞ்சு பதைபதைக்க வயிறு கலக்கம் அடைய, அண்ட சராசரங்கள் வெடிப்பது போன்றிருந்தது.

இடைப்பட்ட காலம் ஓராண்டுபோலத் தோன்றினாலும் அன்று காலையில்தான் சுவாதியைவிட்டு வந்திருந்தான். அவளைவிடப் பன்மடங்கு முக்கியமான விஷயம் என்று கோயிலுக்குச் சென்ற பின் அவளை நினைக்கவேயில்லை.

‘அவள் நிலை என்னவாயிருக்கும் என்று ஒரு நொடிகூட நினைக்கவில்லையே?’ என்று இதயத்தின் அடிவாரத்திலிருந்து எழுந்த பயம் உடம்பின் மேலுள்ள ரோமக் கால்கள் வரையில் குலுங்க வைத்தது.

திகைத்து ஸ்தம்பித்து முன்னால் போவதா பின்னால் போவதா என்று தெரியாமல் நின்றான். ‘இப்படி கடைசி நிமிடத்தில் சுவாதியின் நினைவு வந்ததே? அவள் நிலை என்ன ஆயிற்றோ? அவள் வீடு தெற்கு மாடவீதியில்தானே இருக்கிறது?’ என்று பதற்றமடைந்தான்... இப்படி ஆபத்தான நிலையில் அவளைத் தனியாய்விட்டு வந்தது உள்ளத்தில் உறுத்திக்கொண்டே இருந்தது.

நடேசனா? காதலியா? என்று ஒரு போராட்டம் மனதுக்குள் ஏற்பட்டது. அப்போது மனதின் ஓரத்தில் தீக்ஷிதரின் நம்பிக்கை

நினைவுக்கு வந்தது. 'அவனுக்கும் நடேசனின் காவலுக்கும் ஏதோ தொடர்பு இருக்கிறது. ஊருக்குள் வந்தவுடன் தன்னைப் பிடித்தனரே? கொள்ளையன் என்றுகூடக் குற்றம் சுமத்த முடியாதே என்ற நிலையில் பிடித்துப் பூட்டி வைத்தனரே? அதனால் தன்னால்தான் இந்தக் காரியம் நிறைவேறும் என்று அவர்களுக்கு எப்படியோ மாய மந்திரத்தில் தெரிந்துவிட்டது. நான் நடேசனை நிச்சயமாக பத்திரப்படுத்திவிடுவேன் என்று அவர்களுக்குத் தெரியும் என்பதால் சுவாதியைத் தேடிச் செல்வதில் பாதகமில்லை' என்று முடிவெடுத்தான்.

மாடவீதிகளின் மேல்தான் துருக்கியரின் ஆதிக்கம் இருக்கும் என்று கணக்கிட்டான். அதனால் கிழக்கு மற்றும் தெற்கு மாடவீதிகள் சந்திக்கும் முக்கின் அருகே ஒரு சந்துக்குள் ஊர்வலத்தை இட்டுச் சென்றான். பல்லக்கைத் தரையில் வைத்துவிட்டு அவளைத் தேடிச் செல்லலாம் என்று முடிவு செய்தான்.

அவனுடன் வந்தவர்களை நோக்கி, 'நண்பர்களே, இன்னும் சில நொடிகள் எனக்கு அவகாசம் கொடுங்கள். நான் இன்னும் ஒருவரை அழைத்து வரவேண்டும். சில மணித்துளிகளில் வந்துவிடுகிறேன். அப்படி வரவில்லை என்றாலோ நிலைமை மோசமாக மாறினாலோ நீங்கள் என்னைவிட்டுச் செல்லுங்கள். நான் வந்து சேர்ந்து கொள்கிறேன்' என்றான்.

ஏற்கெனவே மிரண்டு போயிருந்த பல்லக்குத் தூக்கியவர்களும் ஒன்றும் புரியாமல் விழித்தனர். இவன் பேச்சை உயிருள்ளவரை கேள் என்றல்லவா சொல்லி அனுப்பினார் பெரிய தீக்ஷிதர். இவன் இல்லாமல் எங்கு செல்வது? எனினும் அவர்கள் பதிலுக்குக் காத்திராமல் அவன் அகதிகள் கூட்டத்துக்குள் பாய்ந்து மறைந்தான். போகும் முன் பல்லக்கு தூக்குபவன் வைத்திருந்த வாள் ஒன்றை எடுத்துச் சென்றவனை மக்கள் வெள்ளம் விழுங்கியது.

மாடவீதி எங்கும் தீயின் புகை. அதனால் பகலே கன்னங்கரிய இருள் சூழ்ந்த இரவுபோலக் காட்சி தந்தது. புகையின் காட்சியுடன் கலந்து கலந்து, ஒரு பெண்ணின் பாவம் நிறைந்த முகத்தோற்றமும் நந்தனின் அகக்காட்சியில் தென்பட்டது! அவனுடைய மனக்கண்ணின் முன்னால் அதிபயங்கரமான சூழ்நிலைகள் தோன்றின. உடனே ஓர் உத்வேகம் தோன்றியது. 'ஒரு கணநேரங்கூடத் தாமதிக்காமல் செல்லவேண்டும். அவளை மீட்கவேண்டும்' என்று நினைத்தபடி ஓடினான்.

துருக்கிய வீரர்களின் வருகையைக் கண்டதும் எதிரில் வந்த ஜனங்கள் பீதியடைந்து நாற்பக்கமும் சிதறி ஓடினார்கள். வெறும் வதந்தியே

இப்படிப்பட்ட கலக்கத்தை உண்டாக்கியிருந்தபோது துருக்கியர் படையை ஆற்றுக்கு அப்பால் பார்த்தவுடன் கேட்க வேண்டுமா?

அந்தத் தெரு முனையிலிருந்து எதிரே கூப்பிடு தூரத்தில்தான் அவள் வீடு. ஆனால் போவதென்பது அசாத்தியமான காரியமானது. எல்லோரும் தனக்கு எதிர்த்திசையில் ஓடியதால் அவனுக்கு முன்னேறுவது கஷ்டமாய்த்தான் இருந்தது. எனினும் பித்துப் பிடித்தவன்போல ஓடினான். போகும் வழியில் மரணாவஸ்தையிலிருந்த மனிதர்களின் பரிதாப ஓலமும் கேட்டது. ஆனால் மனசாட்சியை ஓரம் தள்ளிவிட்டு யாருக்கும் உதவி செய்யாமல் அவர்களைக் கடந்து ஓடினான். அவனுக்கு ஒரே நோக்கம்தான் பிரதானமாக இருந்தது.

வாயு வேகமாகப் பாய்ந்து சென்றுகொண்டிருந்த நந்தனுக்கு விதியைக் கண்டு வியப்பு. 'திரும்புகிறேன்' என்று நேற்று அவளுக்குப் பொய்யாய் கொடுத்த வாக்குறுதியை அதற்குள்ளாக எதிர்பாராத சூழ்நிலையில் நிறைவேற்றுவதும் வேதனை அளித்தது.

எனினும் நிறைவேற்றுவதற்குத் தடையாய் ஏதும் இருக்கக்கூடாது என்று மனதுக்குள் வேண்டினான். நடேசனிடம்தான்.

•••

அத்தியாயம் முப்பத்து ஆறு

கதவைத் தட்டியது யார்?

ஏறக்குறைய அர்த்தராத்திரியான போதுதான் எல்லோரும் உறங்கிவிட்டனரா என்று பார்த்துக்கொண்டு நந்தன் அறைக்குள் சுவாதி நுழைந்தாள். அதற்குப் பின் அந்த அறை ஏறக்குறைய ஒரு சொர்க்க லோகமானதும் நினைவில் இருந்தது. இனி வாழ்நாளெல்லாம் இப்படித்தான் இருக்கும் என்றிருந்த போது கூட்டைவிட்டு இரை தேடச் சென்ற பறவைபோல நந்தன் திரும்பவும் சென்றுவிட்டானே என்ற மனத்தாங்கல்.

அதிகாலையில் அவன் எழுந்தபோது சுவாதி விழித்துத்தான் படுத்திருந்தாள். அவன் சப்தமில்லாமல் கதவைச் சாத்திச் சென்றபோது அவன் மன உறுதி புரிந்தது. அவன் எழுந்து போய் விடலாமா இல்லை இருக்கலாமா என்றுகூட யோசிக்கவில்லை. அவ்வளவுதான். அவனை நிரந்தரமாக இழந்துவிட்டேன் என்று நினைத்துக்கொண்டாள்

அழுது அமர்க்களம் செய்து அவன் மனதை மாற்றியிருக்கலாம். ஆனால் ஏதோ ஒன்று சொன்னது. இன்று சென்றால் என்றாவது திரும்பி வருவான். இன்று செல்லவில்லையென்றால் என்றாவது ஓடிப் போவான்.

அவன் நேற்றிரவு படுத்திருந்த இடம் மெத்தையில் சற்று அமுங்கியிருந்தது. அவனது வாசமும் அவன் உபயோகித்த தலையணையில் இருந்தது. அது இன்னமும் அவள் சோகத்தை அதிகரித்தது.

'சொல்லச் சொல்லப் போய்விட்டானே?'

விடைபெற்றுக் கொண்டுகூட போகாமல் இரவில் கள்வன்போல செல்லக் காரணம் என்ன? மனம் மறுமொழியும் சொன்னது. 'ஏன் அவன் கள்வன்தானே? ஆனால் மனதையும் அதிலிருந்த நிம்மதியையும் அல்லவா களவாடிச் சென்றுவிட்டான்.' தலைக்கு மேல் தலையணையை வைத்து வெளியுலக சப்தமேதும் கேட்காமல் படுத்த சுவாதி அழுது அழுது தூங்கிவிட்டாள்.

திடீரெனத் தூக்கிவாரிப்போட்டுக் கொண்டு எழுந்தாள். வீட்டின் பிரதானக் கதவினை யாரோ தட்டிக் கொண்டிருந்தார்கள். அந்த நேரம் அறை அமைதி பெற்று விளங்கியதால் தெளிவாகக் கதவைத் தட்டும் சப்தம் கேட்டது.

கண் விழித்தாள். சட்டென்று அவள் மனத்தில் ஓர் எண்ணம் உதித்தது. 'அதானே பார்த்தேன். வராமல் இருந்துவிடுவானா?' என்று நினைத்தாள். 'என் பேரில் அவனுக்குப் பிராணன். அப்படிப்பட்ட என்னைவிட்டுச் சென்றதனால் வருத்தமாயிராதா? என்னை அழைத்துக்கொண்டு போவதற்காக வருகிறானோ?' என்று நினைக்க நினைக்க அவள் மனம் உறுதிபட்டது. ஆனால் என்ன அவசரம்? ஏன் இப்படிக் கதவை உடைக்கும் அளவுக்குத் தட்டுகிறான் என்று புரியவில்லை.

கண்களைத் துடைத்துக்கொண்டு நிமிர்ந்து எழுந்தாள். புருஷர்களுடைய நயவஞ்சகத்தைப்பற்றி எவ்வளவோ திட்டி விட்டேன். ஆனால் அதெல்லாம் வீண்.

கதவு இன்னமும் தட்டப்பட்டுக் கொண்டிருந்தது. அழுது அழுது கோவைப் பழம்போல் சிவந்திருந்தன அவளுடைய கண்கள். அதைத் துடைத்துக்கொண்டு கதவை நோக்கிப் பாய்ந்தோடி வந்தாள்.

கதவைத் திறந்தவுடன்தான் அதிசயம். கதவுக்கு வெளியே நந்தன் நிற்கவில்லை. வித்தியாசமான உடை கொண்டு ஆஜானுபாகுவான ஒரு மனிதன் நின்றான். அவன் கையில் இருந்த வாளில் புது இரத்தம் சொட்டிக் கொண்டிருந்தது. நின்றவன் பின்னே நாலா பக்கமும் குழப்பம் நிலவியது. சுற்றுப்புறம் எங்கும் ஏதோ பெரிய கலவரம் நடந்துகொண்டிருந்ததாகத் தோன்றியது. பலர் கூச்சலிட்டுக்கொண்டு ஓடும் சப்தம் கேட்டது. அழுகையும் புலம்பலும் சில சமயம் கேட்டது.

அங்கே நின்றவனை மீண்டும் உற்றுப் பார்த்தாள். கீறல் போன்ற கண்ணுடன் ஒரு கோரமான வீரன் நின்றான். அவளைக் கண்டவுடன் அவன் கண்களில் காமக் களியாட்டம் தெரிந்தது. 'ஹா ஹா ஹா' என்று இடிபோல சிரித்தான்.

வியப்புடனும் கோபத்துடனும் அந்த மனிதனை சுவாதி பார்த்தாள். சற்று நேரத்தில் அது பயமாகவும் மாறியது. 'என்னுடைய கதி என்ன ஆகப்போகிறது?' என்று அவள் உள்ளத்தில் ஆயிரக்கணக்கான சிந்தனை அலைகள் கொந்தளித்து எழுந்தன.

சுவாதி அதிர்ந்து போனாள். எனினும் நிலைமை என்னவென்று ஒருவாறு புலப்பட்டது. சட்டென்று வாசலை மூடிவிடலாம் என்று முயன்றாள். அதற்குள்ளாக அவன் காலை அந்த இடுக்கில் வைத்துவிட்டான். வைத்துவிட்டு மீண்டும் சிரித்தான். ஏதோ புரியாத பாஷையில் பேசி நகைத்தான்.

அவனுடைய சிரிப்பு ஒருவாறு அடங்கிய பிறகு கையை நீட்டி அவள் கரத்தைப் பிடித்து முரட்டுத்தனமாக சாலையில் இழுத்துச் சென்றான். தடுக்க முற்பட்டவரைக் காலால் உதைத்தான். வாளை வீசினான். அதில் பலரும் அடிபட்டு விழுந்தனர்.

சுவாதிக்கு சப்த நாடியும் ஒடுங்கிவிட்டது. 'செத்தோம்' என்று எண்ணிக்கொண்டாள். அந்த மூர்க்கங்கொண்ட துருக்கியனிடம் இருந்து தன்னைக் காப்பாற்றிக்கொள்ளக் கடைசி முயற்சியாகக் கையைத் திமிறினாள். எனினும் அவனது இரும்புப் பிடியிலிருந்து அவளால் விடுவித்துக்கொள்ள முடியவில்லை. கெட்டியாகப் பிடித்துக்கொண்டான். இது போன்ற ஒரு சந்தர்ப்பத்தை இதுவரை அவள் அறியாதவளாதலால் மிரண்டு போயிருந்தாள். அவளைத் தரதரவென்று இழுத்துச் சென்றான். இந்த அழகியைக் கண்டவுடன் அவனது வேட்டை அன்றைக்கு முடிந்தது என்று முடிவு செய்தான். மீண்டும் ஆற்றைக் கடந்து செல்ல முற்பட்டான்.

தில்லையின் கலவரம் நிறைந்த மாடவீதிகளில் ஓடி வந்தான் நந்தன். கால்கள் தரையில் பட்டனவா என்பதே சந்தேகம். 'ஆகா! தாமதித்துவிட்டோமா?' என்று ஓயாமல் அவன் மனம் சிந்தனை செய்து கொண்டிருந்தது.

அந்த மாநகரத்தின் மக்கள் அலறிப் புடைத்துக்கொண்டு, அழுது புலம்பிக்கொண்டு அங்குமிங்கும் பித்து பிடித்தவர்கள்போல் ஓடிக்கொண்டிருந்தார்கள். குழப்பத்தில் குழந்தைகளைக் காண வில்லை, அல்லது பெரியோரைக் காணவில்லை என்று சிலர் தேடினார்கள்.

ஓடும்போதே அவ்வப்போது நிலைமையை சுற்றிப் பார்த்தான். தில்லை நகரில் தீயும் புகையும் காற்றில் சுழன்று நாற்பக்கமும் பரவின. திரள் திரளாகப் புகை மண்டலங்கள் காணப்படுகின்றன.

அதுமட்டுமா? வீதியில் எத்தனை எத்தனையோ உருவங்கள் விழுந்த இடத்தில் விழுந்தபடி காணப்பட்டன. போர் வெறியினால் தங்களைத் தடுத்தவர்களையெல்லாம் கொன்று வீழ்த்திக்கொண்டு முன்னேறினார்கள் எதிரிகள். தர்ம நியாயம் பார்க்காத படையினர் தில்லை நகரத்தை எரித்துச் சாம்பலாக்காமல் விடமாட்டார்கள் என்பது உறுதி. இத்தகைய இடையூறுகளையெல்லாம் தாண்டிக் கொண்டு அப்போது நகரில் ஏற்பட்டிருந்த குழப்பத்தினால் நந்தன் முன்னேறுவது சுலபமாயில்லை.

செய்தி அக்கம் பக்கத்து கிராமங்களுக்கெல்லாம் பரவிவிட்டது. ஜனங்கள் திரள்திரளாக வந்து குவிந்துகொண்டிருந்தார்கள். தில்லையில் இருந்தால் இன்னும் பாதுகாப்பு அதிகம் என்று மூடத்தனமாக வந்து அகப்பட்டுக் கொண்டுவிட்டனர். ஜனங்களையும் அவர்களுடைய பொருள்களையும் கடந்துகொண்டு சுவாதியின் வீட்டுக்குச் செல்வது பெரிய கஷ்டமாயிற்று. எப்படியோ கடைசியில் போய்ச் சேர்ந்தான்.

வாசலில் அவளைக் கண்டான். பேயறைந்தது போலானான். நெடிய மரம் போலிருந்த ஓர் அன்னியன் அவளைப் பிடித்திருந்தான். ஒரு துருக்கிய வீரனை நந்தன் முதல் முதலாக அப்போதுதான் கண்டான். அந்த அன்னியனும் தன் ஆசை காதலியின் கையைப் பிடித்து தரதரவென்று இழுத்துச் சென்றான்.

துருக்கியனின் இரும்புப் பிடியில் அவள் கையில் இரத்த ஓட்டமே நின்றுபோய் மரமரத்துவிட்டது. சுவாதி தனக்கு விமோசனமே இல்லை என்று நினைத்தபோது ஒருமுறை நடேசனை நினைத்தாள். ‘உனக்கு துரோகம் செய்ததால்தான் எனக்கு இந்த தண்டனையா? காதலென்றபோதும் நீ வரவில்லை. என்னைக் காப்பாற்றவும் வரமாட்டேன் என்கிறாயே?’ என்று மனதுக்குள் மன்றாடினாள்.

அப்போதுதான் நந்தனைப் பார்த்தாள். தன்னைத் தேடி வந்து விட்டான் என்றவுடன் தன் உடலில் ஒரு புதுத்தெம்பு உருவானதை அவள் உணர்ந்தாளோ இல்லையோ... துருக்கியன் உணர்ந்தான். இதுவரை எதிர்ப்பின்றி இழுக்க இழுக்க வந்த இந்தப் பெண் திடீரென உறுதியாய் சிலைபோல நின்றது ஏன் என்று திரும்பி அவளைப் பார்த்தான். இதுவரை அழுத பெண்ணின் இப்போது முகம் மலர்ந்திருந்ததைக் கண்டு அப்படி அவள் யாரைத்தான் பார்க்கிறாள் என்று அவனும் திரும்பிப் பார்த்தான்.

சரேலென்று வாளை உருவிக்கொண்டு நாலே பாய்ச்சலில் அருகே வந்துவிட்டான் நந்தன். சம்ஹார ருத்ர மூர்த்தியைப்போல் கையில் வாளுடன் கம்பீரமாகத் துருக்கியன் வழியில் நின்றான்.

அவன் கையிலே கூரிய வாள் மின்னியது. அதைக்கண்ட அவள் பீதி அடைந்த முகத்தில் ஆனந்தம். துருக்கியன் முகத்திலோ ஆச்சரியம். இதுவரை நூறு காத தூரம் ஒருவன்கூட நமக்கெதிராய் வாள் ஏந்தவில்லை. இவன் யார்?

ஆனால் துருக்கியன் சுவாதியின் கையிலிருந்த தன் பிடியைத் தளர்த்தவில்லை. அதற்கு மாறாக இன்னும் அழுத்திப் பிடித்தான். வலி தாங்காமல் அவள் கத்தினாள்.

அதுதான் நந்தனைக் கோபத்தின் உச்சகட்டத்துக்கு அனுப்பியது. அந்தத் துருக்கியனைப் பார்த்து நந்தனது கோபம் கணத்துக்குக் கணம் பொங்கிப் பெருகிற்று. நெருப்பு மலையின் கர்ப்பத்தைப்போல் இருந்தது அவனுடைய உள்ளம்.

உருவிய வாளைக் கொண்டு முன்னேறினான். பின் சிலைபோல் நின்றான் ஒன்றும் செய்யாமல்.

'இன்னும் என்ன யோசிக்கிறான் இவன்? அன்னியன் ஒருவன் என் கையைப் பிடித்திருக்க சிலையாய் நின்று யோசிக்கிறானே காதலன்...' என்று சுவாதி நினைத்தாள்.

நந்தனுக்கு விசித்திரமான குழப்பம். அந்தத் துருக்கியன் தலையை எடுக்கலாமா இல்லை ஆசைக் காதலியைப் பிடித்த கையை எடுக்கலாமா? என்று யோசித்துக்கொண்டிருந்தான். பின் அந்தக் கையை உற்றுப் பார்த்தான். அதன் மேல் கோபத்துக்குக் காரணம் அதிகமாய் இருக்கிறது. பாவம் செய்தது கை. அந்தப் பாவத்தை நினைத்தே மீதி நாட்களைத் துருக்கியன் காலம் கழிக்கவேண்டும் என்று முடிவெடுத்தான்.

வாளேந்திய கையோடு வஜ்ரம் தோற்றுப் போகும் வேகத்தில் வேங்கையென பாய்ந்தான். துருக்கியன் சிலைபோல நின்றான். அபாயம் என்று தெரிந்தும் அவன் காம உணர்ச்சியானது சுவாதியைவிட மனமில்லாமல் செய்தது.

கடைசி நிமிடத்தில் கண்களை மூடிக்கொண்டாள் சுவாதி. கண்ணை மூடுமுன் வாள் சூரியனில் மின்னியது மட்டும் அவளுக்குத் தெரிந்தது.

சுவாதியைப் பிடித்திருந்த துருக்கியனின் கையின் மேல் வாளைப் பிரயோகித்தான் நந்தன். அவன் கோபத்தின் முழு வீரியமும் அந்த வெட்டில் இருந்தது. ஓங்கிய வாள் இறங்கியது. ஒரே வெட்டில் துருக்கியனின் கையைத் துண்டித்தான். ஆனால் என்ன அதிசயம், கை துண்டிக்கப்பட்டபோது துருக்கியன் கீழே வலியில் துடித்தபடி விழுந்தாலும் சுவாதியை இறுகப் பிடித்திருந்த கை அவளுடன்

ஒட்டிக்கொண்டே இருந்தது. கடைசிப் பிடியைத் தளரவிடவில்லை. கண்ணைத் திறந்த சுவாதி அதைக் கண்டு மிரண்டாள். தன் கைகளை ஆட்டியும் குருதி சொட்டும் அந்தத் துருக்கியனின் துண்டிக்கப்பெற்ற கையின் பிடியைத் தளர்த்த முடியவில்லை.

அருகில் வந்த நந்தன் தன் காலால் எட்டி அந்த துருக்கியன் கையை உதைத்தான். அவள் கையில் சிராய்ப்புகளை உண்டு பண்ணியபடி அது அகன்று சென்று விழுந்தது.

ஒருமுறை கீழே விழுந்த துருக்கியனைப் பார்த்தான். அவன் வாயிலிருந்து நுரை தள்ளியது. சொல்லித் தெரிய வேண்டியதில்லை. நடேசன் கிருபையினாலே சரியான நேரத்தில் சுவாதியை வந்து காக்க முடிந்தது. அவள் அன்னைக்கோ நண்பர்களுக்கோ என்னவானது என்று நினைக்கக்கூட நேரமில்லை.

'என்னுடன் வருகிறாயா?' என்றான்.

அகமும் முகமும் மலர்ந்தவளாய், தலையை அசைத்தாள். கையை நீட்டினான். அவளும் அதைப் பிடித்துக்கொண்டாள்.

இருவருமாக நடந்தார்கள்.

'நந்தா, என்ன நடக்கிறது?'

'சொல்ல நேரமில்லை, உடனே வா' என்று சொல்லிக் கையை பிடித்து இழுத்துச் சென்றான்.

'தங்களுடன் பிரயாணம் செய்வதாயிருந்தால் நரகத்துக்கு வேணுமானாலும் நான் வரச் சித்தம்' என்று சொல்ல நினைத்தாள்.

'நாம்விட்டுச் செல்வதுதான் நரகம்' என்று சொல்ல அவன் நினைத்தான்.

இருவரும் சொல்லவில்லை.

•••

அத்தியாயம் முப்பத்து ஏழு

நாட்டை விடுத்த நடேசன்

ஆயிரக்கணக்கான மக்களின் கூக்குரல் ஒலி கணத்துக்குக் கணம் அதிகமாகிக் கொண்டுவந்த தில்லைக்கு நேர் எதிராக காட்டில் அமைதி. ஆனால் நந்தன் மனதில் அமைதியே இல்லை.

இதுவரை எந்த எதிர்ப்பும் இல்லாமல் நடேசன் பல்லக்கைத் தூக்கி வந்தாயிற்று. எனினும் பின் யாராவது தொடர்கிறார்களா? என்ற சந்தேகத்தை நிவர்த்தி செய்துகொள்வதற்காக அவ்வப்போது திரும்பிப் பார்த்தான்.

அதற்குக் காரணம் தில்லையைவிட்டு வெளியேறியபோது திரும்பி ஒருமுறை பார்த்துவிட்டான். அந்தக் காட்சியை ஜென்மத்துக்கு மறக்க முடியாது. வேறொரு ஜென்மம் எடுத்தாலும் அந்த நினைவுகள் தொடரும் என்று நினைக்க வைக்கும் அளவுக்கு கோரம்.

கண்ணுக்கெட்டிய தூரம் ஒரே புகைப்படலமாயிற்று. வானத்தைப் பார்த்தான். புகை ஸ்தம்பம் மாதிரி நின்றது. அதைச் சுற்றி வட்டமிடும் கழுகுகள். இவ்வளவு கழுகுகள் தமிழகத்தில் இருந்தனவா? இல்லை படையெடுக்கும் துருக்கியனுடன் வடதேசத்திலிருந்து வந்தனவா? பறந்து திரியும் எல்லாக் கழுகுகளுக்கும் நல்ல இரை கிடைக்கும் என்று நினைத்தவனுக்கு அதற்குப் பின் திரும்பிப் பார்க்கவே பயமாயிருந்தது.

நந்தன் விரைந்தான். சுவாதியையும் தீக்ஷிதர் சிறுவர்களையும் அவசரப்படுத்தினான். பல்லக்கைத் தூக்குவோரில் யாரேனும் களைப்புற்றிருந்தால் அவனிடம் சுமையை ஏற்றுக்கொண்டான். யாரேனும் பின் தங்கினால் கோபப்பட்டான். இதற்கெல்லாம் காரணம் தனக்குப் பின்னால் என்ன நடக்கிறது என்று நன்றாய் தெரிந்ததனால்...

காட்டிலும் மேட்டிலும், கல்லிலும் முள்ளிலும் நடேசனின் பயணம் தொடர்ந்தது. ஒரு சமயம் இது பிரம்மப் பிரயத்தனம், நம்மால் முடியாது என்று தோன்றும். மறுகணத்தில் எங்கிருந்தோ சக்தி பிறக்கும். உத்வேகத்துடன் எல்லோரும் நடைபோட்டார்கள்.

பின்னால் யாரும் தொடரவில்லை என்பது உறுதியாயிற்று.

'நான் அவனாய் இருந்தால் என்ன செய்திருப்பேன்?' என துருக்கியன்போல யோசித்தான் நந்தன். நேரே திருஅரங்கம் கொண்ட தென்சோழப் பிரதேசத்துக்குச் சென்று, பின் மதுரையை நோக்கிப் பயணிப்பேன்.

ஆம், தில்லைக்கு நிகரான செல்வம் அவ்விரண்டு ஊர்களில்தான் இருக்கும். சோழர், சம்புவராயர் என்ற சுதேச சமஸ்தானங்களையே ஒழித்துவிடவேண்டும் என்கிற பாண்டியனுக்கு நல்ல அடி. துருக்கியரை வழியில் தடுத்து பலவீனப்படுத்த எவரேனும் இல்லை. மதுரைவரை தடையின்றி செல்வான் துருக்கியன்.

அங்கேயாவது கொஞ்சம் எதிர்ப்பு இருக்கலாம். ஆனால் முத்துச்சரம் பொருந்திய சிங்காதனத்தில் அமர்ந்திருக்கும் பாண்டியருக்கு இன்னும் விஷயமே எட்டவில்லை. அதிசமர்த்தன் நடத்திவந்த அதிவேகப் படையிது. தங்களைப்பற்றிய செய்தி செல்லும் முன் அவர்களே படையை நகர்த்திச் சென்றுவிடுகிறார்கள். 'யுத்த களத்தில் எப்படி இந்த வீரர்களைப் பாண்டியர் சந்திப்பார்?' என்ற கேள்வி நந்தன் மனதில் வந்தது. பின் 'அது அவர் கஷ்டம்' என்று விட்டுத் தள்ளினான்.

நடேசன் பயணிக்கத் தேர்ந்தெடுத்திருந்த மலைதேசத்தின்மீது படையெடுப்பு அவ்வளவு சுலபமானது அல்ல என்று புரிந்தவுடன் ஓர் அமைதி பிறந்தது. திரும்பிப் பார்ப்பதும் குறைந்தது. ஆனால் வேகத்தைக் குறைக்கவிடவில்லை நந்தனின் விவேகம். காலில் சக்கரம் கட்டியதுபோலச் செயல்பட்டான். பாதி நேரம் தீக்ஷிதர் குழந்தைகளைச் சுமந்தான். மற்ற நேரம் பல்லக்கைச் சுமந்தான். இவனது ஒத்தாசை இல்லையென்றால் சிவிகையைச் சுமப்பவரால் சமாளித்திருக்க முடியாது.

சில சமயம் பல்லக்கை விட்டெறிந்துவிட்டு நடேசனை முதுகில் சுமந்து சென்றுவிடலாமா என்றுகூட நினைத்தான். ஆனால் நடேசனுக்கு அது மரியாதையில்லை என்று தோன்றியது. இப்போது நடேசனின் மேல் தனி அன்பும் ஒரு மரியாதையும் அவனுக்கு வந்திருந்தது.

சுவாதியின் மனநிலை எப்படியிருக்கும் என்று பயந்தே வந்தான் நந்தன். எனினும் விவரிக்க முடியாத பயங்கரத்திலிருந்து தப்பியதும் தன் தாய் மற்றும் பிறருக்கு என்ன கதி ஏற்பட்டது என்று தெரியாமலும் அமைதியாகவே வந்தாள். நடனம் கொடுத்த பயிற்சியினால் அவளால் வெகு நேரம் நடையைத் தாங்கிப் பிடிக்க முடிந்தது.

ஆனால் மூன்று நாள் பிரயாணத்தில் அவள் பேசக்கூட இல்லை. ஏதாவது பேச்சுக்கொடுத்தால் ‘ஓ... !’ என்று ஒப்பாரி வைத்தால் பயணம் தடைபட்டுப் போகும் என்று நந்தனும் பயந்து பேசாமல் இருந்தான். ஆனால் அந்த அழகிய முகத்துக்கு சோகம் என்னும் வர்ணம் பூசப்பட்டது அவன் மனதை ஏதோ செய்தது.

மூன்றாவது நாள் ஏறக்குறைய பொழுது புலரும் சமயத்தில் மலை நாட்டில் பிரவேசித்தார்கள். எதிரே சுவர் வைத்ததுபோல் மலை நின்றாலும் அப்பால் வழியிருந்தது என்று நந்தனுக்குத் தோன்றியது. மலைப் பிரதேசத்தை அடைந்தவுடன் வேகம் குறைந்தது. ஆபத்தும்தான். பாறைப் பிரதேசமாதலால் அந்தப் பாறைகளைச் சுற்றிச் சுற்றி சென்ற பாதையில் நடந்தனர். இனி எதிரி துருக்கியன் அல்ல... சோர்வுதான் என்று புரிந்துகொண்டான் நந்தன்.

நடேசனைத் தூக்கிக்கொண்டு மலை ஏறினார்கள். காடுகளில் பற்பல சுருதி ஸ்வரங்களில் கூச்சலிட்டுக் கொண்டு ஆயிரக்கணக்கான பறவைகள் நடேசனை வரவேற்றன. அது எல்லோர் மனதுக்கும் இதமாக இருந்தது.

எல்லோருமாகத் தள்ளாடியபடி நடுங்கிய கால்களை ஊன்றி ஊன்றி நடந்து சென்றார்கள். இப்போது சற்று நேரம் ஓய்வு விட்டால் மீதி ஆட்களாவது நம்முடன் வருவார்கள் என்று புரிந்துகொண்டான்.

சற்று ஓய்வுக்காக பல்லக்கை இறக்கினார்கள். அதை நடுநாயகமாய் வைத்துவிட்டு சுற்றி எல்லோருமாய் மரத்தின் நிழலில் அமர்ந்து ஓய்வெடுக்க, எல்லோரும் களைப்பினால் மௌனமானார்கள். நந்தனுக்கு மட்டும் அதிவேகமாக மனம் நினைக்கத்தொடங்கியது.

அவனுக்கு இதுவரை புரியாதது பலவும் இப்போது பூரணமாய் புரிந்தது. தீக்ஷிதர் ஏன் நடேசனை திருப்பிக்கொண்டு வரவேண்டும் என்று சத்தியம் வாங்கிக்கொண்டார் என்று பலமுறை யோசித்துப் பார்த்திருந்தான். தேசமெங்கும் பிரசித்தமாயிருந்த தில்லை இன்று தீக்கிரையாகப் போயிருக்கும். நடேசனின் கோயில் தரை மட்டமாக இடித்துத் தள்ளப்பட்டிருக்கும். ஆனால் ஒரு நல்ல விஷயம். இந்தக் கோயில் ஊர் எல்லாம் நடேசனை நம்பித்தானே எழுந்தன. நடேசன் பத்திரமாக இருக்கிறான். அவன் மீண்டும் தில்லை வந்த பின்

ஊரென்ன... உலகமே அவனைச் சுற்றி உருவாகும். அதற்காகத்தான் நடேசனைக் காக்க இடைவிடாத பிரயத்தனம் செய்யும்படிக் கேட்டுக் கொண்டார். இப்போது புரிந்தது.

நந்தனுக்கு இதுவரை யோசிக்காத பல விஷயங்கள் புலனாயின. கொஞ்சநாள் இந்தப் புண்ணிய பூமி நரக பூமியாயிருக்கும். பஞ்சமும் பிணியும் ஜனங்களைப் பிடுங்கித் தின்னும். பின் நல்ல காலம் வரும். கல்வியும் கலைகளும் ஓங்கி வளரும். தில்லையை பூமியில் ஒரு கைலாசமாக சிருஷ்டிக்க இந்த நடேசன் அன்று தேவைப்படுவார் என்று புரிந்தது.

ஆனால் இன்னும் புரியாதது ஒன்றுதான். இந்தப் பொறுப்பு தனக்கு எப்படி வந்தது? அவர்களையெல்லாம் காட்டிலும் எனக்கு அதிக அன்பு, அதிக பக்தி, அதிக சிரத்தை இல்லையே? உண்மையில் நடேசனின் பொருளைக் களவாடவே அல்லவா நான் வந்தேன்? அவனை போட்டியாக எண்ணி சூனியக்காரன் என்றல்லவா திட்டினேன்?

விதியின் சக்கரம் எவ்வளவு வேகமாகச் சுழன்றுவிட்டது என்று நினைத்தபடி இருந்தான். காட்டில் இருந்தவனை ஆசை காட்டித் தில்லைக்கு இட்டு வந்து இப்படி மாபெரும் பொறுப்பை விதி அவனிடம் ஒப்படைத்துவிட்டதே? விதியல்ல... நடேசனாய்தான் இருக்கும்.

தான் பூட்டிய அறையிலிருந்து தப்பித்தது மட்டும்தான் ருத்திராபதி நினைத்ததற்கு நேர் மாறானது. அதைத் தவிர மற்றவையெல்லாம் நினைத்தபடிதான் நடந்திருக்கின்றது. இன்னமும் ஒன்று தோன்றியது. அன்றிரவு தப்பித்திருக்காவிட்டால் நேற்று பூட்டிய அறையைத் திறந்து நடேசனை எடுத்துச் செல் என்றிருப்பார். ஆனால் அன்று அறையிலிருந்து தப்பித்ததால்தான் இன்று சுவாதியைக் காப்பாற்ற முடிந்தது என்று நினைத்தவுடன் தன்னை அறியாமல் சுவாதியைத் திரும்பிப் பார்த்தான்.

மரத்தின் அடியில் ஓய்வெடுத்திருந்த சுவாதி அப்போது பார்த்து எழுந்தாள். அன்னநடையில் பல்லக்கின் அருகே சென்றாள். திரையை விலக்கி பல்லக்கின் உள்ளே பார்த்தாள். அதுவரை பல்லக்கில் என்ன இருக்கிறது என்று சுவாதி கேட்கவில்லை. இப்போது ஏன் திடீரென அவளுக்கு ஆர்வம் என்று நந்தனுக்குப் புரியவில்லை.

சுவாதி பல்லக்கின் திரையைத் திறந்தவுடன் திரைக்குள் அகப்பட்டுக் கிடந்த அகில்புகையின் மணமும் சந்தனத்தின் வாசனையும்

நறுமலர்களின் சுகந்தமும் வீசும் தென்றலினால் வெளியிலும் பரவின. ஒரு நொடி தில்லைக் கோயிலில் இருப்பதுபோலவே எல்லோருக்கும் இருந்தது. அமர்ந்திருந்த பலர் கண்களை மூடிக் கையெடுத்துக் கும்பிட்டனர்.

கண் கூசும்படியான தேஜஸுடன் விளங்கிய ஆடல்வல்லானின் திவ்ய முகத்தைக் கண் கொட்டாமல் பார்த்தாள் சுவாதி. மாலை நேரத்து மஞ்சள் வெயில் பல்லக்கின் உட்புறத்துக்குள் புகுந்து தங்க நிறமாகப் பிரகாசித்தது. அவளைப் பார்த்து நடேசன் சிரிப்பது போலிருந்தது.

'இது நிஜந்தானா? அல்லது பிரமையா?' என்று நிச்சயமாய் தெரிய வில்லை. சிவிகையிலே அவருடைய திவ்விய வதனத்தைப் பார்த்ததும் அவளுக்கு எல்லையில்லாத குதூகலம் ஏற்பட்டிருக்க வேண்டும். ஆனால் ஏனோ சிரிப்புதான் வந்தது.

அதுவரை மௌனமாயிருந்தவள் இப்போது வாய்விட்டுச் சிரித்தாள். சிரிப்பென்றால் அது கோரச் சிரிப்பு. பேய்ச் சிரிப்பு. அருகிலிருந்த குன்றுகளிலும் தாவரங்களிலும் எதிரொலித்தது அவள் நகைப்பு. பல்லக்கிலிருந்து அகன்ற பின்னும் எதையோ நினைத்து நினைத்து அடக்க முடியாமல் சிரித்தாள். இந்த நிலையில் ஒருவர் சிரிப்பதா என்று எல்லோரும் திகைப்புடன் அவளையே பார்த்தனர்.

ஆனால் நந்தனுக்கு மட்டும் மனதுக்குள் பயம். அவளுக்கு புத்தி தடுமாறிவிட்டதோ என்று கூட பயந்தான். இப்படி உற்றார் உறவினரை இழந்து தவிப்பவருக்கு இதெல்லாம் சகஜம்தானே?

ஆனால் சுவாதியோ கவலையெல்லாம் மறந்து போகும் அளவுக்கு வாய்விட்டுச் சிரித்தாள். பின் சிரிப்பு ஓய்ந்து அவள் முகத்தில் புன்னகையாய் இருந்தது. இனி வாழ்நாளெல்லாம் இருக்கும் என்று ஐயமில்லை.

அப்போது அவள் வதனத்தில் பூத்த புன்முறுவல் நந்தனின் அளவற்ற ஆச்சரியத்துக்கு தூபம் போட்டதுபோலாயிற்று. ஆனால் அதற்கு அவள் வாழ்நாளெல்லாம் விளக்கம் தரவேயில்லை.

நந்தனுக்குப் புரியாவிடினும் நமக்கு ஒருவிதமாய் யூகம் செய்ய முடிகிறது. 'கள்வனா? கடவுளா?' என்று இருவருக்குள் யார் என்று முடிவெடுக்க முடியாமல் தவித்த நாட்கள் அவளுக்கு நினைவுக்கு வந்திருக்கவேண்டும். இப்போது நடேசனையும் நந்தனையும் ஒருங்கே அவளிடம் தந்த விதியை நினைத்துத்தான் சிரித்தாள் என்று நம்மால் யூகிக்க முடிகிறது.

நந்தன் கடக்கவேண்டிய தூரத்தை அண்ணாந்து பார்த்தான். மலையின் உச்சியில் பச்சைக்கொடிபோல மரங்களின் கிளைகள் வானளாவி உயர்ந்து கம்பீரமாகக் காற்றிலே பறந்துகொண்டிருந்தன. அந்த மலையைக் கடந்துவிட்டால் பின் என்றுமே அபாயம் இல்லை என்று உணர்ந்தான்.

கொடுத்த வேலையில் வெற்றி பெற்ற பெருமித உணர்ச்சியே இல்லை. மலையைக் கடந்தவுடன் அவர்கள் செய்யவேண்டிய காரியங்கள் என்னென்ன என்று அவனுக்கு இன்னும் தெரியவில்லை. எனினும் இதுவரை வழி காண்பித்த நடேசன் இன்னமும் கைவிடமாட்டார் என்ற நம்பிக்கை இருந்தது.

மலைப் பிரதேசம் அமைதியாய் இருந்தது. மலை ஏற ஏற தேகம்பட்ட இடமெல்லாம் சில்லிடும்படி காற்று குளிர்ந்திருந்து. குளிருக்கு ஆறுதல் தேட நந்தனுக்கு அருகாமையில் நடந்தாள் சுவாதி. ஸ்வரூபம் தெரியாமல் சுற்றிக் கொண்டிருந்த காதல் உணர்வுகள் இன்று தெளிவடைந்து உறுதியாயின.

கடைசியாக மலைச் சிகரத்தின்மேல் ஏறியது பாதை. மேட்டின்மேல் சிரமப்பட்டு எல்லோரும் ஏறினார்கள். மலை உச்சியைத் தாண்டி ஊர்வலம் மறைந்தது.

ஆடல்வல்லான் தன் இராஜ்ஜியத்தை விடைபெற்றுக்கொண்டு மலை நாட்டில் ஆட்சி செய்யச் சென்றுவிட்டார். ஆனால் அவருடைய ஞாபகம் விட்டுச்சென்ற இடங்களில் அநேகருடைய உள்ளங்களிலும் நிலைபெற்றது ஒன்றுதான்.

என்றாவது அவர் திரும்புவார் என்று மக்கள் நம்பியபடிக் காத்திருந்தனர்.

•••

அத்தியாயம் முப்பத்தெட்டு

‘திரும்பவும் தில்லை’

சரத் காலத்தில் ஒரு நாள் மாலை.

இடிபட்டுக் கிடந்த கொத்தளங்களுக்கு அருகே ஓர் ஊர்வலம் வந்தது. தயங்கித் தயங்கி நகர்ந்த ஊர்வலம் திடீரென நின்றது.

நெடுந்தூரப் பிரயாணம் கழித்து களைப்பாற நின்றதா ஊர்வலம், இல்லை கண்ட காட்சிகளினால் கால்கள் அடுத்த அடி எடுத்து வைக்க மறுத்ததா? நம்மால் யூகிக்க முடியவில்லை. ஊர்வலத்தைக் கண்டு பொந்துகளிலும் புதர்களிலும் இருந்த நூற்றுக்கணக்கான கோட்டான்கள் வெளியே கிளம்பின. அந்த மனோரம்மியமான அந்திப்பொழுதில் தங்களுக்கே உரிய வாசஸ்தலத்துக்கு யாரோ புதியவர்கள் வருகிறார்கள் என்று அவை கோபத்தில் தொண்டைத் தண்ணீர் வற்றும் வரை கூவின.

அவற்றைத் தவிர அந்த ஊர்வலத்தை வரவேற்க யாரும் அந்தப் பிரதேசத்தில் இல்லை. அந்த அதிசய ஊர்வலத்தின் தலைமையில் பெரியவர் ஒருவர் வந்தார். பார்ப்பதற்கு எண்பது வயது முதிர்ந்தவர் என்று தெரிகிறது. பிராயத்தின் அளவை அவர் முகத்தின் சுருக்கங்கள் மட்டுமே எடுத்துக்காட்டின. உடலின் வயதுக்கு ஏற்ப அவர் தட்டுத் தடுமாறி வரவில்லை. ஏன்... கையில் ஊன்றி நடக்க கம்பில்லை. மனதில் அவ்வளவுக்கு அவ்வளவு உறுதி இன்னும் இருக்கிறது என்று பார்ப்போருக்குத் தெரிகிறது.

அவர் பின்னால் சற்றுப் பயம் கொண்ட முகங்களோடு பலரும் வந்தார்கள். அவர்களிடம், தெரியாத இடத்துக்கு வந்த பரபரப்பு இருந்தது.

ஆமாம். இன்று வந்தவர்களில் இவ்விடத்துக்கு முன்பு விஜயம் செய்தவர் பெரியவர் ஒருவர்தான். ஆம், நம் பழைய நண்பன் கொள்ளைக்காரன் நந்தன்தான். அவன் பின் வந்த முன்குடுமி வைத்த அந்தணர்களுக்கும் மற்றவருக்கும் இது முதல்முறைதான். செவி வழி மட்டுமே இவ்விடத்தின் மகிமையைப்பற்றிக் கேள்விப் பட்டிருந்தனர். கேள்விப்பட்டதற்கும் கண்கள் பார்ப்பதற்கும் சம்பந்தமே இல்லையே என்று வியந்தனர். இவ்விடத்தை இதற்கு முன் பார்த்திருந்த கிழவருக்கும் வியப்பு.

அந்த தீக்ஷிதர்களுக்கு தங்கள் ஆஸ்தான கோயிலுக்குள் இன்றுதான் முதலில் காலை எடுத்து வைக்கிறார்கள். அந்தணர்களுக்குப் பின் நால்வர் தூக்கி வந்த பல்லக்கு ஒன்று வந்தது. இருபுறங்களிலும் பட்டுத்திரைகள் இட்டு வந்த பல்லக்கின் உள்ளே என்னதான் இருக்குமோ? பார்த்து வியக்கக்கூட வழிப்போக்கர் இல்லை...

அறுபது ஆண்டுகளுக்குப் பின்னும் நந்தனுக்கு வழி தெரிந்தது. ஆனால் அடையாளம்தான் தெரியவில்லை.

வரும் வழியெல்லாம் சோபிக்கும்படி ஏதுமில்லையே? வந்துபோன வழியெல்லாம் மக்கள் நடமாட்டமேயில்லாமல் காடாய் மண்டிக் கிடந்தது. ஏரிகளில் தூர்வாராமல் அடைத்துப் போயிருந்தன. விட்டுச் சென்றபோது வளங்கொழிக்கும் அழகிய நாடாய் இருந்தது. ஆனால் இப்போது கழனிகளெல்லாம் பெரும்பாலும் நடவு ஆகி பலவாண்டுகள் ஆயிருந்தன. பாதைகளெல்லாம் பராமரிப்பின்றி மேடும் பள்ளமும் பொக்கையும் போழையுமாக இருந்தபடியால் பயணிப்பது சுலபமாயிருக்கவில்லை. இராஜபாட்டைகள் எல்லாம் கரைந்தும் விரிசல்விட்டும் இருந்தன. கல்லுளிமங்கன் சென்ற இடமெல்லாம் தவிடு பொடி என்பதுபோல துருக்கியன் வந்துசென்ற இடமெல்லாம் இன்னமும் ஒன்றும் விளங்கவில்லை.

தில்லை நெருங்க நெருங்க நந்தனுக்கு சற்றுப் பயமாகவே இருந்தது. மலை நாட்டிலிருந்து அவன் நடையில் கடைப்பிடித்து வந்த மிடுக்கும் கம்பீரமும் இப்போது இல்லை. தில்லையில் எப்பேர்ப்பட்ட அனுபவம் தமக்கு மட்டுமல்ல, நடேசனுக்கே காத்திருக்கிறது என்றும் புரியவில்லை...

சற்று நேரத்துக்கெல்லாம் இடிந்த கோயிலின் முன்வாசலுக்கு எதிரே நந்தனும் அவனுடைய பரிவாரங்களும் வந்து சேர்ந்தனர். கோபுரத்தைத் துருக்கியனால் இடிக்க முடியவில்லை போலும். அப்படியே விட்டுவிட்டு அடுத்த கோயிலைக் கொள்ளையடிக்கச் சென்றுவிட்டான். ஆனால் துருக்கியரால் உடைக்கப்பட்ட பின்னர்

அவ்வாசலின் பெருங்கதவுகள் சீரமைக்கப்படவேயில்லை. துருக்கியன் போன பிறகு கோயில் கதவுகள் கரையான் பிடித்துக் கிடந்தன. முன் பக்கத் தோற்றமே எல்லோருக்கும் மனக் கலக்கத்தை உண்டாக்கிற்று.

தில்லை வாசல் அமைதி குடிகொண்டு விளங்கிற்று. அந்தப் பாதையில் கண்ணுக்கெட்டிய தூரத்துக்கு ஒருவரும் காணப்பட வில்லை. ஆம், ஊரைவிட்டு ஓடியவர்கள் ஓடியவர்தாம். நந்தனுக்கு அந்தக் கோயிலுக்குள்ளே முன் ஒரு சமயம் வந்தது நினைவுக்கு வந்தது. அப்போது என்ன சீர்... என்ன சிறப்பு...!

நினைவுகளைப் பொறுக்கமுடியாமல் கண்கலங்கினான். மங்காப் புகழ் கொண்டு விளங்கிய மாநகருக்கே இன்று இந்த நிலையா? சூழற்காற்றினால் வேருடன் பறிக்கப்பட்ட நெடுமரத்தைப்போல் சமுதாயமே சீரழிந்தது. வறட்சிப் பிசாசின் நீண்ட விரல் இந்த ஊரையெல்லாம் தொட்டுக் கோலமிட்டதுபோல சௌந்தரிய நகரம் அழகும் பொலிவும் இழந்து இருளடைந்தது.

துருக்கியன் என்பவன் ராட்சதன்தான்! அவனுடைய கோரமான பிடியிலிருந்து இன்னும் இந்த நாட்டால் தப்பிப் பிழைக்க முடியவில்லை. போர்க்களத்தில் பலரைப் புறங்காட்டச் செய்தபின் தன் நாட்டுக்கே திரும்பிவிட்டான். அநாவசியமாக யுத்தத்தை வளர்த்துவதற்கு அவனுக்குச் சம்மதமில்லை. ஆனால் அந்த ஆரம்ப பீதிக்குப் பிறகு ஜனங்கள் மறுபடியும் மனோதைரியம் அடையவே இல்லை. துயரச் சம்பவத்தின் அதிர்ச்சியிலிருந்து இன்னமும் மீளவில்லை.

நந்தனுக்கு தொபேல் என்று தரையில் அமர்ந்து அழவேண்டும் போலிருந்தது. அறுபது ஆண்டுகள் கழித்துத் தாய்நாடு திரும்புகிறான். சீர்கெட்ட நிலையில் அதைக் காண அவன் தலையில் எழுதியிருந்தது.

நடேசனையும் இரு தீக்ஷிதர் சிறுவர்களையும் அழைத்துச் சென்றவன் கூடவே காதலி சுவாதியையும் அழைத்து மலை நாட்டுக்குள் புகுந்தான்.

இராஜகுலம் எதிலும் பிறவாதவரும், இராஜ வம்சத்தோடு உறவு பூணாதவருமான ஒருவர், தமது வீரம் மற்றும் ஆற்றல் காரணமாகவே தனி நாட்டை ஏற்படுத்தியது சரித்திரத்தில் புதியதல்லவே?

சிவிகையில் நடேசனுடன் அறுபது ஆண்டுகளுக்கு முன் நந்தனும் குழுவினரும் மலைநாடு சென்று அடைந்தபோது முதலில் சந்தேகக்

கண்ணுடன் பார்த்தனர் மலைவாழ் மக்கள். பின் தெரிந்த பாஷையிலும் பாணியிலும் பேச்சு நடத்தி வாழ இடம் பெற்றான் நந்தன்.

சில நாட்களிலேயே அவனுக்குப் பல விஷயங்கள் புலனானது, அவனுக்கு உறைவிடம் தந்த மலைச் சாதியினருக்கு பல பிரச்னைகள் இருந்தன என்று. மலை அடிவாரத்திலிருந்து சக்திவாய்ந்த எதிரிகள் அடிக்கடி படையெடுப்பதும் இவர்களைக் கொள்ளையடிப்பதும் மாடுகளையும் பெண்களையும் கடத்திச் செல்வதுமாய் இருந்தனர். அதை கண்ட நந்தன் பொங்கி எழுந்தான். தன்னுடன் வந்தவருக்கும் மலைவாழ் மக்களுக்கும் போர்ப் பயிற்சி கொடுத்தான். களிமண் மற்றும் மூங்கில் கொண்டு தடுப்பு வேலிகள் அமைத்தான்.

அடுத்தமுறை பகைவர்கள் வந்தபோது பெரும் அதிர்ச்சிக்கு உள்ளானார்கள். வந்தவரில் சிலரே படுகாயம் அடைந்து வீடு திரும்ப முடிந்தது. அவன் கையாளும் போர்க் கலைகளைக் கண்டு பிரமிப்பு கொண்டு அவர்களை துஷ்டர்களிடம் இருந்து காப்பாற்றிய அரவணைப்பைப் பாராட்டி அவனையே அரசனாகத் தேர்ந்தெடுத்தனர் மலைவாழ் ஜனங்கள்.

அவர்களால் அரசனாக நியமிக்கப்பட்டு ஒரு சிறிய சமஸ்தானத்தை உருவாக்கினான். சோர்வு சோம்பல் என்பதையே அறியாமல் உழைத்தான். தன்னம்பிக்கை கொண்ட மக்கள் அவன் தேசத்தில் குடிகொண்டார்கள். நந்தன் நாட்டை விஸ்தரிக்க முயலவில்லை. ஆனால் செல்வம் கொழிக்கச் செய்தான். நடேசன் இருந்த இடத்தைப்பற்றிக் கேட்க வேண்டுமா? செழித்தது. பாதுகாப்பிலும் முக்கியத்துவம் செலுத்தினான். பிறர் பொறாமைப் பார்வையுடன் நிறுத்திக் கொள்ளவேண்டும். அவன் இராஜ்ஜியத்துக்குள் அமைதியைக் குலைப்பதற்கு வந்த பகைவர்களை அடித்து விரட்டினான்.

நடேசனுக்கு மரத்தால் ஒரு கோயில் அமைக்கப்பெற்றது. சுவாதிக்கு அதில் பெரும் மகிழ்ச்சி. அபிநய பாவங்களையும் தினம் தினம் நடேசனுக்கு அவள் ஆடிக் காட்டினாள். ஆடாமல் அசையாமல் பல மணி நேரம் நடேசன் முன் அமர்ந்து அவனைக் கண்டு அதிசயித்து மகிழ்ந்தாள். நந்தனுக்கே பொறாமை வரும் அளவுக்கு மெய்மறந்து பரவசம் அடைந்தாள்.

இப்படிப் பலவாண்டுகள் போயின. யுத்தம் முடிந்ததும் முதல் காரியமாக நடேசனைத் திருப்பி எடுத்துச் செல்லவேண்டும் என்ற மன உறுதியிருந்தது. ஆனால் தமிழகமெங்குமிருந்து வந்த செய்திகள் அவன் மனதை இன்னும் அச்சுறுத்தியது. திருப்தியை அளிக்கும்படி செய்தி ஏதுமில்லை.

வெண்கொற்றக் குடைகளினாலும் வெண்சாமரங்களினாலும் தன் புகழைப் பரப்பிக்கொள்ளவில்லை நந்தன். மனதில் அவன் நிரந்தரமாக இங்கு தங்கப் போவதில்லை என்றும் தானொரு வழிப்போக்கன் என்றும் நினைத்தான். ஆனால் நடராஜர் தான் திரும்ப வேண்டிய தினத்தை செய்தி மூலமாகத் தெரிவிப்பார் என்றும் பூரணமாக நம்பினான். ஆரம்பத்தில் மலையாள ஜோசியர்கள் வைத்துப் பிரசன்னம் போட்டு தேதி குறிக்கப் பார்த்தான். ஆனால் கடவுளின் உத்தரவு கிடைக்கவில்லை.

ஒரு மனம் சொன்னது, தீக்ஷிதர் வாங்கிக்கொண்ட சத்தியத்தை மறந்துவிடு என்று. நடேசனை நமக்கும் நம் பரம்பரைக்கும் எடுத்துக்கொள்வதில் தவறில்லை. அரும்பெரும் வீரச் செயல்கள் புரிந்தவர்களைத் தெரிந்துகொண்டு அவர்களுக்கு நடேசன் தன்னையே விசேஷ சன்மானமாக அளிக்க விரும்புகிறார் என்றும் அவன் மனதிலே இருந்தது.

பூவும் மணமும்போல பிரிக்க முடியாத தம்பதியராய் நந்தனும் சுவாதியும் வாழ்ந்தனர். இருவரையும்போல் நேயபாவமுள்ள தம்பதிகள் இருக்க முடியாது என்று கண்டவர்கள் சொன்னார்கள். அவள் பேரன் பேத்தியையெல்லாம் எடுத்து மனமாரக் கொஞ்சிய பின் உடல்நலம் குன்றிப் படுக்கையில் இருக்கும்படி நேர்ந்தது. நடனமாடியவள் நடமாடக் கூட முடியாமல் நெடுநாள் இருக்க முடியுமா? அவள் முடிவு நெருங்குவதை உணர்ந்தாள். நந்தனிடம் ஒரு முக்கியமான விஷயத்தைப் பற்றிப் பேச முற்பட்டாள்.

‘நந்தா, உன்னைவிட்டுப் பிரியும் நேரம் வந்துவிட்டது’ என்றாள்.

‘என் உயிருக்கு உயிரானவளே! நீ இன்று என்னைவிட்டுச் செல்கிறாய். நீ இல்லாமல் என் உயிர் மட்டும் எத்தனை நாள் இருக்கும் என்று எண்ணுகிறாய்?’ என்றான்.

‘இல்லை, இல்லை நீ இருக்கவேண்டும்’ என்று அவள் சொன்னவுடன் அதிசயித்தான். அவள் தொடர்ந்தாள். ‘கல்நெஞ்சம் கொண்டவர் நாம். உலகுக்கு அர்ப்பணம் செய்ய வேண்டிய அற்புதத்தை நாமே பத்திரப்படுத்திக்கொண்டோம்’ என்றாள். ‘காப்பாற்றியதற்காக நமக்கே சொந்தம் என்று முடிவு கட்டினோம்.’

‘அதில் தவறேதும் இல்லை’ என்று அவன் தரப்பு வாதத்தை முன் வைக்க நினைத்தான்.

‘நான் சொல்லவேண்டியது மிச்சத்தையும் கேள்! நான் ரொம்ப காலம் இருக்கப் போவதில்லை. அதனால் எனக்கு அப்புறம் நீ நடேசனைத்

திரும்பத் தில்லைக்கு எடுத்துச் செல்லவேண்டும்' என்று விண்ணப்பித்தாள்.

என்றும் அழியாத சிரஞ்சீவி காதல், சாவினால் அழியுமா? உடலால்தான் சுவாதி அவனைவிட்டுச் சென்றிருந்தாள். அவள் இறக்கும்முன் தன் கடமைதனை ஞாபகம் செய்துவிட்டுச் சென்றாள். தில்லையை நோக்கி நடேசன் புறப்பட வேண்டிய நேரம் நெருங்கி விட்டது என்று முடிவு செய்தான். இது தன் வாழ்வின் கடைசிப் பயணம் என்றும் முடிவெடுத்தான்.

ஆட்சிப் பொறுப்பைத் தம்மிடமிருந்து மகனிடம் ஒப்படைத்தான். தன் குடிமக்களிடம் விடைபெற்றான். இத்தகைய வீரபுருஷனைத் தலைவனாகப் பெற்றதை எண்ணி மனம் பூரித்தனர் குடிமக்கள்.

வம்சா வழியாக வந்த தீக்ஷிதர்களில் இருவரை அழைத்துக் கொண்டான். மற்றவருக்குப் பின் செய்தி அனுப்புவதாகச் சொல்லிவிட்டு சிவிகையில் நடேசனை ஏற்றினார்கள். மலைவாழ் மக்கள் கண்ணீர் சிந்தினர். ஒரே நேரத்தில் அரசனையும் ஆண்டவனையும் இழந்த சோகம் அவர்களுக்கு.

சாகும் தறுவாயில் காதலி ஆசைப்பட்டது நியாயமானதே. தில்லைக்கே உரிய பொக்கிஷத்தைத் திரும்பத் தருவதுதான் முறை என்று முடிவெடுத்தான்.

ஆனால் அதை ஏற்றுக் கொள்ளும் நிலையில் இன்று தில்லை இல்லையே?

•••

அத்தியாயம் முப்பத்தொன்பது

என்னவோ நடக்கப் போகிறது!

மங்கலான மாலை வெளிச்சத்தில்தான் தில்லைக் கோயிலுக்குள் நுழைந்தனர்.

எப்படியாவது பொழுது சாய்வதற்கு முன் வந்துவிடவேண்டும் என்று கணக்கிட்டிருந்தான் நந்தன். ஆனால் வரும் வழியெங்கும் பாதையின் சுற்றுப்புறத்தைக் கவனிக்க கவனிக்க ஊர்வலத்தின் வேகம் தானாகக் குறைந்தது.

மலை நாட்டில் கிளம்பும் முன்னே நந்தன் மனதின் ஓரத்தில் தில்லைக் கோயிலை யாரேனும் இந்த அறுபது ஆண்டுகளில் கட்டியிருப்பார்கள் என்று நினைத்தான். அதுமட்டுமல்ல, வேறொரு நடராஜர் சிலையை வைத்து பூஜையைத் தொடங்கியிருந்தால் என்ன செய்வதென்றுகூட ஆராய்ந்து பார்த்தான். அதனால் நிச்சயமாக நாடும் சீர்பெற்றிருக்கும் என்றும் நினைத்தான். ஒன்றில்லாமல் ஒன்றில்லை என அவனுக்குத் தெரியும்.

அறுபது ஆண்டுகளுக்குப் பின்னும் அந்த யுத்தத்தை நினைவூட்டும் காட்சிகளே எங்கெங்கும் தோன்றி வந்தன. அளவு கடந்த வெறிகொண்டவன் எதிரி. இரணியகசிபு, இராவணன், சூரபத்மன் முதலான ராட்சஸர்கள் செய்யாத கொடும் காரியத்தைத் துருக்கியன் செய்துவிட்டான். அப்போதும் கடவுள் அவதாரம் எடுத்து வரவில்லை.

நாடு இப்படியிருக்க கோயில் மட்டும் எப்படியிருக்கப் போகிறது? ‘இமயத்திலிருந்து இலங்கை வரையில் புகழ் பரவியிருந்த தில்லையா இது? பூலோகத்தின் இருதயஸ்தானம் என்பார்களே? இதுவா இப்படி? இதற்காகவா இவ்வளவு தூரம் வந்தோம்? செழித்திருக்கும்

ஒரு சமுதாயம் நாடு திரும்பும் நடேசனை வாழ்த்தி வரவேற்கும் என்றல்லவா வந்தோம்?' அவன் மனக் கண்ணின் முன்னால் தோன்றிய பல காட்சிகள் பொய்யாயின.

நடராஜரைத் தம்முடன் நிரந்தரமாக பந்தப்படுத்திக்கொள்ள வேண்டும் என்ற நோக்கம் இல்லாமல் வந்தது தவறோ என்றுகூட நினைத்தான். அறுபது ஆண்டுகள் கஷ்டப்படுத்திக் காப்பாற்றிவிட்டு இந்தப் பாழடைந்த ஊரில் நடேசனை விட்டுவிட்டுச் செல்வதா? நினைக்கவே பைத்தியக்காரத்தனமாக இருந்தது.

இந்த மாநகரின் கட்டடங்கள் எல்லாம் இடிந்து தகர்ந்து போயிருந்தன. எத்தனை தூரம் சந்து பொந்துகளுக்குள் எட்டிப் பார்த்தாலும் மனித சஞ்சாரமே இல்லை. தன் நாட்டுக்குத் திரும்பி வந்த நடேசனை எதிர்கொண்டு அழைப்பதற்கு யாரும் காத்திருக்க வில்லை.

தில்லை மாநகரின் இருள் படிந்த மாடவீதிகளில் ஊர்வலம் நடைபோட்டபோது திடீரென்று பல்லாயிரம் பட்சிகள் ஏககாலத்தில் கூச்சலிடும் சப்தம் கேட்டது. ஏதோ ராட்சசன் ஆட்சி செய்யும் நாட்டுக்குள் காலடி எடுத்து வைத்ததுபோல நந்தனோடு வந்தவர்கள் நடுங்கினார்கள்.

தில்லைக் கோயிலுக்குக் கோட்டை மதில்போல மதில் சுவர் உண்டு. கற்பாறை இல்லாத இடத்தில் கருங்கற்கள் கொண்டு பனைமர உயரத்துக்கு சுற்றுச் சுவரை எழுப்பியிருந்தனர். நடேசனின் செல்வங்களை, எதிரி வந்த ஒரே ஒரு நாள் பாதுகாக்கத் தவறி இன்று தலைகுனிந்து நின்றன மதில்கள்.

கோயில் மதில்கள் பெரும்பாலும் வானுயர்ந்துதான் நின்றன. ஆங்காங்கே பராமரிப்பின்றி விரிசல்கள் விட்டிருந்தன. மதில் ஓரமாக நடந்து வந்தபோது கிழக்கு மாடவீதியில் நடேசனின் தேர் இடிந்து போய்க் கிடந்தது. ஆங்காங்கே அதில் அரசமரக் கன்றுகள் வேறு ஆளுயரத்துக்கு வளர்ந்திருந்தன. அதைப் பார்த்தவுடன் கோயிலுக்குள் போவது துர்லபம் என்று நினைக்கத் தோன்றியது.

எதிரியினால் விளைந்த கஷ்ட நஷ்டங்களை இன்னமும் பார்வையிட முடிந்தது. அதெல்லாம் முக்கியமான காரணமாகப்படவில்லை நந்தனுக்கு. காவல் தெய்வம் இல்லாமல் இந்த நாடு சீரழிந்துவிட்டது என்னவோ உண்மைதான். அதற்குக் காரணம் தானும் சுவாதியும் தானே? தில்லைக்கு வெளியே ஏதாவது காட்டினுள் வெளியேறி படையெடுப்பு முடிந்தவுடன் மீண்டும் கொண்டு வந்திருக்கலாமோ என்று இப்போது தோன்றியது.

கிழக்கு வாயில் உடைந்திருந்ததனால் ஏற்பட்டிருந்த வழி மூலமாகக் கோயிலுக்குள்ளே புகுந்து சென்றனர். பிரதான கோயிலுக்கும் வெளிமதிலுக்கும் நடுவே இருந்த இடத்தில் கொடிகள் மண்டிக் கிடந்தன. எத்தனை எத்தனை யுகங்களாய் மகான்கள் இருந்து யாக யக்ஞங்கள் செய்திருந்த இடம்! இப்படிக் கேட்பாரற்றுக் கிடந்தது.

ஆயிரங்கால் மண்டபத்தில் பல தூண்கள் சாய்ந்திருந்தன. இடிந்து போயிருந்த மண்டபங்கள் சிவகங்கைக் குளத்துக்குள் விழுந்திருந்தன. புஷ்கர்ணியான சிவகங்கையோ அல்லிக்குளம்போல இருந்தது. குளத்திலே தண்ணீர் இருப்பதே தெரியா்த வண்ணம் வட்ட வட்ட இலைகளும் அல்லி மலர்களும் தாமரை மொட்டுக்களும் நிறைந்திருந்தன.

காற்று வீசவில்லை; மரங்கள் ஆடவில்லை; அலையற்ற அமைதியான ஏரியைப்போல் காணப்பட்ட அந்த இடிபாடுகளில் ஓர் அசைவுகூட இல்லை. திடீரென்று செல்லும் திக்கறியாமல் நின்றனர். எங்கும் கல்குவியலாய் மண்ணும் முற்செடிகளும் முளைத்து வழியை மறித்தன.

உற்றுப் பார்த்தான் நந்தன். அவன் காலடியில் ஓர் ஒற்றை வழிப்பாதை காணப்பட்டது. ஆடுமாடு மேய்ப்பவர் செய்த பாதை போலிருந்த வழியாக நந்தன் செல்ல, மற்றவர்களும் பின்தொடர்ந்தார்கள். சிறிது தூரம் குறுகலான வழியில் சென்றதும் ஓர் இடிபாடு நிறைந்த மண்டபம் காணப்பட்டது. அதுதான் பிரதானக் கோயிலான பொன்னம்பலமும் சிற்றம்பலமும் அடைவதற்கான வாசல்.

ஊர்வலம் மெல்ல இருள் படிந்த அவ்விடத்தைக் கடந்து பிரதானக் கோயிலுக்குள் நுழைந்தது. வெளிமதில் கதவுபோல உட்கதவும் கரையானுக்கு இரையாகி ஆங்காங்கே மரத்துண்டுகள் மட்டும் இரும்பு சட்டங்களில் தொங்கிக்கொண்டிருந்தன. தில்லை நகர் கரையான்களைப்பற்றிக் கேட்கவே வேண்டாம். எது கிடைக்கும் எனக் காத்திருக்குமாம். திருமுறை ஓலைகளில் பாதியை ருசித்தவையல்லவா? அதுபோல எப்போது துருக்கியன்போல ஓர் அரக்கன் வருவான் என்று புற்றுக்குள் காத்திருந்தன.

ஒரு காலத்தில் பொன்னம்பலம் இருந்த இடத்தை அடைந்த பின் கனத்த மௌனம் நிலவியது. பொன்னம்பலத்தில் பொன்னே இல்லை. துருக்கியன் பொன்னை மேலிருந்து எடுக்கும்போது உண்டாகியிருந்த துவாரம் காலமாகப் பெரிதாகி கூரையே கீழே விழுந்திருந்தது. ஒரு பழம் பெரும் கோயில், காலத்தின் கசக்கலில் சீரழிந்து கிடந்தது.

பொற்கூரையைத் தூக்கிப் பிடித்த வரிசைகளாக நன்கு செதுக்கிச் செப்பனிடாத மரத்தால் ஆன பெருந்தூண்கள் ஒரு காலத்தில் நின்றன. இப்போது எல்லாம் குறுக்கும் நெடுக்குமாய்க் கீழே விழுந்திருந்தன.

'ஆகா, சிவன் இங்கு மட்டும்தான் ஆனந்தமாய் வாழ்ந்துவிட்டான் என்று எண்ணி ஏமாந்துவிட்டேன். தில்லையும் சடையன் கூத்தாடும் சுடுகாடாகிவிட்டதே' என்று நொந்தான் நந்தன்.

கோயிலைப் பார்த்தவுடன் நந்தனுக்கு அறுபது ஆண்டுகளுக்கு முன் எப்பேர்ப்பட்ட அபாயத்திலிருந்து தானும் சுவாதியும், ஏன் நடேசனும்கூடத் தப்பினார்கள் என்றும் நினைவுக்கு வந்தது. தில்லை கடவுளின் இருப்பிடம் என்று பாதுகாக்கப்பட்டது. ஆனால் கண்டவனெல்லாம் உள்ளே வந்து கொள்ளையடித்துச் சென்று விட்டான். விலை மதிப்பில்லா ஆபரணங்களை எடுத்துக்கொண்டனர். கோயிலைச் சுரண்டி தங்கத்தை எடுத்துக்கொண்டனர். ஆனால் நடேசன் மட்டும் அவர்கள் கையில் அகப்படவில்லை.

அதை நினைத்தபோதிலும் அவனுடைய மனம் அப்போதுகூட முழு நிம்மதி அடையவில்லை. இடிபாடுகளாய் இருந்த பொற்சபையை நோக்கியவண்ணம் நந்தன் சிறிது நேரம் சும்மாயிருந்தான். அவன் உள்ளத்தில் மட்டும் பேரலைகள் எழுந்து விழுந்தன. அப்படியே நடேசனைத் திரும்ப எடுத்துச் செல்ல எத்தனித்தாலும் ஒரு முறையாவது மேடையின் மேல் ஏற்றி வைத்துச் செல்லவேண்டும். ருத்திராபதி தீக்ஷிதருக்கும், ஆசைக் காதலி சுவாதிக்கும் கொடுத்த வாக்கை நிறைவேற்றியாகிவிட்டது என்று நிம்மதி கொள்ளலாம் என்று முடிவெடுத்தான்.

ஒரு சமிக்ஞை செய்யவே நடேசனை மேடையின் மேல் தூக்கி வந்தனர். அவன் உத்தரவுக்கு ஏற்ப சிவிகையைத் தூக்கியவர்கள் தலையில் சுற்றியிருந்த துண்டை மரியாதை நிமித்தமாக எடுத்துவிட்டு மேடையின் மேல் ஏறினார்கள்.

முன்பெல்லாம் நடேசன் அம்பலத்துக்குள் வருகிறானென்றால் பேரிகைகள் அதிர்ந்தபடி எக்காளங்கள் முழங்கும்... லட்சக் கணக்கான பக்தர்களின் கண்டங்களிலிருந்து ஏககாலத்தில் 'நமசிவாய வாழ்க!' என்ற கோஷம் கிளம்பி மேலே வான மண்டலம்வரை சென்று, நாலா திசைகளிலும் பரவிப் படர்ந்து எங்கெங்கும் எதிரொலியை உண்டாக்குமாம். ஆனால் இப்போது அமைதி. வெறும் அமைதி.

தனித்திருந்த பாழடைந்த பொற்சபையை நெருங்கியபோது நிசப்தம் குடிகொண்டிருந்தது. சுற்றும் முற்றும் பார்த்தான். நடராஜர்

சன்னிதிக்கு முன் இருக்கும் வெள்ளிப்படிகள் இப்போது இல்லை. நமசிவாய என்ற ஐந்தெழுத்தைக் குறிக்கும் ஐந்து படிகள் நடேசனின் சன்னிதிக்கு தீக்ஷிதரை மட்டும் இட்டுச் செல்லும். வேறு யாரும் அதற்குள் பிரவேசிக்க முடியாது. சோழ அரசனுக்குக் கூட அந்தப் படியில் அமர வைத்து அபிஷேகம் செய்து ஆயிரங்கால் மண்டபத்தில் மகுடம் சூட்டுவார்கள்.

சந்திரன் கீழ்வானத்தில் உதயமாகி வானத்தில் சிறிது தூரம் வந்திருந்தது. பொன்னம்பலத்தில் ஆயிரம் துவாரங்கள். அவற்றின் வழியாக நிலா வெளிச்சம் வந்து சுற்றுப்புறக் காட்சிகளை அரைகுறையாக அவனுக்குக் காட்டியது.

கூரையை நோக்கிய வண்ணம் யோசித்தான். அப்போது அவனுடைய புருவங்கள் நெரிந்தன: நெற்றி சுருங்கியது. இந்தக் கூரையில்தான் அந்தக் கம்பூஜக்கல் இருந்தது. அதற்காக அல்லவா முதன் முதலில் இந்தத் தில்லையில் காலெடுத்து வைத்தான். அன்றுதான் அழியத் தொடங்கியது இந்த மாபெரும் நகரம். ஒழுங்காய் ஓராயிரம் ஆண்டுகள் இயங்கி வந்த கோயில் அவன் கண்டதும் சின்னா பின்னமானதே?

ஒரு சோர்வு ஏற்பட்டது. அமர்ந்தான். திடீரென்று இரு கரங்களையும் வைத்துக்கொண்டு கண்களை மூடி விம்மினான்,

பின் அவன் தோளில் ஒரு கை வைக்கப்பட்டது. அந்தக் கையில் ஒரு நடுக்கம் தெரிந்தது. உடனே நந்தன் கண்களைத் துடைத்துக்கொண்டு திரும்பினான். அவனுடன் வந்திருந்த தீக்ஷிதர்களில் ஒருவன் முகம் வெளிறிப்போயிருந்தது. அவன் பார்த்த இடத்தை நந்தனும் திரும்பிப் பார்த்தான்.

பொற்சபை இருந்த இடத்தில் லேசான வெளிச்சம் தெரிய எல்லோரும் அதிசயித்தனர். ஒரு விளக்கை யாரோ ஏற்றி வைத்து விட்டிருந்தனர். ஏற்றியவர் அங்கிருந்தாரா இல்லையா என்று தெரியவில்லை.

'எப்படி? யாரும் இந்தப் பக்கம் வருவதாகத் தெரியவில்லையே... எப்படி?'

மற்றவர்களைத் திரும்பிப் பார்த்தான். அவர்களுக்கும் பயம் என்று முகக்களை காட்டியது.

'எனக்கு ஒன்றும் விளங்கவில்லையே!' என்றான்.

அப்போது அந்த இடிபாடுகளில் ஏதோ சலனம் தென்பட்டது.

காலடிச் சப்தம் கேட்டவுடன் நந்தனுடைய கை இயற்கையாக வாளுக்குச் சென்றது. பின் ஒன்றும் கேட்கவில்லை. தமது காலடிச் சப்தத்தின் பிரதித்வனிகளாக இருக்குமோ என்ற சந்தேகம்.

'ஏதோ ஒரு குரல் கேட்டதுபோல் தோன்றியதே? அது மனிதக் குரலா?' உடலெங்கும் ஒரு நடுக்கமும் ரோமக் கூச்சலும் ஏற்பட்டது.

நந்தனின் பார்வை தற்செயலாக ஒரு நிழலின்மீது விழுந்தது. சட்டென்று அவனுடைய மூளையில் ஓர் எண்ணம் உதித்தது. கோயிலுக்குள் வேறு யாரோ இருந்தார்கள். பயந்து ஒளிகிறார்களா? இல்லை பாய்வதற்காகப் பதுங்குகிறார்களா?

ஆனால் திடீரென ஒரு பயம் வந்தது. ஆண்டவன் வெளியேறிய இடங்களைத் தீய சக்திகள் ஆக்கிரமித்துக்கொள்ளும் என்று சொல்லுவார்களே, அப்படி இங்கும் நடந்துவிட்டதோ? இது என்ன விந்தை? துயில் நீங்கி விழித்துக்கொண்டவுடன் மலை நாட்டில் இருப்பேனா என்றுகூட நினைத்தான்.

யாரும் இல்லை என்று எதிர்பார்த்து வந்தபோது மற்றவர் இருக்கும் அறிகுறிகள் இங்கே கண்டதினால் ஏற்பட்ட வியப்பு ஒருபுறமிருக்க, நடேசனுக்கும் தங்களுக்கும் என்ன நடக்கப் போகிறது என்ற பயத்தை வெளிறிய அவர்களுடைய முகமும் எடுத்துக் காட்டியது.

•••

அத்தியாயம் நாற்பது

'நான் கிளம்புகிறேன்'

ஜனசஞ்சாரமேயற்ற கோயிலின் மேலே மேகங்களுக்குப் பின் கண்ணாமூச்சியாடும் நிலவு. மாறிமாறி வரும் இருட்டில் கோட்டான்களின் கூவல். இப்போது ஆள் நடமாட்டம் இல்லாத கர்ப்பகிரஹத்திலே விளக்கு எப்படி ஏற்றப்பட்டது? இல்லை அறுபது ஆண்டுகளாக எரிந்துகொண்டிருந்ததா? தலை சுற்றியது நந்தனுக்கு

ஆனால் நந்தன் இதைத் தீர விசாரிக்கவேண்டும் என்று முடிவெடுத்து அந்தக் கனகசபை மேடையின் உட்பகுதிக்குள் புகுந்தான். ஒரு காலத்தில் தங்கக்கூரையைத் தாங்கித் தலைநிமிர்ந்து நின்ற மரத்தூண்கள் இன்று தாறுமாறாய் அவன் வழியை மறித்தன.

பூனையின் நடைபோல சப்தமேதும் செய்யாமல் ஏன் மூச்சுக்கூட விடாமல் அன்னியருக்கு வெகு சமீபத்தில் போய் நந்தன் தூண் மறைவில் நின்றான். இப்போது அன்னியரின் மூச்சு சப்தம் அவன் காதில் தெளிவாய் விழுந்தது. எண்ணிக்கையில் ஒருவருக்கு மேல் இருந்தனர் எனப் புரிந்தது. நந்தன் அவன் முன் இருந்த ஒரு தூணைக் குறிவைத்து சட்டெனக் கையை நீட்டினான்.

வெளியில் வரலாமோ கூடாதோ என்ற சந்தேகத்துடன் எட்டிப் பார்த்துக்கொண்டிருந்த இருவர் அவன் பிடியில் அகப்பட்டனர். இருவரையும் வெளியில் இழுத்துப் பார்த்தான்.

சரியாக அந்த நேரம் பார்த்து நிலவு மேகத்தின் பின்னிருந்து வெளிவந்தது. என்ன அதிசயம்? தன்னுடன் வந்த இரு தீக்ஷிதர்களைப் போலவே தூணின் மறைவில் இருவர் இருந்தனர். முதலில் நந்தனுக்குக் குழப்பம், தன்னுடன் வந்தவர்கள் எப்படித் தூணுக்குப்

பின் சென்றார்கள் என்று. பின் மெலிந்து காணப்பட்ட இவர்கள் வேறு யாரோ எனப் புரிந்தது. நந்தனைக் கண்டு பயந்து நடுநடுங்கிக் கொண்டிருந்தனர்.

‘யார் நீர்?’

முதலில் பதில் சொல்லப் பயந்தவர்கள் பின், ‘நாங்கள் இருவரும் தில்லை வாழ் அந்தணர்’ என்றனர்.

துருக்கியன் எல்லோரையும் கொல்லவில்லை, தப்பித்தவரின் வம்சாவளிகள் உயிருடன் இருக்கிறார்கள் என்று இப்போது நந்தனுக்குப் புரிந்தது. நடுங்கிய தீக்ஷிதருள் ஒருவன் நந்தனைப் பார்த்துக் கேட்டான். ‘நீர் யார்?’

‘நானா? பயம் கொள்ளவேண்டாம். உமக்கு நண்பன். உமக்குப் பிடித்தமான இரண்டு விஷயங்களை உம்மிடம் ஒப்படைக்க வந்த தூதுவன்’ என்றான்.

புரியாமல் நின்றனர் இருவரும்.

பின் ‘என்னுடன் வாருங்கள்’ என்று அவர்கள் கைகளைப் பிடித்து அழைத்து வந்தான். முதலில் தன்னுடன் அழைத்து வந்த இரண்டு தீக்ஷிதர்களைக் காட்டினான். நால்வர் முகத்திலும் அதிசயம். ஆயிரம் காத தூரம் தள்ளி உயிர் வாழ்ந்தாலும் நடையுடையில் ஒரே மாதிரியாக இருந்தனர்.

‘இவர்கள் உங்கள் சகோதரர்கள். மலை நாட்டிலிருந்து வந்திருக் கிறார்கள்’ என்று அறிமுகப்படுத்தினான்.

தில்லை தீக்ஷிதர்கள் கேள்விக்குறியுடன் நந்தனைப் பார்த்தனர். அந்தக் கேள்வியின் அர்த்தம். ‘இன்னும் ஒன்று என்றீரே?’

‘இதோ’ என்று சித்சபையைக் காண்பித்தான். இடிந்த மண்டபத்துக்கு மேல் நடேசன் அறுபது ஆண்டு காலத்துக்குப் பின் கொலு வீற்றிருந்தான்.

கண்டவுடன் தீக்ஷிதர்கள் சாஷ்டாங்கமாகக் கீழே விழுந்தார்கள். கதறி அழுதார்கள். கதையிலும் காவியத்திலும் மட்டுமே கேள்விப் பட்டிருந்த நடேசன் இவன்தானா என்று நம்பாமல் சித்சபையின் மேலேறி நிஜமானவனா என்று தொட்டுத்தொட்டு ஆராய்ந்தார்கள்.

பரபரப்பு அடங்கியவுடன் எல்லோருமாக அமர்ந்தனர். தில்லையில் பின் தங்கிய தீக்ஷிதர்கள் அவர்கள் கதையைச் சொன்னார்கள். துருக்கியர் படையெடுப்பின்போது நடேசன் கண்காணாத இடத்துக்குச் சென்றுவிட்டான் என்றவுடன் இதர தெய்வங்களை

சிவகங்கைக் குளத்தில் போட்டனராம். பின்தான் தங்கள் உயிரையும் குடும்பங்களையும் காப்பாற்றிக்கொள்ள அருகிலிருந்த கடலோரக் கிள்ளைக் காடுகளுக்கு புகுந்தனர்.

காட்டில் சென்று அடைக்கலம்கொண்ட தீக்ஷிதர்கள் படையெடுப்பு முடிந்துவந்து பார்த்தபோது ஊரே அழிந்திருந்தது. கொள்ளையன் மீண்டும் வருவானோ என்று பயந்து காட்டிலேயே இருந்தனர்.

ஆனால் வாய்வழிச் செய்தியாக நடேசன் என்றாவது திரும்புவான் என்று நம்பிக்கை கானகத்தில் வாழ்ந்த கூட்டத்தினருக்கு இருந்தது. என்றாவது இந்த ஊருக்கு விமோசனம் வரவேண்டுமென்றால் தில்லையில் பூஜை நடக்கவேண்டும் என்று தினந்தினம் இரவு இரண்டு தீக்ஷிதர்கள் மட்டும் வந்து வெறும் அறைக்கு பூஜை செய்து வந்தனர்.

'உரிய காலத்தில் நாட்டுக்குத் திரும்பும் தமது மனோரதத்தை நிறைவேற்றிக்கொள்வார் நடேசன் என்று எங்களுக்குச் செய்தி இருந்தது. அவர் எங்கோ பத்திரமாக இருந்ததால் எவ்விதக் கஷ்டத்தையும் எங்களால் பொறுத்துக்கொள்ள முடிந்தது. தாங்கள் வந்தது எம் பாட்டன் கால நம்பிக்கைகளை எல்லாம் உறுதிப் படுத்திவிட்டன' என்று சொல்லி கதையை முடித்தனர்.

அடுத்தது என்ன என்று எல்லோருடைய மனதிலும் தோன்றினாலும் நந்தன் சொல்லட்டும் என்று வாய் திறவாமல் காத்திருந்தனர்.

அவனோ பேசவில்லை. கோயிலில் இருந்த அந்த காரிருளைக் காட்டிலும் கரியதான ஓர் இருள் நந்தன் மனதை ஆக்கிரமித்தது. அறுபது ஆண்டுகளுக்கு முன் தில்லைக்கு வந்ததை நினைத்துப் பார்த்தான். பழையதை ஒப்பிட்டுப் பார்க்கும்போது மனது கனத்தது. போனமுறை அவன் பார்த்தபோது ஜனசமுத்திரம் நிறைந்த மாடவீதிகள் இன்று காடாய் கிடந்தன. நகரை ஆட்சி செய்த தீக்ஷிதர்களின் ஐசுவரிய கர்வமும் நினைவுக்கு வந்தது. இங்கிருக்கும் தீக்ஷிதர்கள் பாவமாய் இருந்தார்கள். கொள்ளையன் வந்து சென்ற பின் இவ்வளவு நாள் கழித்தும் இந்த ஊர் இன்னும் சீராகவில்லையே? இனியாவது ஆகுமா?

சென்றுபோன ஆனந்தமான காலத்தை நினைவில் வைத்திருந்தவர் கூட இன்று இல்லை - தன்னைத் தவிர. நினைவுகளை மட்டுமா நந்தன் சுமந்தான்? ஒரு குற்ற உணர்வையும்தான். இன்றைய நிலைக்கு தான் மட்டுமே காரணம் என்று அவனுக்குத் தோன்றியது. இதை நினைத்தவுடன் அவனால் தாங்க முடியவில்லை.

திடீரென ஒரு முடிவுக்கு வந்தவன்போல எழுந்தான். 'நான் கிளம்புகிறேன்' என்றான்.

அவனுடன் வந்த பரிவாரங்களும் எழுந்தன.

'நீர் எல்லோரும் இங்கேயே இருக்கவேண்டியவர்கள். நான் மட்டும்தான் செல்கிறேன்.'

எல்லோரும் அவன் போகக்கூடாது என்று மன்றாடினர்.

'இல்லை அய்யா. உம் குலத்தினரை உம்முடன் சேர்த்துவிட்டேன். நடேசனின் சிலைதனை அவன் வீட்டிலே உரிய இடத்திலேயே வைத்துவிட்டேன். என் மனோரதம் நிறைவேறிவிட்டது' என்று சொல்லிக்கொண்டே எழுந்து நின்றான்.

இருட்டில் அவனுடைய முகபாவம் ஒன்றும் தெரியவில்லை. ஏன் செல்லவேண்டும் என்று சொல்கிறான் என்றும் புரியவில்லை. அவன் பேச்சைத் தட்ட அவர் கூட வந்த யாருக்கும் தைரியம் கிடையாது. அவன் தள்ளாடிச் செல்வதைப் பார்க்க மனதை ஈட்டியை வைத்துத் திருப்புவது போலிருந்தது.

ஆனால் மலை நாட்டிலிருந்து வந்தவருக்கும் சரி, தில்லையில் பின் தங்கிய தீக்ஷிதர்களுக்கும் சரி எல்லோருக்கும் ஒரு கேள்விதான் மனதில் பிரதானமாக இருந்தது. 'தேகத்தில் சக்தி இல்லை. மனதில் தெம்பு இல்லை. இப்பேற்பட்ட நிலையில் இந்த வயதில் இவரால் இன்னும் எத்தனை நாள் உயிர் வாழ முடியும்?' என்ற கேள்வி எல்லோர் மனதிலும் எழுந்தது. எனினும் அவர் தில்லைக் கோயிலைக் கண்டவுடன் ஏற்பட்ட அதிர்ச்சியில் பாதிப் பிராணன் போனது. இன்னும் இங்கேயே இருந்தால் மீதியும் போய்விடும் என்று எல்லோருக்கும் தெரிந்தது.

முற்றத்தைக்கூட நந்தன் கடக்கவில்லை. கால் தடுக்கியது. எல்லோரும் பாய்ந்தோடி உதவ நினைத்தனர். ஆனால் அதற்குள்ளாக கையை உயர்த்தி 'வேண்டாம்' என்பதுபோல் சைகை செய்தான் நந்தன். அவனுடைய சுயகௌரவ உணர்ச்சியினால் அவர்களைத் தடுக்கிறான் என்று நினைத்தனர். அதனால் அருகில் வரவில்லை.

ஆனால் நந்தனுக்குப் புரிந்தது... கனத்த இதயத்தால் கால் இடறவில்லை. எதிலோ அவன் கால் தடுக்கியதுதான் காரணம் என்று யூகித்துவிட்டான். காலில் தடுக்கிய கல்லை எடுத்து அகற்றிப் போடவேண்டும் என்று குனிந்து அந்தக் கல்லை எடுத்தான்.

எடுத்தவுடன் அந்தக் கல் அசைவதுபோல் ஓர் உணர்வு! கல்லை உற்றுப்பார்த்தான். ஆம், அது சிங்கக்குட்டிபோல உருமிக் கொண்டிருந்தது. மஞ்சள் நிறமான நட்சத்திரம்போல உள்ளே ஓர் ஒளியும் மெல்ல மெல்லத் தோன்றியது.

அந்த உருமல் அவன் செவியில் இன்ப கீதமாகப் பாய்ந்தது.

'ஆகா! இதுதானா அந்தக் கம்பூஜக்கல். கையில் அணிந்திருந்த தங்கக் காப்புக்கு மதிப்புக்கொடுத்து மின்னி உருமுகிறது. எப்படி வாழ்க்கையே ஒரு சக்கரமாய் இருக்கிறது!' என்று வியந்த நந்தனுக்கு அழுவதா சிரிப்பதா என்று தெரியவில்லை.

பழைய நினைவுகள் வெள்ளமென வந்தன; கோயிலுக்கு வந்து கம்பூஜக் கல்லைத் திருட முயற்சித்து, சரித்திரத்தின் சக்கரத்தில் அகப்பட்டு தரித்திரத்தை நேரே கண்டது என கஷ்டத்துக்கெல்லாம் நிவாரணமான நடேசனை வந்து ஒப்படைத்த பின் இப்போது அந்தக் கல் கிடைக்கிறதே?

என்ன நடந்திருக்கும் என்று நந்தன் யூகித்துவிட்டான். துருக்கியர் பொற்கூரையை உடைத்து தங்கத் தகடுகளைப் பிய்த்து எடுக்கும் போது கல்லும் உருண்டோடி இதரக் கற்களுடன் விழுந்து, பொன்னிலிருந்து விடுபட்டவுடன் ஒளிமயமாக இருக்கவில்லை. பின் அறுபது ஆண்டுகளாக மழையிலும் வெயிலிலும் கிடந்திருக்கவேண்டும்.

நந்தன், கல்லை இப்போது ஆடையில் முடிந்து வைத்துக் கொண்டான். அந்தக் கல் கிடைத்ததனால் நந்தன் மனதில் தில்லையிலிருந்து புறப்படுவதில் ஒரு மாற்றமும் இல்லை. இப்போது அவனுக்கு சிந்திக்க ஒரு தனிமை நிறைந்த அமைதியான இடமும் தேவை என்று தோன்றியது. அதுவரை இந்தக் கல் அவனிடம் இருப்பதுதான் சரி என அவன் சிந்தை சொன்னது.

இடிபாடு நிறைந்த தில்லை நகருக்குள்ளே ஆக்கபூர்வமாக ஏதும் தோன்றாது என்று முடிவெடுத்தான். மேற்குத் திசை சென்ற பாதையில் கால்களைச் செலுத்தியபோது நந்தனுடைய உள்ளம் சற்று அமைதி பெற்றது.

'முன்பெல்லாம் தில்லையம்பதி தேசமெங்கும் வணங்க கம்பீரமாய் நின்றது. உலகம் பார்த்து பிரமிக்கும்படியான செல்வம் இருக்க வேண்டிய கோயில் இப்படிப் பாழாய்போய் எல்லோரும் பரிகசிக்கும்படி இருக்கலாமா?' என்ற கேள்விகள் எழுந்தன.

தள்ளாடி ஊரைவிட்டுச் செல்லும் கிழவனுக்கு பதில்தான் இல்லை.

'உண்மையான பக்தர்கள் இருந்திருந்தால் தில்லைக் கோயிலை இப்படி நிர்க்கதியாக விட்டிருப்பார்களா? ஆனால் நடேசனே இல்லை. பொற்கூரை எதற்கு என்று அவர்கள் நினைத்திருக்கலாம் அல்லவா?' என்று தானே பதில் சொல்லிக்கொண்டான்.

ஒரு முடிவுக்கு வந்தான். இந்த நிலைக்குத்தானே பொறுப்பு ஏற்றுக் கொள்ளவேண்டும். காலம் குறைவு. கோயிலைக் கட்டவேண்டும். பொற்கூரையை மீண்டும் நடேசனின் மேல் ஸ்தாபிக்கவேண்டும் என்று ஆர்வம் பிறந்தது. ஆனால் அவ்வளவு சுலபமான காரியமாயில்லையே? கோயிலை செப்பனிடுவதற்குப் பெரும் செல்வம்வேண்டும்.

'என்னுடைய முதுமைப் பிராயத்தில் என்ன செய்யமுடியும்? இடிந்துபோன பொற்சபையை புதுப்பித்துக்கொடுக்கும்படியாக ஏதாவது அரசனைச் சென்று கேட்கலாமா?' என்று நினைத்தான்.

ஆனால் அதுவும் நிராசைதான். பாண்டியர் வீழ்ந்த பின் இந்தப் பிரதேசங்களில் எல்லாம் சிற்றசர்கள்தாம் தலைதூக்கினார்கள். யாராலும் இவ்வளவு பெரிய கட்டட வேலையை எடுத்து முடிக்க முடியாது. அதில் பெரிய ஆர்வமும் யாரும் காட்டியதாகத் தெரியவில்லை.

அப்படியே விட்டால் தில்லைக் கோயில் சரித்திரத்திலிருந்து அகன்று அறியாமையில் மூழ்கிப் போவது திண்ணம் என்று நினைத்தான். கோயிலை அமைக்கவேண்டும் என்ற வெறி வந்தது நந்தனுக்கு. ஆனால் அவனது அந்த ஆதங்கம் மதிப்பற்றது.

'அதை நிறைவேற்றுவதற்கு உயிரோடிருப்பேனா?' என்று நினைத்த அவனுடைய மனோ ராஜ்யமெல்லாம் ஒரு சிதைந்த கனவாகி விடுவது திண்ணம்.

'இந்த வயதில் நான் என்ன செய்யமுடியும்? ஓர் இருபது முப்பது ஆண்டுகளுக்கு முன் வந்திருந்தால் உடலில் வலுவிருந்தது. போராடி செல்வத்தைச் சேர்த்திருக்கலாம். கோயிலைக் கட்டியிருக்கலாம்.'

தான் பெரும் பிழை செய்துவிட்டதை உணர்ந்து நொந்தான் நந்தன்.

•••

அத்தியாயம் நாற்பத்து ஒன்று

கிணற்றுக்குள் கல்

'பூத உடலாகிய சிறையிலிருந்து விடுதலையடைந்து செல்வதற்கு முன் அந்தத் தங்கக் கூரையைக் காண முடியுமா? இல்லை இது பூர்த்தியாகாத மனோரதம் என்றே போகப் போகிறதா?' என்று ஏங்கினான் நந்தன்

ஆனால் ஒன்று, அச்சமயம் மூப்பு அடைந்திருந்தது அவனுக்கு அனுகூலமாகப் போயிற்று. வெகு நாட்கள் இந்த கஷ்டத்தைத் தாங்கவேண்டாம். தூங்கும்போது நிகழ்காலம் மறந்துவிடுவதுபோல இறந்தவுடன் இந்த விஷயங்கள் எல்லாம் மறந்து போகும்.

அந்திமக் காலம் வந்துவிட்டது. வேலை முடிந்தது என்பதால் அன்றிரவோ மறுநாளோ வாழ்க்கை நிறைபெறுவது உறுதி. அதுவும் நல்லதுதான். இனி நீடூழி வாழ்க்கை நடத்தினால் அது ஒரு வறண்ட பாலைவனமாகவே இருக்கும்.

விடிய ஓரிரு நாழிகை இருக்கும்போது ஏதேதோ உருவமில்லாத சிந்தனைகளில் ஈடுபட்டே நடந்தவன் கடம்பூர் காட்டுக்கு வந்துவிட்டான். இப்போது மூச்சு வாங்கியது. இதற்கு மேல் எங்கு செல்வதென்றும் தெரியவில்லை. நடக்க முடியவில்லை. கால்கள் களைப்படையத் தொடங்கின.

சுற்றிப் பார்த்தான். காடு இன்னும் அடர்த்தியாய் வளர்ந்திருந்தது. காலைச் சூரியனையே மூடிவிடும் பச்சைப் பசுங்குடைகளைப்போல இருந்தன மரங்கள். காலை நேரத்தில்கூட காடு இருட்டி மந்தாரமாயிருக்கும்போது இருட்டில் கேட்க வேண்டுமா? இளம்பிராயத்தைக் கழித்த கானகத்தை மறக்க முடியவில்லை.

‘ஆகா! விதியின் விசித்திரத்தை என்னவென்று சொல்வது? ஆரம்பிக்கும் இடத்துக்கே கடைசியில் வந்துவிட்டோமே?’ என்று நினைத்தான்.

மனங்கசந்து மௌனமாய் வந்தவனுக்கு அன்னைபோன்ற இந்தக் காட்டின் சுக நினைவுகள் வந்தன. களைத்திருந்தவன் உட்கார்ந்தான். மனமானது பழைய காலத்துக்குச் சென்றது.

‘ஆகா! எவ்வளவு இனிமையான நாட்கள் அவை! இவ்வளவு நாட்களாய் எல்லாம் மனதின் பின் சென்று நிழல்போல ஒதுங்கிவிட்டதே. கோப்பெருஞ்சிங்கனின் புதையலைத் தேடிவந்த அந்த சாமியார்தான் எல்லாவற்றிற்கும் காரணம். அவனால்தான் தில்லைக்குச் சென்றேன், பின் திரும்ப அறுபது ஆண்டுகள் ஆகிவிட்டன.’

அந்தப் பாழடைந்த கிணற்றின்மேல் பார்வை சென்றது. கிணற்றுக்கு மட்டும் சென்ற அறுபது வருஷ காலத்தில் உருவத் தோற்றத்தில் எந்தவிதமான மாறுதலும் ஏற்பட்டிருக்கவில்லை.

அந்தப் பாழும் கிணற்றின் காட்சியானது நந்தனுக்கு எத்தனை எத்தனையோ பூர்வ ஞாபகங்களை உண்டாக்கிக்கொண்டிருந்தது. அவனுக்கு இந்தக் கிணற்றின் அருகாமையை மற்றவர் ஏன் தவிர்த்தார்கள் என்று மறக்கவில்லை. கோரமாக விழிக்கும் சிவந்த விழிகள்கொண்ட பூதத்தைக் கண்டதாக அலறிப்புடைத்துக்கொண்டு ஓடி வந்தவர் எத்தனை பேர்!

ஒருமுறை அவனும் பயந்தது நினைவுக்கு வந்தது. இப்போது தனக்கு பயமில்லையே என்று கேட்டுக் கொண்டான். சிரிப்பு வந்தது. வேலை முடிந்தது. இனி பேய் வந்தால் என்ன, பூதம் வந்தால் என்ன? உடனே கிணற்றுக்கு உள்ளே எட்டிப் பார்த்தால் என்ன? என்று ஆசைப்பட்டான். எழுந்து தள்ளாடி நடந்தான்.

அந்த வருஷம் நல்ல மழை பெய்திருந்தபடியால், கிணறு நிரம்பிக் கரையைத் தொட்டுக்கொண்டு ததும்பிற்று. சற்று நிதானமாகவே எட்டிப் பார்த்தான். எனினும் அடுத்து நடந்ததற்கு உணர்ச்சி மிகுதியையும் அதனால் வந்த கண்ணீரையும் காரணம் சொல்லலாம். கிணற்றின் பக்கம் நின்ற நந்தன் திடீரெனத் தடுமாறினான். விழுந்துவிடாமல் கைப்பிடிச் சுவரைப் பிடித்துக்கொண்டான். கைப்பிடிச் செங்கற்கள் உடைந்து சில தண்ணீரில் விழுந்தன.

ஆனால் விபரீதம் ஒன்றும் ஆகவில்லை. சுதாரித்துக்கொண்டான். மூச்சு வாங்கியது, பெரிய ஆபத்துதான். ஆனால் தப்பித்துவிட்டோம்

என்ற நிம்மதி. ஆனால் அவன் முன் வளைந்து நிற்கும்போது எதிர்பாராத சம்பவம் ஒன்று நடந்துவிட்டது... அந்தக் கம்பூஜக் கல் அவன் ஆடை மடிப்பிலிருந்து தன்னை விடுவித்துக்கொண்டு உருண்டோடிப்போய் கிணற்றுத் தண்ணீருக்குள் 'தொபேல்' என்று விழுந்தது.

கல் விழுந்த வேகத்தினால் கிணற்றுத் தண்ணீர் மேலே தாவி. நந்தனின் முகத்தில் தெளித்தது. கையால் அவன் ஈர முகத்தைத் துடைத்துவிட்டு நந்தன் நம்பாமல் கிணற்றுக்குள் முறைத்தான். இப்போதுதான் கல் கிடைத்தது, அதுவும் அறுபது ஆண்டுகளுக்குப் பின். அதற்குள்ளாகக் கிணற்றுக்குள் விழுந்துவிட்டதே என்று மனது வலித்தது. ஆனால் ஒரு தீர்மானம்கொண்டான். இந்தக் கல்லுக்காகத்தான் நம் வாழ்வே மாறியது. அதை விட்டுவிடக் கூடாது. சாகும்போது அது என் கைகளில் இருக்கவேண்டும்.

அக்கணமே கிணற்றுக்குள் குதிக்கலாமா என்றுகூட நினைத்தான். ஆனால் சட்டென அவன் வயது நினைவுக்கு வந்தது. குதித்தால் மீண்டும் வெளியே வரமுடியுமா என்ற சந்தேகம்.

கிணற்றை ஆராய்ந்தான். கிணற்றின் சுற்றுச் சுவரில் இறங்க படி இருந்தது. ஆனால் காலாகாலமாக உபயோகமற்ற நிலையில் இருந்த படிகளின் தெம்பு எப்படியென்றுதான் தெரியவில்லை. எனினும் இறங்குவதற்கு ஆயத்தமாக ஒரு காலைத் தூக்கிக் கிணற்றின் சுவர் மேல் போட்டான். அந்த தருணத்தில் ஒரு சம்பவம் நடந்தது. அப்படியே சிலையானான் நந்தன்.

சமுத்திரத்தின் கர்ப்பத்திலேயிருந்து வெளிவரும் வலம்புரி சங்கின் சப்தத்தைப்பற்றிக் கேள்விப்பட்டிருந்தான். அதுபோல ஒரு நாதம் கிணற்றிலிருந்து வெளிவந்தது. கிணற்றுக்குள்ளிருந்து 'கிர்ரர்' என்று ஆயிரம் வண்டுகள் ஒருங்கிணைந்து ரீங்காரித்துக் கத்துவதுபோன்ற சப்தமும் தொடர்ந்து காதுகளைத் துளைத்துவிடும் அளவுக்குப் பெருகிக்கேட்டது. அதுவரை ஒரே இருட்டாய் காணப்பட்ட கிணற்றில் கன்னங்கரிய இருளிலே திடீரென்று ஒரு வெளிச்சம் பெருகி வருவதையும் ஆவலுடன் பார்த்தான்.

கிணற்றுக்குள் நிலவைப்போல ஒளி கிளம்பி அந்த பிரதேசம் முழுவதையுமே பிரகாசப்படுத்தியது. நன்றாய் உற்றுப் பார்த்தான், நிலவின் எதிரொளியாக இருக்குமோ என்று. ஆனால் இல்லை. கிழக்கு வெளுக்கும் நேரத்தில், கீழ் வானத்தில் ஓர் எரிமலை வெடித்தாற்போல் வெளிச்சம் திடீரென வருமே, அதுபோல கிணற்றுக்குள்ளிருந்து வெளிச்சம் வந்தது.

தன்னை மீறி வந்த ஆச்சரியத்தினால் தலை சுழன்றது. கல் கிணற்றுக்குள் சென்று கன்னங்கரிய பூதத்தின் மோன நிலையைக் கலைத்து துயிலெழுப்பிவிட்டதா? பலரையும் இந்த பூதம் உண்டு புசித்திருந்தது என்பார்களே! அந்த கதி நமக்கும் ஏற்பட்டுவிடப் போகிறதா? சட்டென பக்கத்திலிருந்த புதர் ஒன்றின் மறைவில் ஒளிந்துகொள்ளலாமா என்றுகூட எண்ணம் உதித்தது.

மிக வியப்பான எண்ணம் ஒன்று அப்போது அவன் மனத்திலே தோன்றிற்று. இதுதான் மரணமோ? ஒருமுறையே ஒவ்வொரு வருக்கும் வரும் அனுபவமாதலால் யாரும் அவனிடம் சொல்ல வில்லையோ? அப்படியென்றால் நம் கதை முடிந்ததா? பின் தன் மனதைத் தேற்றிக்கொண்டான். ‘இது என்ன பைத்தியக்கார எண்ணம்? சாவைக்கண்டு பயப்பட கோழையாகிவிட்டாயா நந்தா?’ என்று தன்னைத் தானே கேட்டுக்கொண்டான்.

கிணற்றுக்குள் புறப்பட்ட வெண்நிறக் கதிர்கள் நாலா பக்கமும் பரவி விசித்திர ஜால வித்தைகள் புரிவது அவனுடைய வீண் மன பிரமை என்றே எண்ணிவிட முடியாது. இருட்டுக் கிணற்றின் உள்ளிருந்து வந்த வெண்நிற ஒளி ஓர் இடத்தில் நிற்கவில்லை. மேலே மேலே நகர்ந்து வந்துகொண்டிருந்தது. இந்தக் கடம்பூர் கானகத்தையே மூழ்கடிக்கும் போலிருந்தது.

தனக்கு என்ன நேர்ந்துவிட்டது என்பது முதலில் அவனுக்கே தெரியவில்லை. பின் மாயாஜாலம் ஏதோ நடைபெறத் தொடங்கி இருக்கிறது என்பதை அவனுடைய அந்தராத்மா அவனுக்குச் சொல்லிக்கொண்டிருந்தது.

பிறகு மெல்ல புலப்படத் தொடங்கியது. கல் விழுந்ததுதான் தாமதம். உடனே மேலே வானமும் கீழே நான்கு திசைகளும் ஒளிமயமாயின. அதனால் அந்தக் கல்லினால்தான் இந்த ஒளி என்று முடிவெடுத்தான். திரும்ப கிணற்றுக்குள் பார்த்தான். தொடர்ந்து கிணற்றில் விழுந்த அந்த கல் சுடர்விட்டு எரிந்த வண்ணம் திருமால் எறிந்த சக்ராயுதத்தைப்போல் ஒளி வீசியது.

கால வெள்ளத்தில் சிறிது பின்னோக்கிச் சென்றான் நந்தன். அந்தக் கல் எப்போது சுடர்விட்டெரியும் என்று அந்த சாமியார் சொன்னார் என்று நினைவு கூர்ந்தான். உடனே பதில் கிடைத்தது. படுத்துத் தூங்கிக்கொண்டிருந்த குழந்தை தான் விழித்துக்கொண்டுவிட்டதை ஒரு கூச்சல் மூலம் தெரியப்படுத்துவதுபோல் அவன் உள்ளே பதில் எழுந்து கத்தியது. வெளிப்படையில் அவன் ஸ்தம்பித்து நின்றானே தவிர, உடம்பின் ஒவ்வோர் அணுவும் அப்போது துடித்தது.

அந்த அறிவு அவனை வான வெளியிலே தூக்கிக்கொண்டுபோய் மேக மண்டலங்களின்மேல் மிதக்கச் செய்தது. தலை சுழன்றது! சுற்றியிருந்த மரங்கள் எல்லாம் சுழன்றன; கிணற்றின் கைப்பிடிச் சுவர் சுழன்றது.

முதன் முதலில் அந்தச் சாமியார் கொண்டுவந்த கல்லைப் பொன் அருகே எடுத்துச் சென்றபோது செய்த சப்தம் நினைவலைகளில் வந்தது. ரீங்காரம் இப்போது தேவகானமாகவே இசைத்தது.

கிணற்றின் உட்புறம் நந்தன் நோக்கினான். ஒரு நொடிப் பொழுதில் அங்கே தோன்றிய காட்சி அவன் கண் வழியாக மனத்தில் பதிந்தது. அந்த வெளிச்சத்தில் குபேரனின் பொக்கிஷ அறையே கிணற்றுக்குள் உருவெடுத்ததுபோலக் காணப்பட்டது.

வெளிச்சத்தின் அளவைப் பார்த்தால் ஒரு மூட்டையோ இரு மூட்டைகளோ தங்கம் கிணற்றுக்குள் இருக்கும் என்று முதலில் நினைத்தான். ஆனால் வெளிச்சமோ குறைவதாக இல்லை. இதைக்கண்டு சுற்றியிருந்த ஊர்களில் மனிதர்கள் இருந்திருந்தால் ஓடோடி வந்திருப்பார்கள். நல்லவேளை யாரும் இல்லை.

'சந்தேகமில்லை. இது மாபெரும் பொக்கிஷம். நமக்குத் தெரியாமல் நம் காலடியிலேயே இருந்திருக்கிறது.'

அவனை அதிகமாகத் தேடுவதற்கு இடம் வைக்காமல் கிணற்றுக்கு அடியில் என்னவெல்லாம் இருந்தனவோ எல்லாம் தெரிந்தன. முத்தும், மணியும், வைரமும் பதித்த மகுடங்கள். ஹாரங்கள், முத்து வடங்கள், நவரத்தின மாலைகள். அதைத் தவிர எங்கும் காசுகள். லட்சோப லட்சம் தங்கக் காசுகள்.

நந்தனுக்கு ஒரு நொடியில் கோப்பெருஞ்சிங்கன் தில்லையை சீரமைக்க திருப்பணி செய்ய ஒதுக்கி வைத்திருந்த புதையலின் இருப்பிடம் இதுதான் என்று புரிந்தது. சோழரின் பெரும் செல்வத்தைக் கொள்ளையடித்த கோப்பெருஞ்சிங்கன் இந்தக் கிணற்றுக்குள் ஒளித்து வைத்துவிட்டான். அவன் எண்ணம்போல் தில்லை மீண்டும் தன் மஹோன்யத்தை அடையும் காலம் நெருங்கிவிட்டதென்றும் நந்தனுடைய உள்ளுணர்ச்சி சொல்லியது.

நந்தனுக்கு சிரிப்பும் வந்தது. இந்தக் கிணற்றைப்பற்றி இப்படி யாரும் நினைக்கவில்லையே? யௌவனக் காலங்களில் இந்தக் கிணற்றடியில் காமக் களியாட்டம் செய்தது எவ்வளவு? அப்போ தெல்லாம் ஒரு நொடிகூட இவ்வளவு செல்வம் தன் காலடியில் இருக்கிறது என்று தெரியவில்லையே? அதற்கு நேர்மாறாக இதே

கிணற்றடியிலிருந்து வரும்போது பலரும் அவனைச் சூழ்ந்து கொண்டு எச்சரிப்பார்களே, பெண் பூதமொன்று பல வருடமாய் இருக்கின்றது என்று. புதையல் செல்வங்களை பூதம் காப்பது பொதுவாக நம்பப்பட்டது. உண்மைதான். உண்மையாகவே பூதத்தின் பயத்தால்தான் யாரும் புதையலைக் கண்டுபிடிக்கவில்லை.

சற்று நேரத்துக்கு முன் எல்லையில்லாத ஆசாபங்கமும் மனக் குழப்பமும் கலந்து கொன்றன. எல்லாம் இப்போது நம்பிக்கைக்கு வழிவிட்டு ஒதுங்கியது. மாறாக குதூகலம் பொங்கித் ததும்பியது.

நடேசன் பெருமைக்கு உகந்த முறையில் வீடு கொடுக்கவேண்டும் என்று விரும்பியவனுக்கு அது இப்போது அவன் வாழ்நாளில் முடியும் என்று தோன்றியது.

'எனக்கு என் ஆசைக் காதலியைக்கொடுத்து, கொள்ளையனை அரசனாக்கி, ஏன் தன்னையே என்னை நம்பி ஒப்படைத்தவனுக்கு ஒரு சிறிய பிரதி உபகாரம் செய்ய முடிகிறதே!' என்று ஆனந்தித்தான்.

வேலை என்று நினைத்தவுடன் பயமும் வந்தது.

'நந்தா, மிகவும் ஆனந்திக்காதே. சந்தோஷ மிகுதியால் கிழட்டுப் பிராணன் போனாலும் போய்விடும்' என்ற சொல்லிக்கொண்டான்.

'உனக்கு ஏதும் ஆகிவிட்டால் பின் தில்லையின் கதி என்னாவது?'

உடனே வாய்க்குள் அடங்கா சிரிப்பு வந்தது.

'அதற்கு என்ன? அந்த சூனியக்காரன் நடேசன் இருக்கிறானே... அப்படி அரைகுறையாய் விட்டுவிடுவானா என்ன? அதற்கென இன்னும் ஒரு கொள்ளைக்காரனையும் நாட்டியக்காரியையும் தயார் செய்து அனுப்பி வைக்கமாட்டானா?'

அவன் ஆடல்வல்லான் மட்டுமல்ல, ஆட்டிவைப்பதிலும் வல்லவன்தான்.

முற்றும்

•••

www.ingramcontent.com/pod-product-compliance
Lightning Source LLC
LaVergne TN
LVHW060436051026
849518LV00002B/482

* 9 7 8 8 1 9 4 9 3 2 1 1 6 *